தமி

பண்பாடும் தத்துவமும்

பேராசிரியர் நா. வானமாமலை

பாரதி
புத்தகாலயம்

Tamizhar Panpadum Thathuvamum
N.Vaanamaamalai
Our First Edition: December, 2022
Published by
BHARATHI PUTHAKALAYAM
7, Elango Salai, Teynampet, Chennai - 600 018
Email: thamizhbooks@gmail.com | www.thamizhbooks.com

தமிழர் பண்பாடும் தத்துவமும்
நா. வானமாமலை
எமது முதல் பதிப்பு: டிசம்பர், 2022

வெளியீடு:

பாரதி புத்தகாலயம்

பாரதி புத்தகாலயம்
7, இளங்கோ சாலை, தேனாம்பேட்டை, சென்னை - 600 018.
தொலைபேசி: 044 24332424, 24330024 | விற்பனை : 24332924

விற்பனை நிலையங்கள்
அருப்புக்கோட்டை: கதவுஎண் 49 A/4 மெயின் ரோடு, தெற்கு தெரு - 9994173551
ஈரோடு: 39: 39 ஸ்டேட் பாங்க் சாலை - 9245448353
கரூர்: நாரத கானசபா அருகில் (TNGEA OFFICE)- 9442706676
காரைக்குடி : 12, 2 வது தெரு, கம்பன் மணிமண்டபம் பின்புறம் - 9443406150
கும்பகோணம்: 352, ரயில் நிலையம் எதிரில் - 9443995061
கோவை: 77, மசக்காளிபாளையம் ரோடு, பீளமேடு - 8903707294
சிதம்பரம்: 22A / 18B தேரடி கடைத் தெரு, கீழவீதி அருகில் - 9994399347
செங்கல்பட்டு: 1 D ஜி.எஸ்.டி சாலை - 044 27426964
சேலம்: 15, வித்யாலயா சாலை சாலை | பாலம் 35, அத்வைத ஆஸ்ரமம் சாலை 0427 2335952
தஞ்சாவூர்: காந்திஜி வணிக வளாகம் காந்திஜி சாலை - 9655542400
திண்டுக்கல்: பேருந்து நிலையம் - 9942331105, 9976053719
திருச்சி: வெண்மணி இல்லம், கரூர் புறவழிச்சாலை - 9994289492
திருநெல்வேலி: 25A, ராஜேந்திரநகர் - 9442149981
திருப்பூர்: 447, அவினாசி சாலை - 9486105018
திருவண்ணாமலை: முத்தம்மாள் நகர்
திருவல்லிக்கேணி: 48, தேரடி தெரு - 9444428358
திருவாரூர்: 35, நேதாஜி சாலை - 9442540543
நாகர்கோவில்: 699 கே.பி.ரோடு R.V.புரம் - 9443450111
நெய்வேலி: பேருந்து நிலையம் அருகில், - 9443659147
பழனி: பேருந்து நிலையம் அருகில் - 7010760693
பாண்டிச்சேரி : கிழக்கு கடற்கரைச்சாலை, இலாசுப்பேட்டை, 9486102777
பெரம்பூர்: 52, கூக்ஸ் ரோடு - 9444373716
மதுரை: 37A, பெரியார் பேருந்து நிலையம் - 045 22324674 & சர்வோதயா மெயின்ரோடு
வடபழனி: பேருந்து நிலையம் எதிரில் அடையார் ஆனந்தபவன் மாடியில் - 9444476967
விருதுநகர்: 131, கச்சேரி சாலை - 0456 2245300
வேலூர்: பேஸ் III, சத்துவாச்சாரி - 9442553893

பொருளடக்கம்

அணிந்துரை

பேராசிரியர் நா. வானமாமலை அவர்களின் 'தமிழர் பண்பாடும், தத்துவமும்' என்ற இந்நூல், அவர்கள் ஆராய்ச்சி என்னும் முத்திங்களிதழில் எழுதிய கட்டுரைகளின் தொகுப்பாகும். இந்நூல், பண்பாடு என்றும் தத்துவம் என்றும் இரண்டு பிரிவுகளையுடையது. பண்பாடு' என்னும் முதற் பிரிவிலே முருக - ஸ்கந்த இணைப்பு, பரிபாடலில் முருக வணக்கம், கலைகளின் தோற்றம், உலகப் படைப்புக் கதைகள் என்னும் கட்டுரைகள் அடங்கியுள்ளன.

முருக - ஸ்கந்த இணைப்பு என்னும் கட்டுரை, தமிழரின் (திராவிடரின்) முருக வழிபாடும் ஆரியரின் (வடஇந்தியரின்) ஸ்கந்த சண்முக வழிபாடும் ஆதிகாலத்தில் வெவ்வேறு வழி பாடாக இருந்தவை; பிற்காலத்தில் இரண்டும் இணைந்து கலப் புற்று இருப்பதைக் கூறுகிறது. அதாவது, திராவிட-ஆரிய கலப்புத்தான் இக்காலத்து முருக - சுப்பிரமணிய வழிபாடு என்பதை ஆதாரங்களோடு நிறுவுகிறது.

பரிபாடலில் முருக வணக்கம் என்னும் கட்டுரை, பரி பாடல் கூறுகிற முருக வழிபாடு, உலக இன்ப வாழ்க்கையைப் பெறுவதற்காகவே மக்கள் முருகனை வழிபட்டனர். வீடுபேற்றை (முத்தியைக் கருதி மக்கள் வழிபடவில்லை என்பதையும் அக்காலத்தில் முருகன் வீடுபேறு அளிக்கிற தெய்வமாகக் கருதப்படவில்லை என்பதையும் கூறுகிறது.

'கலைகளின் தோற்றம்' என்னும் கட்டுரை, கலைகள் ஆதி காலத்தில் தோன்றிய வரலாற்றைக் கூறுகிறது. மனித சமூகம் நாகரிகம் அடைந்த பிறகு அமைத்துக்கொண்ட அழகுக் கலைகள் ஏற்படுவதற்கு முன்னே, மனிதன் நாகரிகம் பெறாத காலத்தில், எந்தச் சூழ்நிலையில் கலைகளை வளர்த்தான் என்பதை இந்தக் கட்டுரை ஆராய்கிறது. பகுத்தறிவு விஞ்ஞான அடிப்படையில் ஆராய்கிற இந்தக் கட்டுரை சிந்தனையைத் தூண்டுகிறது.

"உலகப்படைப்புக் கதைகள் - கதை மூலங்களைப் பற்றி ஓர் ஆய்வு" என்னும் கட்டுரை, உலகம் எப்படி படைக்கப்பட்டது

என்பது பற்றி பழங்கால மனிதரின் நம்பிக்கைகளும் கதைகளும் தோன்றின விதத்தை ஆராய்ந்து கூறுகிறது. ஆதியில் உலகத்தைப் படைத்தவள் தாய்தான் என்னும் நம்பிக்கை கொண்டு அவளைப் பற்றி அக்காலத்து மனிதர் கற்பித்துக்கொண்ட கதைகளையும், ஆதியில் உலகத்தைப் படைத்தவன் தந்தைதான் என்னும் நம்பிக்கையோடு அவனைப் பற்றி அக்காலத்து மனிதர் கற்பித்துக்கொண்ட கதைகளையும் இந்தக் கட்டுரை ஆராய்கிறது. இக்கொள்கைகளைப் பற்றிப் பழைய எகிப்து நாட்டுக்கதைகளும் நம்பிக்கைகளும், பாபிலோனிய - சுமேரிய நாட்டு நம்பிக்கைகளும் கதைகளும் கிரேக்க - யூதர்களின் நம்பிக்கைகளும் கதைகளும், இந்திய தேசத்துப் பழைய நம்பிக்கைகளும் கதைகளும் இதில் ஆராயப்படுகின்றன.

இந்நூலின் இரண்டாம் பகுதியாகிய ‘தத்துவம்’ என்னும் பகுதியில் கீழ்க்கண்ட கட்டுரைகள் இடம்பெற்றுள்ளன. ‘மணிமேகலையின் பௌத்தம்’, ‘பழந்தமிழ் இலக்கியத்தில் பொருள் முதல்வாதக் கருத்துக்கள்’, ‘பரபக்க லோகாயதம்’ என்னும் பொருள் பற்றி மூன்று விஷயங்கள் இப்பகுதியில் ஆராயப்படுகின்றன.

மணிமேகலையின் பௌத்தம் என்னும் கட்டுரையில், மணிமேகலை காவியத்தில் சொல்லப்படுகிற பௌத்தம் தக் கொள்கையைப் பற்றிக் கட்டுரையாசிரியர் ஆராய்கிறார். ஈனயான (தேரவாத பௌத்தத்திலிருந்து மகாயான பௌத்தம் பிரிந்ததையும் மகாயானத்திலிருந்து மாத்யமிகம், யோகாசாரம் முதலான வேறு பௌத்த மதப்பிரிவுகள் தோன்றியதையும் கட்டுரையாசிரியர் கூறுகிறார். மணிமேகலை காவியத்தில் கூறப்படுகிற அறுவகைச் சமய தத்துவங்களை ஆராய்கிறார். பௌத்தமதத் தத்துவங்களை எழுதிய ‘நியாயப் பிரவேசம்’ என்னும் தத்துவ நூலைப் பற்றியும் பேசுகிறார். நாகார்ச்சுனருக்கு முன்பு பௌத்த தத்துவ நூல்கள் இருந்தன என்பதும் அந்தப் பழைய நூல்களின் ஆதாரத்தைக் கொண்டு நாகார்ச்சுனர் தமது நியாயப் பிரவேச நூலை எழுதினார் என்பதும் ஆராய்ந்து முடிவு செய்யவேண்டிய விஷயம். இது இன்னும் ஆராய்ச்சியில் இருக்கிறது. நாகார்ச்சுனர் எழுதிய நியாயப் பிரவேசந்தான் பௌத்த மதத்தின் முதல் தத்துவ நூல் என்று கட்டுரையாசிரியர் இக்கட்டுரையை முடிக்கிறார்.

‘பழந்தமிழ் இலக்கியத்தில் பொருள் முதல்வாதக் கருத்துகள்’ என்னும் தலைப்புள்ள கட்டுரை, பொருள் முதல்வாதத்தை (உலகாயதக் கொள்கையை) ஆராய்கிறது. வடநாட்டில் இருந்த

பழைய உலகாயதக் கொள்கையைப் பற்றிச் சமீப காலத்தில் சில அறிஞர்கள் ஆராய்ந்து அது பற்றிச் சில நூல்களை எழுதியுள்ளனர். ஆனால் தென்னாட்டு உலகாயதக் கொள்கையை இதுவரையில் ஒருவரும் ஆராய்ந்து நூல் எழுதவில்லை. திரு நா. வானமாமலை அவர்கள், தமிழ்நாட்டு உலகாயதக் கருத்துக்களை இக்கட்டுரையில் ஆராய்கிறார். தமிழிலுள்ள புறப்பாடல்கள், மணிமேகலை காவியம், நீலகேசி ஆகிய நூல்களைக்கொண்டு இப்பொருள் பற்றி ஆராய்கிறார். மார்க்ஸ், எங்கல்ஸ் என்பவர்களுடைய கருத்துக்களை அடிப்படையாகக்கொண்டு தமிழ்நாட்டு உலகாயதக் கொள்கையை ஆய்ந்துள்ளார்.

'பரபக்கலோகாயதம்' என்னும் கட்டுரை இந்நூலின் கடைசி கட்டுரையாகும். மணிமேகலை, நீலகேசி, சிவஞான சித்தியார் என்னும் மூன்று தமிழ் நூல்களை ஆதாரமாகக் கொண்டு இந்தப் பொருளைப் பற்றி ஆய்வு செய்கிறார். 'தமிழ் நாட்டு லோகாயதம் மேலும் ஆராயப்படுதல் வேண்டும் என்று முடிக்கிறார். உலகாயதக் கொள்கையைப் பற்றிய இந்த இரண்டு கட்டுரைகளும் ஆராய்ச்சி மனப்பான்மையுள்ளவருக்குப் பெரிதும் பயன்படுவனவாகும்.

பொதுவாக இந்நூல் ஆராய்ச்சிக்குப் பெரிதும் பயன்படுமென்பதில் ஐயமில்லை. சிந்தனையை எழுப்பி ஆராய்ச்சிக்குத் தூண்டுகோலாக இருக்கிற இந்நூல் கட்டுரைகள், அறிவுக்கு விருந்தாக உள்ளன. இதுபோன்ற ஆராய்ச்சி நூல்கள் தமிழில் மிகச்சில. பயனுள்ள நல்ல நூல் என்று இதனை வாசகர்களுக்குப் பரிந்துரைக்க விரும்புகிறேன்.

சீனி வேங்கடசாமி

மயிலாப்பூர், சென்னை - 4
12-12- 1973

பண்பாடு

முருக - ஸ்கந்த இணைப்பு

முருகனைப் போன்ற தெய்வத்தைப் பண்டைக் கால நாகரிகத்தைப் படைத்த உலக மக்கள் பல நாடுகளிலும் படைத் துள்ளார்கள். தமிழ் நாட்டில் பழங்கால முருக வணக்கமும், பரிபாடல் கால முருக வணக்கமும் வேறுபடுகின்றன. இதற்கிடைப்பட்ட காலத்தில் பண்பாட்டுக் கலப்பு ஏற்பட்டது. தமிழ் நாட்டு முருகக் கருத்தும், வடநாட்டில் இது போன்ற கருத்துக்களான சண்முக, குமர, ஸ்கந்தக் கருத்துக்களும் வளர்ச்சி பெற்ற போக்கை இலக்கியங்களிலிருந்து அறிந்து இரண்டு கருத்துக்களும் இணைந்த காலத்தில் அவற்றில் பக்குவ நிலைகளையும், இணைந்த விதத்தையும் நான் இக்கட்டுரையில் ஆராய்கிறேன். (ஆ—ர்.)

தற்காலத்தில் தமிழ்நாட்டில் வணங்கப்படும் முக்கிய கடவுளர்களுள் முருகன் ஒருவன். இவனுக்குப் பல பெயர்களும், உருவங்களும் உள்ளன. தமிழ் நாட்டில் சுப்பிரமணியன், முருகன், குமரன், ஆறுமுகன், வேலன், வேலாயுதம், வேலாயுதப் பெருமாள், பாலசுப்பிரமணியம், கந்தன், தண்டாயுதபாணி, இளையபிள்ளையார், சுவாமிநாதன் போன்ற பல பெயர்களோடு இக்கடவுள் வணங்கப்படுகிறார். திருத்தணிகை, பழனி, திருச்செந்தூர், குன்றக்குடி, திருப்பரன்குன்று, பெரும் பெயர்க்காண்டிகை போன்ற தலங்களில் இவன் விருப்புற்று வீற்றிருப்பதாகப் புராணக் கதைகள் கூறும்.

இவனைச் சிவகுமாரன் என்று பிற்காலச் சைவ நூல்கள் கூறுகின்றன. மால் மருகன் என்று பிற்கால வைணவ நூல்கள் அழைக்கின்றன. தமிழ் நாட்டின் இருபெருஞ் சமயங்களும் இவனோடு தங்கள் தனிப்பெரும் தெய்வங்கள் உறவு கொண்டுள்ளதாகக் கூறும் அளவிற்கு இக்கடவுள் வணக்கம் பெரிதும் செல்வாக்குப் பெற்றிருந்ததென்று நாம் அனுமானிக்கலாம்.

இவனுக்கு சேவல் கொடியும், பாம்பு இலச்சினையும் உள்ளன. மயில் இவனது ஊர்தி. இளமை இவனது தன்மை. நோய் போக்குதல் இவரது சக்திகளுள் ஒன்று.

தற்கால ஆராய்ச்சியாளர்களில் ஆராவமுதன் இவ்வணக்கத்தின் தன்மையை விளக்கியுள்ளார். ஸ்கந்தன்' என்ற தெய்வம் பல தெய்வங்களின் தன்மை கொண்டுள்ளதென்றும், ரிக் வேத காலத்திலேயே இத்தெய்வ வணக்கம் தோன்றி விட்டதென்றும் அவர் கூறுகிறார். டயோனிஸாஸ் என்ற கிரேக்க தெய்வத்திற்கும், ஸ்கந்தனுக்கும் இடையே உள்ள பல ஒற்றுமைகளை அவர் சுட்டிக் காட்டுகிறார். சோமம்' என்பது ஒரு மது. ஸ்கந்தன் அதன் களிப்பின் உருவம். அது போலவே பாக்குஸ் டயனிஸாஸ் என்ற கிரேக்க தெய்வம் ஒயின் என்னும் மதுவோடு தொடர்புடையவன். பாக்குஸ் தனது தந்தை தொடையினின்றும் பிறந்தான். சோமனும் அவ்வாறே பலியிடும் ஹோதாவின் தொடையினின்றும் பிறக்கிறான். பாக்குஸ் அக்கினி குமாரன். ஸ்கந்தனும் அவ்வாறே இருவரும் பொய்கையில் வளர்ந்தவர்கள். பாக்குஸ் 'சோம்லே' என்ற பொய்கையிலும் ஸ்கந்தன் சரவணம் என்ற ஹேமாலயத்திலும் வளர்ந்தவர்கள். சோமா என்னும் மது உற்சாகத்தையூட்டுவது போல ஸ்கந்தன் வாழ்க்கையில் மகிழ்ச்சியூட்டுகிறான் வெறியாட்டில் களிப்பை உண்டாக்குகிறான். பாக்குஸ் கன்னியரோடு களித்து அலைகிறான். சோமனும் அப்படியே. பாக்குஸ் டயானா (Moon) வோடு சுற்றியலைகிறான். பாக்குஸ், சோமனைப் போலவே அறிவுத்தானம் செய்கிறான்.

கிரேக்கத்தின் மதுக்கடவுள் பாக்குஸ் டயோனிஸாஸைப் போலவே, குமரன், முருகன் என்றழைக்கப்படும் ஸ்கந்தனது பல தன்மைகள் இருப்பதை ஆராவமுதன் சுட்டிக்காட்டி, இக்கடவுள் தமிழகத்திற்கும், கங்கைச் சமவெளிக்கும் மட்டுமல்லாமல், கிரேக்க நாட்டிற்கும் பொதுவானவன் என்று கூறுகிறார். அது மட்டுமல்லாமல் பழைய ஏற்பாட்டில் வரும் தீர்க்கதரிசி 'மோசஸ்' பல தன்மைகளில் ஸ்கந்தனது தன்மைகளோடு ஒன்றுபடுகிறான். இவனது காலம் கி.மு. 1200. மோசஸ் தெய்வத்தன்மை குறைந்து, மனிதத் தன்மை மிகுந்தவனாகச் சித்திரிக்கப்பட்டாலும், ஸ்கந்தனது பண்புகள் பல அவனுக் கிருந்ததாக பழைய ஏற்பாட்டு வரலாறுகள் கூறும். இருவரும் கடவுளுக்குப் பிரியமானவர்களை (இஸ்ரலைட்டுகள், தேவர்கள்) அடிமைத்தனத்திலிருந்து மீட்டு, சுதந்திர வாழ்விற்கு அழைத்துச் செல்லக் கடவுளால் அனுப்பப்பட்டவர்கள். நீரருகே புல்லில் இவர்கள் உருவானார்கள். மோசஸுக்கு ஆரன் என்ற படைத் தலைவன் இருப்பது போல, ஸ்கந்தனுக்கு விசாகன் என்றோர் படைத் தலைவன் இருக்கிறான். மோசஸ் எகிப்தில் பிறந்த,

தலை ஆண்மக்களுக்குத் தீமை விளைப்பவன். ஸ்கந்தனுக்கு அதே போல சக்தியுண்டு. 'கிருஹ' எனப்படும் பல பேய்க்கணங்கள், குழந்தைகளுக்குத் தீமை விளைவிப்பதற்காக அவனோடு கூடவே இருக்கின்றனர் என்று புராணங்கள் கூறுகின்றன. மோசஸ், ஸ்கந்தன் கிரவுஞ்சகிரியோடு போராடியது போல பாறையோடு போராடுகிறான்.

இளமை, உற்சாகம், மதுவெறி, அழகுணர்ச்சி, காதல், வீரம், தீமையை ஒழிக்கும் தன்மை, பிறரைக் காத்து நிற்கும் பண்பு, இவற்றையெல்லாம் திரட்டி தெய்வ வடிவாக உலகில் பல பாகங்களிலும் இலக்கியம் செய்திருக்கிறார்கள் பண்டைக் கால மக்கள். இவர்களுள் இந்திய தெய்வங்கள் ஸ்கந்தனும் முருகனும் ஆவர்.

இத்தகைய இந்தியக் கடவுளரின் வடிவங்களைப் பற்றிச் சிற்சில அகழ்வாராய்ச்சிச் சான்றுகள் கிடைக்கின்றன.

கங்கைச் சமவெளியில் ஸ்கந்த உருவம் கொண்ட அகழ் வாராய்ச்சிச் சான்றுகள் பல கிடைத்துள்ளன. உஜ்ஜயினியில் கி.மு.200, 300க்கு முந்திய ஸ்கந்த உருவம் அடிக்கப்பட்ட காசுகள் கிடைத்துள்ளன. 'பிரம்மணிய' 'ஸ்கந்த' என்ற எழுத்துக்களோடு சேவல் கொடியும், மயில் உருவமும் அவற்றில் பொறிக்கப்பட்டுள்ளன. இது குஷான அரச வம்சத்தைச் சார்ந்த ஹூவிஷ்கன் காலத்து நாணயங்களாகும். வேறொரு நாணயத்தில் ஸ்கந்தன் விசாகன் ஆகிய இரு உருவங்கள் ஒருவரையொருவர் நேரில் பார்ப்பது போல நிற்கும் நிலையில் பொறிக்கப்பட்டுள்ளன. இக்காசு விடுத்தவரும் குஷான வம்சத்தினரே. யௌதேய கணத்தவர்களும் (யுத்தத்தையே தொழிலாகக் கொண்ட இனக்குழு மக்கள்) 6 தலைகளும் 2 கைகளும் உடைய கார்த்திகேயனுடைய உருவம் பொறித்த காசுகளை விடுத்திருக்கின்றனர். இது கி.பி. முதல் நூற்றாண்டில் முதன் முதலாக நடந்திருக்கலாம். தமிழ் நாட்டிலும் முருக வணக்கம் பழமையானதே. மிகவும் பழமையான தமிழ் நூல்களான அகம், புறம், குறுந்தொகை, நற்றிணை முதலிய நூல்களில் காணப்படும் முருகனது சித்திரத்திற்கும், பிற்காலச் சங்க நூல்களான பரிபாடல், முருகாற்றுப்படை போன்ற நூல்களில் காணப்படும் சித்திரத்திற்கும் வேறுபாடுகள் உள்ளன. பிற்கால நூல்கள் வடமொழிப் பாரதத்திலும், இராமாயணத்திலும் காணப்படும் முருகச் சித்திரத்தோடு ஒன்றுபடுகின்றன. அதற்கு முன்னர் வேலன், முருகன் வணக்கங்கள் இருந்தன. புராண பூர்வமாக முருகன் தோற்ற வரலாறுகள் முற்சான்றுகளில் கூறப்படவில்லை.

தமிழ்நாட்டில் வரலாற்று முற்காலமான ஆதிச்சநல்லூர் தாழி அடக்க காலத்திலேயே இந்த வணக்கமுறை இருந்தது என்பதற்கு அகழ்வாராய்ச்சிச் சான்றுகள் உள்ளன. இங்கே கிடைத்த தங்கவாய் மூடிகளும், இரும்புக் கொழுவும் பாலஸ்தீனத்தில் கிடைத்த கல்லறைச் சாமான்களை ஒத்திருக்கின்றன. இதன்காலம் கி.மு.150. கிழக்கு மத்திய தரைக் கடல் நாகரிகத்திற்கும் தமிழரது ஆதிச்சநல்லூர் நாகரிகத்திற்கும் பல பண்பாட்டு ஒற்றுமைகள் உள்ளன. அங்கே கிடைத்தது போன்ற திரிசூலம், இங்கும் கிடைத்தது. காவடியாடுவோர் வாயை மூடப் பயன்படுத்துவது போன்றன, தங்கவாய் மூடிகள், திரிசூலத்தில் சேவல் உருவங்களும் காணப்பட்டன. எனவே ஆரம்பக்கால முருக வணக்கம் இங்கிருந்தது என்பது கே.கே. பிள்ளையவர்களின் கருத்து.

இங்கே திரிசூலம், கோழி உருவம், வாய்மூடி முதலியன காணப்படினும், டியேனோஸிசைப் பற்றிக் கிடைத்துள்ள நாட்டுப் பண்பாட்டியல் வழிப்பட்ட செவிவழிக் கதைகளைப் போலவோ எழுதப்பட்ட புராணங்களைப் போலவோ முருகனைப் பற்றிய சான்றுகள் எதுவும் கிடைக்கவில்லை. ஆதிச்சநல்லூர் ஒன்று தவிர, அவ்வளவு பழமையான சால் கோலிதிக் நாகரிகம் (கல்லும், உலோகமும் கலந்த கருவிக்காலம்) தமிழ்நாட்டில் வேறெங்கும் இல்லை. அரிக்கமேடு முதலிய தலங்கள் 1000 ஆண்டுகள் பிற்பட்டவை. அவை முற்றிலும் உலோக காலத்தைச் சேர்ந்தவை. அதற்கு முன்னர் காணப்படும் மெஞ்ஞானபுரம் நாகரிகம் நியோலிதிக் (புதிய கற்காலம்) காலத்தைச் சேர்ந்தது. காலம் கி.மு. 1500. ஆதிச்சநல்லூருக்கு முற்பட்டது. இக்காலத்திலேயே உழவுத் தொழில் அம்மக்களுக்குத் தெரிந்திருந்தது என்பதற்கு இரும்பு ஏர்க்கொழு, அரிவாள், தாழியினுற் சிறிய கலசத்தில் காணப்பட்ட உமி இவை சான்றுகள். பொருநையாற்றங்கரை அருகே சிறு குடிகளாக வாழ்ந்த இவர்கள் சிறிது உழுதும், சிறிது வேட்டையாடியும் உணவு தேடிக் கொண்டனர். ஆயினும் இவர்கள் பெரிதும் உழவையே நம்பினர். இரும்பினால் ஆன அம்பு நுனிகள் புதை குழிகளில் இருந்து கிடைத்தன. இவையனைத்தும் வேட்டை-உழவுக்கலப்பு நாகரிகம் எனக் காட்டும்.

இவர்களுடைய நாகரிகத்தில் தெய்வ வணக்கம் பற்றிய சான்றுகள் கிடைக்காவிடினும் திரிசூலம் இருப்பது வேட்டைக்குரிய அல்லது போருக்குரிய தெய்வத்தை அவர்கள் ஆராதித்தனர் என்பதை விளக்குகிறது. வேட்டைக்குரிய தெய்வமே, போருக்குரிய

தெய்வமாக மாறும். கொற்றவை, வேடர்களின் தெய்வமாகயிருந்தது. பின்னர் அரசர்களது வீரத் திருமகள் ஆனதைப் பண்பாட்டு வரலாற்றில் காண்கிறோம். அது போலவே கிரேக்க வேடர் தெய்வமான பல்லாஸ் அதீனா, டையானா என்ற வேட்டைத் தெய்வம் போர்த் தெய்வமாகிறாள். அது போலவே வேலையேந்தும் தெய்வமும் வேட்டைத் தெய்வமாகவும் போர்த் தெய்வமாகவும் இருந்திருக்கவேண்டும். சேவல் போருணர்ச்சியின் சின்னம் என உலகில் பல இனக்குழு மக்களால் அடையாளமாகக் *(To temic symbol)* கொள்ளப்பட்டுள்ளதை மானிடவியலார் விளக்கியுள்ளனர்.

கி.மு.3-ஆம் நூற்றாண்டிலிருந்து கங்கைச் சமவெளி மக்களிடையேயும், தமிழக மக்களிடையேயும் இளமைக் கடவுள், போர்க் கடவுள், காதல் கடவுள் என்ற தன்மையோடு ஸ்கந்தன் என்ற தெய்வக் கருத்து வளர்ச்சி பெற்றதைக் காண்பதற்குத் திடமான சான்றுகள் கிடைக்கின்றன. அதனைத் தொடர்ந்து விவரித்து இரண்டும் இயைந்து ஒரே இந்தியக் கடவுளான விதத்தைக் கூர்ந்து காண்போம்.

முதலில் தமிழகச் சான்றுகளை நோக்குவோம். தமிழ் நாட்டில் மிகப் பழைமையான வணக்க முறைகளில் முருக வணக்கமும் ஒன்று" என்ற உண்மையை அனைவரும் ஏற்றுக் கொள்வர். பழந்தமிழ் இலக்கியத்தில் முருகு, முருகன் என்ற இரண்டு பெயர்களுடைய தெய்வங்களும் ஒரே தெய்வத்தையே குறிப்பிடுகின்றன. வேலன் இத்தெய்வத்தின் பூசாரி (கோமரத்தாடி) மலையாளத்தில் இவனை வெளிச்சப்பாடு என்பர்.

இத்தெய்வம் 'கொற்றவை சிறுவன்' என்று அழைக்கப் பெறுகிறான். கொற்றவை, பழையோள், காடுகாள், ஐயை என்ற பல பெயர்களாலும் வழங்கப்படும் தாய்த்தெய்வம் ஆவாள் தாய்த்தெய்வ வணக்கம், வேட்டைச் சமுதாயத்திலிருந்து, புராதனகால உழவுத்தொழில் தோன்றிய காலத்தில் தோன்றி யிருக்கிறதென்று மானிடவியலார் கூறுவர். சைபீல் என்ற கிரேக்க தெய்வம் வேட்டைத் தெய்வமான டையானாவிடமிருந்து பிரிந்து உழவுத் தொழிலின் செழிப்புப் பண்பைப் பெற்றுப் புதிய தெய்வமாகிறது.

உலகமெங்கும் தாய்த்தெய்வம் முதல் கட்டத்தில் பருத்த மார்பகங்களை உடையதாகவும், இரண்டாவது கட்டத்தில் பருத்த அடி வயிற்றை உடையதாகவும் சிற்பங்களில் செதுக்கப்பட்டுள்ளது. புராதன மக்கள் மக்கட்பேற்றிற்கும் மார்பகங்களுக்கும் ஏதோ

தொடர்புண்டு என முதலில் நினைத்தனர். அதனாலேயே தாய்த்தெய்வங்களைப் பருத்த மார்பகங்களோடு படைத்தனர். குழந்தைகளை வளர்க்கப் பால்வளம் நிறைய இருத்தல் வேண்டுமென்ற ஆசையையும், இவ்வாறு வெளியிட்டார்கள். ஆரம்பகால எகிப்திய மருத்துவமும், கிரேக்க அறுவை விஞ்ஞானமும் வளர்ச்சியடையத் தொடங்கிய காலத்தில் குழந்தைப்பேற்றின் காரணங்களையும், அதற்கும் வயிற்றிலுள்ள கருப்பைக்கும் உள்ள தொடர்பையறிந்ததும், தாய்த்தெய்வங்களின் வயிற்றைப் பெரிதாகச் செதுக்கினார்கள். இத்தகைய பழங்காலச் சிற்பங்கள் இக்காலத்திலும் அகப்படுகின்றன. இத்தாய்த் தெய்வங்களின் மகனாகவே வேலன், முருகன் என்ற கருத்தைத் தமிழர்கள் இனக்குழு நிலையில் கற்பனை செய்தார்கள். பண்டைக்காலத் தமிழர் கருத்தில் இத்தெய்வம் எத்தன்மைகள் அல்லது தனிமங்கள் (Elements) கொண்டதாக இருந்தது? இத்தெய்வத் திற்குச் சில தன்மைகள், குணங்கள், விருப்புகள் உண்டென பண்டைத் தமிழர் கருதினர்.

அவை வருமாறு:

(1) முருகு - மென்மை, நன்மணம், அழகு, நன்மை, முருகுஏறி வெறியாடல். (இது செயல்)

(2) முருகன் - இளமை, தெய்வம், தெய்வமேறி ஆடும் வேலன், குறிஞ்சி, பாலைநிலத் தலைவன்.

(3) வேலன் - வேலைப் பிரயோகிக்கத் தெரிந்த வீரன், ஸ்கந்தன், கந்தனைப் பூசிக்கும் வேலன்.

முதல் நிலையில் இத்தெய்வக் கருத்து குறிஞ்சி நில வாழ்க்கையில் தோன்றியிருத்தல் வேண்டும். கல் கருவி நாகரிகம் மறைந்து உலோக நாகரிகம் தோன்றி இரண்டும் கலவையாக நிலைப் பெற்றிருந்த காலத்தில் உலோகக் கருவிகளுக்கும், அக்கருவியைப் பயன்படுத்துவோருக்கும் ஏற்பட்ட மதிப்பினால், வேலைப் பயன்படுத்தும் ஒரு தெய்வம் பண்டைத் தமிழர் சிந்தனையில் மதிப்புப் பெற்றது. அக்காலத்தில் வேலைத் தாங்கிய பெண் தெய்வங்கள் இருந்ததில்லை. பிற்காலத்திலேயே திரிசூலம் பெண் தெய்வங்களின் ஆயுதமாகக் கருதப்பட்டது.

காலத்தால் முற்பட்ட முதல் நிலைச் சிந்தனையில் தமிழரின் தனிச் சமுதாய வாழ்வின் முத்திரையைக் காண்கிறோம். மேலே குறிப்பிட்ட தன்மைகளோடு வேறு சில செய்திகளையும் மிகப் பழமையான இலக்கியங்களில் காண்கிறோம்.

தலைவியின் காதல் நோயால் மெய்ப்பாடு தோன்றும் பொழுது, தாயும் செவிலியும் அந்நோய் இன்னதென்றறிய வேலனை அழைத்து வெறியாட்டம் நிகழ்த்தி வினவுவர். (தற்காலத்தில் ஏதாவது பேய் பிசாசு பிடித்திருக்கிறதா என்று கேட்க மந்திரவாதிகளை அணுகுவது இத்தகையதோர் நம்பிக்கையின் எச்சமேயாகும்) இதை இனக்குழு மந்திரவாதிகளின் மந்திரவாதச் செயல்களுக்கோ, ஷாமன் என்ற பூசாரிகளின் குலதெய்வ பூசைக்கோ ஒப்பிடலாம். இச்சமயங்களில் ஆடறுத்து, ஆடுகளத்தை மெழுகி, வேலனைத் தருவித்து வெறியாட்டயர்வார்கள். பொதுவாக அவனே வருங்காலம் பற்றி குறி சொல்லுவதோடு மந்திரவாத மருத்துவனாகவும் இருப்பான். இவன் மீது ஏறி இவனை இயக்குவிக்கும் ஆண் தெய்வத்தை 'முருகு' என்றார்கள்.

தற்காலத்தில் கூட அழகிய ஆண்மகனை மோகினி என்ற பெண் பிசாசு பற்றிக் கொள்ளும் என்றும், அப்பொழுது அவனது ஆண்மையும், பீடுநடையும் மாறும் என்றும், வேலனைப் போன்ற பூசாரிகளை அழைத்து ஆண் தெய்வங்களைக் களத்தில் வரவழைத்தால், மோகினி மலையேறும் என்றும் நாட்டுப்புற நம்பிக்கையொன்றுள்ளது. முருக வணக்கத்தின் அடிப்படையும் ஏறக்குறைய அது போன்றதே . துன்புறுத்தும் தெய்வத்தைக் கொடை கொடுத்துச் சாந்தி செய்வது இப்பூசாரிகளின் நோக்கம். கருக்கல் வேளைகளில் மோகினி இருப்பதாக நம்பப்படும் தோட்டங்களுக்கு இளைஞர்கள் போகக்கூடாது என எச்சரிப்பதை நாம் அறிவோம். இதுபோலவே வங்காளத்தில் முருகனான கார்த்திகேயன் கோயிலுக்கு மணமாகாத பெண்கள் செல்லக் கூடாது. மோகினியை ஆண்கள் பற்றிக்கொள்வதுபோல, கார்த்திகேயன் பெண்களைப் பற்றிக் கொள்வான் என்ற நம்பிக்கை இன்றும் உள்ளது. வெறியாட்டு பற்றிய மேற்கூறிய கருத்தக்களுக்குச் சிலச் சான்றுகளை சங்க இலக்கியங்களிலிருந்து தருவோம்.

முருகயர்ந்து வந்த முதுவாய் வேல்! (குறுந்தொகை 362)

(முருகென்ற தெய்வம் உன் உடலுள் ஏறப்பெற்று வெறியாடி வந்த வேலனே!)

ஊர்முது வேலன் கழங்கு மெய்ப்படுத்து கண்ணன்

தூக்கி முருகென மொழியு மாயின்.

[காதல் நோயால் வாடும் ஒருத்திக்கு வேலன் வந்து வெறியாடி எத்தெய்வத்தின் குற்றமெனக் கூற வந்தவன் முருகின் குற்றமெனக் கூறுவானாயின் - இது தலைவி கூற்று]

வெறிபுரி ஏதில் வேலன் கோடை துயில்
வரத்தூங்கும் ஆயின்,
மாரிக்குரல் அறுத்து, தினைப்பிறப்பு இரீஇ,
சொல்லாற்றுக் கவலை பயம் கறங்கு தோற்றம்
அல்லது நோய்க்கு மருந்து ஆகா!
வேற்றுப் பெருந்தெய்வம் பேருடன் வாழ்த்தி (அகம் 202)

[வேலன் வெறியாடல் தலைவி நோய்க்கு மருந்தாகாது. இச்சிறு தெய்வத்தின் சக்தி தனக்குக் காதல் நோய் தந்த பெருந்தெய்வமான மலை நாட்டுத் தலைவனின் சக்தி முன் வெல்லாது. இங்கு வேலனையும் அவன் வணங்கும் முருகனையும் அற்பச் சக்தியுடைய சிறு தெய்வமெனத் தலைவி இகழ்ந்து பேசுகிறாள்.]

முருகனைக் களத்திலும், ஊர் மன்றிலிலும் வெறியாடி வழிபடுவது பெருவழக்கமாயிருப்பினும், அபூர்வமாகச் சில விடங்களில் முருகனுக்குக் கோவில்கள் இருந்தனவென்பதை புறநானூற்றில் வரும் 'முருகன் கோட்டம்' (புறம் 299) என்ற சொற்றொடர் காட்டும்.

அக்காலத்திலேயே அவனுக்கு ஒரு மனைவியிருந்தாள். சங்க கால இலக்கியப் பரப்பில் (பரிபாடல் திருமுருகாற்றுப்படை தவிர இவை பிற்காலத்தவை முருகன் கருத்து, வடநூல் சான்றுகள் கருத்துக்களோடு இணைந்து வளர்ச்சி பெற்ற நிலையில் சித்திரிப்பதால்), மிக எளிமையானதும், பிற பண்பாட்டுக் கருத்துக்கள் இல்லாததுமான கருத்துக்களைக் கூறும் நூல்கள் முந்தியவை.

இக்காலத்திலேயே முருகனுக்கு ஒரு மனைவியையும் கற்பனை செய்திருந்தார்கள். பிற்கால வழக்குப்போல இரு மனைவியர்கள், தேவயானை, வள்ளி என்ற இருவரைப் பற்றிய குறிப்புகள் முற்கால சங்க இலக்கியத்தில் கிடைக்கவில்லை. பரிபாடல் காலத்திற்குப் பின்னரே முருகன் இருமனைவியரின் கணவனாகச் சித்திரிக்கப்படுகிறான். தமிழ் நாட்டில் அவனது முதல் மனைவியான வள்ளியின் பெயரை நற்றிணை அடியொன்றினால் அறிகிறோம்.

முருகு புணர்ந்தியன்ற வள்ளி போல - (நற்றிணை 82)

பழங்காலக் குறவர், எயினர், தானவர் போன்ற குறிஞ்சி நில மக்கள், (Food gatherers) புஞ்செய் அல்லது நஞ்செய் பயித்தொழிலை மேற்கொண்ட ஆரம்ப காலத்தில் தோன்றிய கடவுட் கருத்து முருகன் ஆகும்.

அக்காலத்திலேயே தமிழர் வடநாட்டுப் பிராம்மணர், பௌத்த பிக்குகள், சமண முனிவர்கள், வணிகர்கள் போன்ற குழுக்களோடு பண்பாட்டு, வாணிபத் தொடர்பு கொண்டிருந்தனர். இதனால் பண்பாட்டுப் பரிமாற்றம் பல அம்சங்களில் நடைபெற்றது. இம்மாறுதல்களின் செல்வாக்கைப் பத்துப்பாட்டு, பரிபாடல், கலித்தொகை முதலிய நூல்களில் நாம் காண்கிறோம். முருகன் பற்றி வடநாட்டுக் கருத்துக்கள் எத்தகைய வளர்ச்சி நிலையில் இங்கு வந்தன? இங்கு ஏற்றுக் கொள்ளப்பட்டபோது இரண்டும் கலவையுற்று என்ன மாறுதலடைந்தது என்ற கேள்விக்கு விடை காணுமுன்னர், வடநாட்டில் ஸ்கந்தன் கருத்து வளர்ச்சியடைந்த வரலாற்றைக் கூறுவோம்.

வேதத்தில் ஸ்கந்தனைப் போன்றதோர் தெய்வத்தைப் பற்றிய பேச்சு மிகக்குறைவாகவே உள்ளது. அக்கினிதான் வேதகாலத்தில் பிரபலமான தெய்வம். தேவகாலத்துக்கு பின்னும், உபநிஷத் காலத்துக்கு முன்னும், இடைக்காலத்தில் ஆரண்யக காலத்தில் சண்முகன் என்ற தெய்வம் குறிப்பிடப்படுகிறது. ருத்ரன், நந்தி, தந்தி, சண்முகன், கருடன், பிரம்மன், விஷ்ணு, நரசிம்மன், அக்கினி, துர்க்கை, ஆதித்தன் என்ற தெய்வங்களின் பெயர்களில் ஸ்கந்தனின் பெயர் சண்முகன் என்று குறிப்பிடப்படுகிறது. இது ஒரு கருத்து மாற்றம் ஏற்பட்ட காலகட்டமாகும். சண்முக காயத்திரியில் இவன் தேவர்களின் சேனையின் தலைவன் (தேவசேனாபதி) என்று வருணிக்கப்படுகிறான். சந்தோக்ய உபநிஷதத்தில் சனத் குமாரன், நாரதரிடம் சண்முகம் கதையைச் சொல்லும் பொழுது, ஸ்கந்தனும் சண்முகனும் ஒன்று என்று கூறுகிறார். இவ்விரண்டு நூல்களும் புத்தர் காலத்துக்கு முந்தியவை.

ஆரியர் காலத்திற்கு முன் ஹாரப்பா, மொகன் சதாரோ மக்களின் புதைபொருள் எச்சங்கள் திரிசூலத்தையும், கோழியையும் காட்டுகின்றன. ஆதிச்சநல்லூர், பாலஸ்தீனப் பண்பாடுகள் சாயல் இதிலும் காணப்படுகிறது. ஆரியர் வருவதற்கு முன் இந்தியாவில் இருந்ததெல்லாம் தமிழ் நாகரிகம் என்று கூறுவோர் உளர். ஆயினும் இடைப்பட்ட ஆயிரக்கணக்கான மைல்கள், மூவாயிரம் ஆண்டுகள் இவற்றை இணைக்கப் பாலங்கள் போன்ற இணைப்புச் சான்றுகள்

தேவை. இவையின்றியே அறிவியல் பூர்வமாக ஒன்றே மற்றொன்று. காலமும் தூரமும் என் செய்யும்' என்று கருதி அவரச முடிவுக்கு விஞ்ஞானப் பாதையை மேற்கொண்ட எந்த ஆராய்ச்சியாளனும் வரமாட்டான்.

ஆரிய முற்கால மக்கள், ஆரியர் வருகைக்குப் பின் தோற்று தெற்கு நோக்கி வந்தனர் என்று சிலர் கூறுகிறார்கள். இக்கூற்றை ஆராய்ந்த திரு. ஐஸக், மொகன் சதாரோ, ஹாரப்பா மக்கள் காலமுதல் அத்தலங்களில் கிடைக்கும் சிவப்பு கருப்பு மண்பாண்டங்கள், டெக்கான் வரை கிடைக்கின்றன என்றும் அதற்குத் தெற்கே கிடைக்கவில்லையென்றும் கூறி, ஹாரப்பா, மொகன் சதாரோ நாகரிகத்தின் தொடர்ச்சி தமிழர் நாகரிகம் என்ற கூற்றிற்குச் சான்றுகள் இல்லை என்று காட்டியுள்ளார். ஆனால் அவர்களுடைய பண்பாடு மேற்கே கங்கைச் சமவெளியிலும், தெற்கே டெக்கான் வரை பரவி ஆரிய நாகரிகத்தோடு இணைந்து போய்விட்டது என்று கருதச் சான்றுகள் உள்ளன என்று கூறுகிறார். எனவே வேத காலத்திற்குப்பின் காணப்படும் ஸ்கந்தன் கதைகள், ஆரியக் கடவுளரும், அதற்கு முந்திய பண்பாட்டில் இடம் பெற்ற கடவுளரும் இணைந்து கலந்திருக்கக் கூடும். சண்முகன் வேத காலத்தில் பிரபலமாயில்லாமலிருந்து பின்னர் புகழ் பெற்ற ஆரியக் கடவுளாகவாவது, அல்லது ஆரிய முற்காலப் பண்பாட்டுத் தேவர்களில் ஆரியப் பண்பாடோடு இணைந்து பிரபலமெய்திய தேவர்களுள் ஒருவனாகவாவது இருக்கலாம்.

வேதக் கடவுளரில் மிக முற்பட்ட காலத்தில் புகழ் பெற்றிருந்த தெய்வங்களான வருணன், மித்ரன், முதலியோர் புகழ் குன்றி, அக்கினி, ருத்ரன், இந்திரன் புகழ் பெற்றமையை வேத இலக்கியங்களின் வரலாற்றில் காண்கிறோம். சமூக வாழ்க்கை மாறும் பொழுது, அதற்கேற்ப அகவயக் கருத்துக்களும் மாறுகின்றன. எனவே பிற பண்பாட்டுக் கலப்பால் தான் முன்பு புகழ் பெற்றிராத தெய்வம் பிற்காலத்தில் புகழ் பெற்றதாக ஆயிற்று என்று முடிவாகக் கூறுவதற்கில்லை.

வடநாட்டுக் காப்பியங்களில் இராமாயணம், பாரதம் இரண்டும் ஸ்கந்தன் கதையைச் சொல்லுகின்றன. அவை கிறிஸ்து சகாப்தத்திற்குச் சில நூற்றாண்டுகளுக்கு முன் வாய் மொழியாக வழங்கி வந்தவற்றைத் தொகுத்தெழுதிய தொகைக் காப்பியங்களே.

இராமாயணம் கூறும் ஸ்கந்தனைப் பற்றிக் கூறும் கதையைக் காண்போம். அசுரர்களோடு போராடி அவர்களை அழிக்க தேவர்களும் ரிஷிகளும் ஒரு சேனாபதி வேண்டுமென்று ஆசைகொண்டு பிரம்மனிடம் போய் தனது படைக்கு ஒரு சேனாபதியை அருள வேண்டினார்கள். பிரம்மன், அக்கினி தேவன் கங்கா தேவியோடு சேர்ந்து ஒரு வீரனை உருவாக்கித் தர முடியுமென்று சொன்னான். உடனே தேவர்களும் ரிஷிகளும் அக்கினியிடம் சென்றார்கள். மலை மகளான கங்கையினிடத்து ஒரு மகனைப் பெற்றுத் தரும்படி அக்கினியிடம் ஒப்பந்தம் செய்து கொண்டார்கள். அக்கினியைக் கண்டவுடன் கங்கை மிக அழகான தேவ மங்கையின் உருவமெடுத்தாள். உடனே அக்கினி அவள் மீது தனது விதையை மழைபோல பெய்தான். அதனைத் தாங்கமாட்டாமல் அவள் என்ன செய்வதென்று கேட்டாள். அக்கினி, இமாலய மலையடிவாரத்தில் அதனை வைக்கும்படி சொன்னான். அவள் அவ்வாறே செய்தாள். அக்கினியின் விதை தங்கம், வெள்ளி, செம்பு, ஈயம் ஆகிய உலோகங்களாக மாறிற்று. இமாலயமலை பொன்மலையாக மாறியது. இவ்வுலோகங்கள் ஒன்று சேர்ந்து குமரன் பிறந்தான். ரிஷிகள் அவனை வளர்க்க கிருத்திகை தேவியரை அமர்த்தினார்கள். அவனுக்கு ஆறுமுகங்கள் உண்டாயின. இச்செய்தியை இராமாயணத்தில் இராமன் மிதிலை செல்லும் வழியில் இலக்குவனுக்குக் கூறுகிறான்.

இங்குக் கவனிக்க வேண்டியது எதிரிகளோடு போராடச் சக்தி வாய்ந்த ஒரு சேனாபதியைத் தேடினார்கள். இதற்குக் காரணம் என்னவென்பதை பிற்பகுதியில் விளக்குவோம்.

பல போர்களில் தோற்றவன் இந்திரன் என்று கதைகள் எழுந்து விட்டதால் புதிய சேனாபதியொருவனைத் தோற்றுவிக்க வேண்டியதாயிற்று. இயற்கைச் சக்திகளில் தீயின் வலிமையையும் காட்டாற்றின் வேகத்தையும் சேர்ந்து ஒரு சக்தியுள்ள தெய்வத்தை கற்பனையில் இனக்குழு மக்கள் *(Tribal People)* படைத்தனர். அதனையே கதையாகவும் புனைந்தனர்.

இதுதான் இராமாயணத்தில் காணப்படும் முதல் நிலைக் கதை. இதன் விரிவைப் பாரதத்தில் காண்கிறோம். பாரதத்தில் வரும் ஸ்கந்தன் கதை வருமாறு; இக்கதை வனபர்வத்தில் 223 முதல் 232 முடிய வரும் அத்தியாயங்களில் காணப்படுகிறது.

இந்திரன் தனது சேனை தானவர் என்னும் அசுரரிடம் தோற்று விட்டதை நினைத்து மனம் சோர்ந்தான். இச்சேனையைக்

காப்பாற்றும் வீரன் ஒருவனைத் தேடினான்; இவ்வாசையோடு மந்தர மலைக்குச் சென்றான். அங்கு ஒரு தீனக்குரலைக் கேட்டான். தன்னைக் காப்பாற்ற வேண்டுமென அக்குரல் கூறியது. குரல் வந்த திசையில் நோக்கிய பொழுது கேசி என்னும் அசுரன் ஓர் அழகிய பெண்ணை ஒரு கையில் பிடித்துக்கொண்டு மற்றொரு கையால் போராடத் தயாராயிருந்தான்; இந்திரனும், கேசியும் போரிட்டார்கள். போராட்ட மும்முரத்தில் பெண்ணை விட்டுவிட்டு அசுரன் போராடினான். முடிவில் தோற்று ஓடினான். அப்பெண், தான் தேவசேனையென்றும், பிரஜாபதியின் மகளென்றும் எய்த்திய சேனை' என்பவளின் உடன் பிறந்தாள் என்றும் இந்திரனிடம் கூறினாள். அவளுடைய சகோதரியை கேசி தூக்கிக்கொண்டு போய்விட்டானென்றும், அவனை அவள் காதலிக்கிறாளென்றும், தேவசேனா சொன்னாள். தான் கேசியைக் காதலிக்கவில்லை என்றும், தன்னைக் காப்பாற்றியதால் தந்தை ஸ்தானத்தைப் பெற்றுவிட்ட இந்திரனே தனக்கு ஒரு கணவனைத் தேடி அளித்தல் வேண்டுமென இறைஞ்சினாள். தனக்குச் சகோதரி முறையான தாட்சயாயனியின் மகளானதால், தனக்கும் தேவசேனை உறவினள் என்று தெரிவித்தான். அவளுக்கு மிகச்சிறந்த வீரனொருவனைக் கணவனாக அளிப்பதற்கு என்ன செய்வதென்ற சிந்தனையில் ஆழ்ந்தான். அவள் எல்லா உலகங்களிலுமுள்ள ஜீவன்களை ஆளும் மாபெரும் தெய்வத்தைத் தனக்குக் கணவனாக்க வேண்டுமெனக் கேட்டுக் கொண்டாள். இச்சமயம் ஒரு சகுனம் தோன்றியது. சந்திரன் சூரிய மண்டலத்தினுள் நுழைந்து விட்டது. அன்று அமாவாசை இன்னும் பல நிமித்தங்கள் ஒரு பெரும் இரத்த வெள்ளம் பாய்கிற பெரும் போர் நடக்கப் போகிறதென்பதை இந்திரனுக்கு அறிவுறுத்தின.

இந்த நிமித்தங்களில் பிறக்கும் ஒரு தேவன், தேவசேனைக்குத் தகுந்த மணவாளனாவான் என்று இந்திரன் நினைத்து பிரம்மனிடம் சென்று இம்முகூர்த்தத்தில் ஒரு தேவனைப் பிறக்கச் செய்யுமாறு வேண்டினான். அவன் எப்படியிருத்தல் வேண்டும் என்று அவர்கள் விவாதித்தார்கள். அவன் 'சாது சூரனா' யிருத்தல் வேண்டுமென்று இந்திரன் சொல்லுகிறான். சாது சூரன் என்றால் சுத்த வீரன் என்பது பொருள். இப்பெயரைக் கொண்டே பிற்காலத்தவர் சூரனை, ஸ்கந்தனது எதிரியான அசுரனாகக் கற்பித்து விட்டனர். வடமொழி இலக்கியத்தில் சூரபத்மன் தமிழ் இலக்கியங்களில் சூர், சூரன் என்றும் இக்கடவுளின் எதிரிகளை பெயரிட்டிருக்கிறார்கள். பிரம்மன் இந்திரனுக்கு அவர் கேட்ட வரத்தை அளித்தான்.

இச்சமயம் சப்த ரிஷிகள் என்னும் ஏழு ரிஷிகள் பூவுலகில் ஒரு யாகம் நடத்தினர். அதன் ஆவுதியை ஏற்றுக் கொள்ள இந்திரனும் அவனோடு தேவ மாதரும் யாக சாலைக்குச் சென்றனர். அங்கு அவர்களுக்குச் சோம பானம் அளிக்கப்படும். சூரிய மண்டலத்திலிருந்து வெளி வந்த அக்கினியும் யாகசாலைக்குச் சென்றான். அங்கு வீற்றிருந்த ஏழு ரிஷிபத்தினிகளைக் கண்டான். அவர்கள் மீது மோகம் கொண்டான். அவர்கள் தனது மோகத்தை ஏற்றுக்கொள்ளவில்லை என்றறிந்ததும், அவன் அவர்கள் வீட்டுக்கு ஏற்றப்படும் 'கிரஹப்பய்ய' என்னும் தீயோடு கலந்து அவர்களருகிலிருக்கத் தீர்மானித்தான். அப்பொழுது தனது தீ நாக்குகளால் அப்பெண்களைத் தொடலாம் அல்லவா? இவ்வாறு தேவ பதவியைத் துறந்து உலக தீயோடு அக்கினி தேவன் ஐக்கியமாகி விட்டான். வீட்டிலிருக்கும் தீயை ரிஷிபத்தினிகள் ஏறெடுத்துப் பார்க்கவில்லை கடைசியில் தற்கொலை செய்து கொள்ள முடிவு செய்து அக்கினி தேவன் ஒரு வனத்தையடைந்தான். அங்குச் சுவாஹ என்னும் பெண் வசித்தாள். அவள் அக்கினியைக் காதலித்தாள். அவனுக்கு அது தெரியாது. அவள் அக்கினியின் தற்கொலை முயற்சியைத் தடுக்க எண்ணி ரிஷிபத்தினிகள் ஒவ்வொருத்தியின் உருவத்திலும் அவனைப் புணர்ந்து இன்பமளிக்க முடிவு செய்தாள்.

முதல் நாள் ஆங்கிரஸ் என்ற முனிவரின் மனைவியாக உருமாறி அக்கினியிடம் சென்று, "ரிஷிபத்தினியர்கள் அனைவரும் அவனோடு காமக்களியாட்டம் நடத்த விருப்புடையவர்களானர்கள்" என்றும், தன்னை முதலில் அனுப்பி அவர்களது முறையை எதிர்பார்த்துக் கொண்டிருக்கிறார்கள்" என்றும் சொன்னாள். அக்கினி அதனை நம்பி அவளைப் புணர்ந்தான். அவள் அக்கினியின் வித்தைச் சேகரித்துக்கொண்டு 'கிருடி' என்ற பெண் கருடப் பறவையாகிப் பறந்து போய் இமயலையடிவாரத்தில் சரவணப் பொய்கையருகில் அசுரர்களும், ராட்சஸிகளும் நிறைந்த ஓர் இடத்தில் அதனை வைத்தாள். இவ்வாறு ஆறு நாட்கள் நடந்தது. அருந்ததியின் கற்பின் வலிமையால், அவளுருவை எடுக்கும் சக்தி சுவாஹாவுக்கு இல்லாமற் போயிற்று. எனவே ஆறுமுறைதான் அக்கினியின் வித்தைக் கிருடி உருவத்தில் சுவாஹா சரவணப் பொய்கையருகில் கொண்டு போய்ச் சேர்த்தாள். அவ்விடத்திற்கு காஞ்சனை குண்டமென்று பெயர். அங்கே ஒன்று திரண்டு, அக்கினியின் வித்து குழந்தையாக உருமாறிற்று.

மூன்றாம் நாள் வித்து சிசுவாயிற்று. நான்காம் நாள் குகன் ஆயிற்று. அன்று சிவப்பு மேகமொன்று அக்குழந்தையைச் சூழ்ந்தது. செங்கதிர் போன்று இக்குழந்தை ஒளி வீசியது. முப்புரங்களை எரித்த சிவனுடைய வில்லை இக்குழந்தை எடுத்துக்கொண்டது. சிங்கத்தைப் போல கர்ஜித்தது. இடி போன்ற முழுக்கத்தைக் கேட்டு ஓடிவந்த சித்ர நாகன், ஐராவத நாகன் என்ற இரண்டு அசுரர்களை இரண்டு கைகளில் குழந்தை இறுகப் பற்றிக் கொண்டது. சக்தியை ஒரு கையாலும் சேவலை மற்றோர் கையிலும் ஏற்றுக் கொண்டது.

பிறகு சக்தியை எடுத்து ஸ்கந்தன் ஊதினான். அதன் முழக்கத்தைக் கேட்டு உலகமெல்லாம் நடுங்கிற்று. மக்களும் தேவரும் அவனிடம் அபயமடைந்து தங்களைக் காப்பாற்ற வேண்டினர். சிறுவன் தனக்குச் சக்தியுண்டு என்று காட்டுவதற்காக கிரவுஞ்ச மலையின் மீது வேலை எய்தான். மலை பொடிப் பொடியாயிற்று. சிறுவன் மீண்டும் கர்ஜனை செய்தான். தனது சக்தியை மீண்டும் மலை மீது எறிந்து அதன் சிகரத்தை உடைத்தெறிந்தான். மலைகளெல்லாம் அவனை வணங்கின. அது சுக்கில பட்சம் ஐந்தாம் நாள் நடந்தது. இத்தகைய சிறுவனைப் பெற்றுவிட்டதற்காக அக்கினியையும், சுவாஹாவையும் சைத்ரரதம் என்னும் தேவ நகரத்திலிருந்த தேவர்கள் குறை கூறினார்கள். சுவாஹா தனது குமாரனைச் சாந்தப்படுத்துவதாக வாக்களித்தாள். விசுவாமித்திரன் அக்கினியின் செயல்களையெல்லாம் மறைந்திருந்து கண்டிருந்ததால் உண்மையை அறிந்திருந்தான். குமாரனிடம் அடைக்கலம் புகுந்து, அவனுக்கு 14 விதமான இளமைக் காலச் சடங்குகளனைத்தையும் செய்து வைத்தான். இந்த ரிஷி, ஸ்கந்தனின் அருள் பெற்ற முனிவனானான். அவன் மற்ற ரிஷிகளிடம் அவர்களது மனைவியர் கற்பிழந்தவர்களல்லர் என்று கூறினான். ஆனால் அவர்கள் அதை நம்பவில்லை.

ஸ்கந்தனது ஆற்றொணாவலிமையைப் பற்றி அறிந்த தேவர்கள் இந்திரனுக்கு ஆபத்து ஏற்படுமென்று நினைத்து, இச்சிறுவனைக் கொன்றுவிடும்படி இந்திரனிடம் யோசனை சொன்னார்கள். "இவனைக் கொல்ல மனமில்லை" என்று இந்திரன் பதிலளித்த பொழுது, அவனைக் கொல்ல இந்திரனுக்குச் சக்தி இல்லை என்று தேவர்கள் எள்ளி நகையாடினர். பின்பு இக்குழந்தையைக் கொல்ல சப்த மாதர்களை ஏற்பாடு செய்தனர். அக்கினியின் தலையீட்டால் இச்சூழ்ச்சி முறியடிக்கப்பட்டது. அவர்கள் அவனைத் தமது வளர்ப்பு மகனாக ஏற்றுக் கொண்டனர். பின் அக்கினியும், சப்த மாதரும் அவனுக்குத் தந்தையும் தாய்மாரும்

என வெளியிட்டனர். இத்தாய்மாரில் 'குரோத சமுத்பவா' என்ற தெய்வம் சூலத்தை கையிலேந்தி அவனைப் பாதுகாக்க முன் வந்தாள். அவள் செங்கடலின் மகள். இரத்தமே அவளது உணவு. அவள் ஸ்கந்தனைத் தழுவித் தன்மகனாக ஏற்றுக் கொண்டாள். அக்கினி தானே மூன்று குழந்தைகளாக மாறி ஸ்கந்தனோடு விளையாடுவதற்குத் தோழர்களையளித்தான்.

இதன்பின் ஸ்கந்தனுக்கும் இந்திரனுக்கும் பெரும்போர் நிகழ்ந்தது. தேவசேனை (இது தேவர்களின் படையையும், தேவசேனா என்ற தேவமகளையும் குறிக்கும்) இப்போரில் மகிழ்ச்சியோடு ஈடுபட்டது. வாயினால் ஊதித் தீயைப் பரப்பி தேவர்களின் படையை ஸ்கந்தன் முறியடித்தான். தனது படை தோல்வியடைவதைக் கண்டு இந்திரன் தனது வஜ்ராயுதத்தை அவன் மீது எறிந்தான். அது ஸ்கந்தனது விலாவில் பாய்ந்தது. அங்கிருந்து ஸ்கந்தனைப் போன்ற உருவமுடைய விசாகன் தோன்றினான். இவன் சக்தியின் அம்சம், இந்திரன் இதனைக் கண்டபின் போரை நிறுத்தி ஸ்கந்தனோடு சமாதானம் செய்துகொண்டான். தேவர்கள் எல்லையில்லா மகிழ்ச்சியில் ஆழ்ந்தனர். இதன் பின்னர் தேவசேனை என்னும் தனது வளர்ப்பு மகளை இந்திரன் ஸ்கந்தனுக்கு மணம் செய்வித்தான்.

இது தவிர வேறு இரண்டு செய்திகளையும் மகாபாரதம் கூறுகிறது.

ஒன்று: பிறக்கிற ஆண்பிள்ளைகளையும் பிறக்கு முன்பே கருவாகவிருக்கும் ஆண் பிள்ளைகளையும் ஸ்கந்தனும் விசாகனும் தூக்கிச் சென்று படையில் சேர்ப்பார்கள். இவர்கள் தவிர ஸ்கந்தனையும் விசாகனையும் தந்தையாக ஏற்றுக் கொண்ட வலிமை மிக்க இளம் பெண்கள் ஸ்கந்தனுடைய "மாத்ருகணம்" என்று குறிப்பிடப்படுவர். இவர்கள் பல குழந்தைகளைப் பெற்றார்கள். அவர்களில் நல்லவர்களும் உண்டு, தீயவர்களும் உண்டு.

ஸ்கந்தனது உருவத்தை இப்புராணங்கள் வருணிக்கின்றன. பொன்னிறமாகவும் சிவப்பு நிறமாகவும் அவன் உடல் இருக்கும். உடைகளும், அணிகலன்களும் செந்நிறமாகவே இருக்கும். இவனைச் சூரன் என்றழைப்பார்கள். இலக்குமி இவனை வணங்கினாள். ஆறுநாட்கள் இரவில் பிறந்ததற்காக இவனை ரிஷிகள் வணங்குகிறார்கள். உலகத்தைக் காப்பாற்ற இவனே இந்திரனாக வேண்டுமென அவர்கள் விரும்பினார்கள். இந்திரனது ஆட்சியின்

வலிமையின்மையைக் கூறி, ஸ்கந்தனையே இந்திரனாக்கும்படி ஒரு சமயம் தேவர்கள் வேண்டிக் கொண்டார்கள். இந்திரனும் அவ்வாறே விரும்புகிறான். ஆனால் ஸ்கந்தன் அதனை மறுத்துரைக்கிறான். இந்திரனையே ஆட்சிப் பொறுப்பில் இருக்கும்படி வேண்டிக்கொண்டு தான் தேவ சேனாபதியாகப் பதவி ஏற்று தேவர்களின் பகைவர்களை அழித்து விடுவதாக உறுதி கூறுகிறான்.

தேவசேனாபதியாக ஸ்கந்தன் பதவியேற்கும் பொழுது சிவன் முதலிய தேவர்கள் அவனைப் பணிந்து புகழ்ந்தார்கள்.

இந்திரன் அதன் பின்னர் தேவசேனையை அவனுக்கு மணம் செய்து வைக்கிறான். ஸ்ரீநிவாலி என்ற பெயரும் இவளுக்கு உண்டு. இவளையே லட்சுமி எனக் கருதுவாரும் உளர்.

இதன் பிறகு பெரும்புகழ் பெற்று விட்ட ஸ்கந்தனை தமது மகனாகச் சுவீகரித்துக் கொள்ளப் பல பெண் தெய்வங்கள் முன்வருகின்றன. முதலில் வளர்த்த கிருத்திகைகளும் பிறகு வினிதா குரோத சமுத்பவா என்ற பெண் தெய்வங்களும் முருகனது தாய்மார்களாகிறார்கள். பிராம்மி, மஹேஸ்வரி முதலிய பழைய தாய்மார்களுக்குப் பதில் புதிய தாய்மார்கள் ஸ்கந்தனுக்குத் தோன்றகின்றனர். இத்தாய்த் தெய்வங்களுக்குத் தனது சக்தியையளித்து குழந்தைகளைப் பிடிக்கவும், துன்புறுத்தவும், குணப்படுத்தவும் ஸ்கந்தன் சக்தியளிக்கிறான். துன்பம் செய்யாமலிருப்பதற்காக இப்பெண் தெய்வங்களுக்குப் பலி கொடுத்துத் திருப்தி செய்ய வேண்டும். இவை தம்மை வணங்குவோருக்கு வரமளிக்கும். ஆனால் இவை ஸ்கந்தனின் பக்தர்களைத் துன்புறுத்தும் சக்தியுடையவையல்ல.

தாய்மார்களே தனயனிடம் வரம் கேட்கின்றனர். சுவாஹா, அக்கினியை இணை பிரியாதிருக்கும் வரம் கேட்டுப் பெறுகிறாள். அக்கினியோடு சேர்ந்து வணங்கப்படும் பதவி பெறுகிறாள்.

இதே கதையை மஹாஸேனனிடம் (ஸ்கந்தனிடம்) பிரம்மா மாற்றிக் கூறுகிறான். ஸ்கந்தன் அக்கினி புத்திரன் என்பதற்குப் பதில், ருத்திர புத்திரன் என்று பிதாவின் பெயரை மாற்றிக் கூறுகிறான். இதனால் சுவாஹா, உமையோடு ஒன்றாக்கப்படுகிறாள்.

இதற்குப்பின் தான் தைத்திய சேனையோடு போராடி சூரனை வதைக்கிறான். இக்காலக் கதைகளில் வள்ளி திருமணம் இல்லை. அது பிற்காலத் தமிழ், வடமொழி இலக்கியங்களிலேயே காணப்படுகின்றன.

இக்கதைகளில் பல இனக்குழு மக்களின் கதை மரபுகள் இணைக்கப்பட்டுள்ளன. தாய் வணக்கம் இருந்த காலத்திலிருந்து இக்கதை தோன்றியுள்ளது. முதலில் பிராம்மி மஹேஸ்வரி முதலியவர்களின் மகனாக ஸ்கந்தன் கருதப்பட்டான் என்பதைப் பழைய தாய்மார்களை மாற்றி புதிய தாய்மார்களாகக் கிருத்திகை தெய்வங்களையும், வினிதா முதலிய மூர்க்க தேவதைகளையும் ஸ்கந்தன் ஏற்றுக் கொண்டதாகப் பாரதக்கதை கூறுகிறது. இது பழைய தாய் வழிச் சமுதாயக் கதையின் அம்சம் என்பது தெளிவு. இன்றைக்கும் சில இனக் குழுக்களில் புதியவர்களைச் சுவீகரித்துக் கொள்ள வயதான பெண்களின் மடியில் உட்கார்ந்து தாய்பால் குடிப்பது போலப் பாவனை செய்யவேண்டும். இந்திரன் பழைய வேதப் பழங்குடிகளில் சிறு இனக்குழுத் தலைவர்களின் சாயலில் இந்திர லோகத்தில் குழுத் தலைவனாகப் படைக்கப்பட்டவன். வேதகாலத்தில் மிகப் பிரபலமடைந்திருந்த இவன் செல்வாக்குக் குன்றியவன் ஆனான். ஏன்? குழுக்கள் (சிறு மாடு மேய்க்கும் குழுக்கள்) பெரியவை ஆயின. சில குழுக்கள் கல் கருவி நிலையினின்றும் "உலோகக் கருவி நிலை"க்கு முன்னேறின. அப்பொழுது அவர்கள் கருத்துலகிலும் மாறுதல் தேவையாயிற்று. இந்திரன் கிழவனாகி விட்டான். சிறு குழுத் தலைவன், பெருங்குழுவைப் பாதுகாக்கும் வலிமையற்றவனாகக் கருதப்பட்டான். பெருங்குழு பல குழுப்போர்களில் *(Tribal Wars)* ஈடுபட வேண்டியதாயிற்று. அதற்கேற்றபடி, உடல் வலிமையும், இளமையும் போர்த்துடிப்பும், சிறந்த போர்க்கருவிகளும் உடைய படையும், அதனைக் களத்தில் நடத்துவதற்குத் தலைவனும் வாழ்க்கையில் தேவையாயின. கருத்து உலகில் இதன் பிரதிபலிப்பாக இந்திரனுக்குப் பதிலாக ஒரு போர்க்கடவுள் தேவையானான். அவனைத் தமது கதைகளில் படைத்தார்கள். அவனுக்குக் குணமாகத் தீயின் வெம்மையையும், நீரின் வேகத்தையும் கற்பனை செய்து, நீரையும், (கங்கையையும்) தீயையும் தாயும் தகப்பனும் ஆக்கிக் கதை புனைந்தனர். அதற்கு இந்திரனோடு உறவு உண்டாக்க இந்திரனது மருகனாக்கினர். இந்திரனைவிட வலிமை வாய்ந்தவன், ஆனால் இந்திரன், தேவசேனாபதி என்று வேறுபாடு காட்ட ஆயுதங்களில் வேறுபாடு காட்டினார். இவ்வேறுபாடு கதைகளில் இந்திரன் கருத்து முந்தியது, ஸ்கந்தன் கருத்து பிந்தியது என்பதைக் காட்டும். இந்திரன் ஆயுதம், வச்சிராயுதம். ததீசி முனிவரின் எலும்பினால் உருவானது. அது மலைகளின் இறகுகளை வெட்டி எறிந்தது. ஆனால் பெரும் பாறைகளைப் பிளந்ததாகக் கதைகள்

இல்லை. ஸ்கந்தனை உலோகங்களோடு தொடர்பு படுத்தினர். உலோகங்களாக, அக்கினியின் வித்து மாறியதை இராமாயணக்கதை கூறியதை நாம் முன்னர் கூறினோம். பின்பு சிவனது வில்லும் அம்பும், சூலமும் ஸ்கந்தனது கருவிகள் ஆயின. அவை உலோக காலத்தவை. செம்பும் இரும்பும் தோன்றிய பின் செய்யப்பட்டவை. இவை எலும்புக் கருவியான வஜ்ராயுதத்தைவிட வலிமை மிக்கவை. திரிசூலத்தால் கிரவுஞ்சகிரியை ஸ்கந்தன் பிளந்தான். இது புதிய கருவியின் சக்திக்குச் சான்று.

மகாபாரதக் கதையில் அக்கினியே ஸ்கந்தனது தந்தை. ஆனால் பிற்காலக் கதைகளில் அக்கினியின் முக்கியத்துவம் குறைந்து ருத்ரனது முக்கியவத்துவம் அதிகப்பட்டு ருத்ரனே ஸ்கந்தனது தந்தையாக்கப்படுகிறான். பேய்க்கணங்களும் சிவ கணங்களாகின்றன. தாய்த் தெய்வங்களுக்கும், ஸ்கந்தனுக்கும் உள்ள தொடர்பும், மாத்ரு கணங்களுக்கும் ஸ்கந்தனுக்கும் உள்ள தொடர்பும், கிரஹாக்களுக்கு ஸ்கந்தன் விசாகனுக்கும் தொடர்பும் மாத்ரு கணங்களுக்கும் குமார கணங்களுக்கும் உள்ள ஸ்கந்தனுக்கும் உள்ள தொடர்பும் செந்நிறத்திற்கும், சிவப்பு உடைகளுக்கும் ஸ்கந்த்தோடு உள்ள தொடர்பும் இவன் இனக்குழுச் சிறு தேவதைகளில் ஒன்றாக இருந்து பெருந்தெய்வமானவன் என்பதைப் புலப்படுத்தும் சான்றுகளாகும்.

இவ்வளர்ச்சி நிலையில் இக்கதைகள் கி.பி. முதல் நூற்றாண்டு ஆரம்பத்தில் தமிழ் நாட்டின் வடபகுதியில் பரவ ஆரம்பித்தது. காளிதாஸன் குமாரசம்பவம் எழுதி, அந்நாடகம் பிரபல மெய்திய காலம் முடிய தமிழ் நாட்டின் வடபகுதியான பல்லவர் நாட்டில் பரவி, உள்நாட்டுப் பண்பாட்டுக் கருத்துக்களோடு இவை இணைந்தன.

அக்காலத்தில் தமிழ்நாட்டின் சமுதாய - பண்பாட்டு நிலையைச் சுருக்கமாக வருணிக்கலாம். சமுதாய இயக்கத்தின் திசை வழி இனக்குழுக்கள் பல இணைந்து நிலத்தில் நிலையான வாழ்க்கையை அமைத்துக்கொள்ள முயன்றன. ஆற்றோரங்களில் பெருமளவில் நிலங்களில் நீர் பாய்ச்சி உழவுத்தொழில் சிறப்புற நடந்தது. மன்னர்களும், படைத் தலைவர்களும் நிலத்தைக் கைப்பற்றிக்கொண்டு தனி நில உடைமை முறையை உருவாக்கினர். பலவிடங்களில் தனியரசுகள் தோன்றின. பாண்டியர், ஆய், வேணாடு, கேரளர், சோழர், பல்லவர், களப்பிரர் ஆகிய அரசுகள் அக்காலத்தில் நிலைத்திருந்தன. கி.பி. 3ஆம் நூற்றாண்டில் இவர்களிடையே

பல போர்கள் நடைபெற்று பல்லவர்கள் ஆதிக்கம் பெற்றனர். வலிமையான படையால் 6ஆம், 7ஆம் நூற்றாண்டில் வலிமையான பேரரசை அமைத்தனர். அப்பொழுது இதே நிலையில் உருவான பல பண்பாட்டுக் கருத்துக்கள் தமிழ் நாட்டில் நுழையும் பக்குவநிலை உண்டாயிற்று.

இங்குச் சிறு தெய்வமாக இருந்த முருகனுக்குப் போர்க் கடவுள் என்ற தகுதி ஏற்பட வேண்டும். அதற்குரிய சில அம்சங்கள் அவனிடம் இருந்தன. சேவலுக்கு இருப்பது போன்ற போர்க்குணம், வேலை ஆளும் திறமை, (நெடுவேள்) உடல் வலிமை, மந்திர சக்தி முதலியன அவனிடமிருந்ததாகத் தமிழர் கற்பனை செய்திருந்தார்கள். படை வீரனுக்கு முக்கியத்துவம் ஏற்பட்டுவிட்ட இக்காலத்தில் அவனுக்குக் கோவில்கள் கட்டினர். வள்ளியென்னும் குறமகளை அவன் முன்பே மணந்திருந்ததாக குன்றவர் நாட்டுப் பண்பாட்டு வழக்கு இருந்தது, நிலத்தையும் நிலத்தின் செழிப்பையும் தெய்வத்தின் மனைவியாக ஆக்கினர். (வள்ளி கிழங்கு. திரு. உழுத பள்ளம்)

ஆனால் அக்கினியைப் போற்றி வணங்கும் பண்பாடு தமிழ் நாட்டில் சிறிதளவேயிருந்தது. தாய்த்தெய்வ வணக்கம் இருந்தது. சிவலிங்க வணக்கமும், உருவமுள்ள சிவ வணக்கமும் இருந்தன. எனவே அக்கினியம்சமாக ஸ்கந்தன் கருதப்பட்டாலும் அவனுக்குத் தாயும் தகப்பனும் தேவை. கொற்றவை, பழையோள், காடுகாள், ஐயை ஆகிய தாய்த் தெய்வங்களோடு, வடநாட்டு கிருத்திகை, உமை, வினிதா, குரோதபாவிகா முதலிய தெய்வங்களை இணைத்துப் பல தாய்களை அவனுக்குக் கற்பித்தனர். அவன் யார் வயிற்றிலும் பிறக்கவில்லை.

தகப்பன் பிரச்சினையையும் சுலபமாகத் தீர்த்தனர். அக்கினி, ருத்திரன் வழியாக காலவட்டத்தில் சிவன் ஸ்கந்தனது தந்தையானான் என்பது வடநாட்டுப் பண்பாட்டு மரபு. அக்கினி ருத்ரனும் இங்குப் பெருவழக்கில்லாத தெய்வங்களாக இருந்தமையின் நேரடியாகவே முருகனை சிவனோடும், மகேஸ்வரனோடும் இணைத்துவிட்டனர்.

இங்குப் பல்லவர் காலத்தில் தோன்றிய ஒரு கதையையும், அதற்கேற்ப வடிக்கப்பட்ட சிற்பத்தையும் சான்றாகக் காட்டலாம். தொண்டை நாட்டில் கி.பி. 6, 7 ஆம் நூற்றாண்டில் எழுந்த சிற்பங்கள் அதற்கு முன்னரே குகைப்புடை சிற்பங்களாக 4, 5 ஆம் நூற்றாண்டிலேயே தோன்றிவிட்டன. எனவே நாம்

ஆராயும் காலமாகவே, அதாவது ஸ்கந்தனைப் பற்றிய வட நாட்டுக் கருத்துக்கள், பல்லவர் ஆட்சிப் பகுதிகளின் வழியே தமிழ் நாட்டில் நுழைந்த காலம். இந்தச் சிற்பம் பிட்சாடனர் சிற்பம். நடுவில் நெடுவேலைப் போல உயர்ந்த அழகிய உருவம் பிச்சை ஏற்கும் கலத்தோடு அம்மணமாக நடக்கிறது. கீழே ஒரு குள்ளப் பூதமும், மானும் நிற்கின்றன. இடது புறம் 7 பெண்கள், உடை குலைந்து மார்புகளைக் காட்டிக் கொண்டு, முகத்தின் வெட்கம் தோன்ற நிற்கின்றனர். இதைப் பற்றிய கதை. சப்த முனிவர்கள் இறைவனை ஏற்கவில்லை. அதனால் அவர்களது அகம்பாவத்தைப் போக்க இறைவன் முடிவு செய்தான். அவர்கள் இல்லாத சமயம் அவர்கள் பர்ணசாலைப் பக்கம் அம்மணமாகச் சென்றான். பிட்சையெடுப்பவர் போல மாறுவேடம் தரித்து ஏழு ரிஷிபத்தினிகளையும் கண்டான். அவர்கள் அவன் மீது மோகம் கொண்டு ஆடை குலைந்து, காமவேட்கை முகத்தில் தோன்ற ஓடி வந்தனர். அவர்களைக் கண்டதும் வெளியேறிய வித்தை உமை எடுத்து சரவணப் பொய்கையிலிட்டாள். ஸ்கந்தன் தோன்றினான். இது ஆறுமுறை நிகழ்ந்ததாக அக்கினி கதையில் கூறப்பட்டுள்ளது போலவே தமிழ் நாட்டில் முருகன் தோற்றம் பற்றிய கதைகளும் கூறும்.

நாம் மேற்கூறிய கருத்தையே இக்கதையும் வலியுறுத்தும். அக்கினி வணக்கம் அருகியிருந்த இந்நாட்டில், புகழ் பெற்று வரும் ஸ்கந்தனை அக்கினி குமாரனாக அறிமுகப்படுத்துவது பொருந்தாது. புகழ் பெற்ற தந்தையை அவன் பெற வேண்டும். அதற்காகப் புராணிகர்கள் தமிழ் நாட்டின் "பிறவா யாக்கைப் பெரியோன்" "நாற்றவுண்டிக் கடவுள்" "ஆலமர் செல்வன்" "நஞ்சுண்டு கருத்த கண்டான்" என்று முற்சங்க நூல்களில் குறிப்பிடப்பட்ட வரும் தொகை நூல்களின் கடவுள் வாழ்த்தில் போற்றப்படுபவருமான சிவனையே முருகனுக்குத் தந்தையாக்கினர். இவ்வாறு தமிழ் நாட்டு முருகக் கருத்தும், கங்கைச் சமவெளி ஸ்கந்தக் கருத்தும் இணைந்து ஒன்றாயின.

இந்நிலையில் தான் ஸ்கந்தப் பண்பாடு இங்கு முருக வணக்கத் தோடு இணைந்து ஒன்றுபடுவதை, 3ஆம் நூற்றாண்டிற்கும் 7ஆம் நூற்றாண்டிற்கும் இடைப்பட்ட காலத்தில் அறிகிறோம். பல்லவ அரசர்கள் தங்களைத் தெய்வப் பரம்பரை, ரிஷி பரம்பரை என்று வருணித்துக் கொள்ளும் போது ஸ்கந்தனுக்கும் பரம்பரை ஊகித்தறியப்பட்டது, ஸ்கந்தன் அரச வம்சத்தினரால் பெரிதும்

மதிக்கப்பட்டான் என்பது அவர்கள் ஸ்கந்த சிஷ்யன், குமாரசிஷ்யன் என்ற பெயர்களைத் தாங்கியிருந்ததே காட்டும்.

முருகனைப் பற்றிய வருணனைகளைப் பரிபாடல்களிலும், திருமுருகாற்றுப்படையிலும் பெறுகிறோம். அதற்கு முன்னர், முருகனைப் பற்றிய முந்திய இலக்கியங்கள் குறிப்பிடுவதை நினைவு கூர்வோம். முருகன் குறிஞ்சிக் கடவுளரில் முக்கியமானவன். வள்ளி என்ற குறமகளை மணந்தவன். அல்லது நிலத்திருவான வள்ளியை மணந்தவன் தனிக்கோயில் அவனுக்குத் தோன்றத் தொடங்கியிருந்தது. ஆட்டுக் குட்டியின் உதிரத்தோடு பிசைந்த தினைமாவை அவனுக்குப் பலியாகப் படைப்பார்கள். வேலன் என்ற தன் பூசாரி மீது ஆவியுருவில் ஏறி முருகன் குறி சொல்லுவான். நோய் கொண்ட பெண்களுக்கு எதனால் நோய் வந்தது என்று காரணம் கண்டு பிடித்து சொல்லப் பெற்றோர்கள் வேலனை அழைப்பர். அவன் பழங்குடி மக்களின் பூசாரிகள் போல் *(Priest)* வெறியாடிக் குறிச் சொல்லுவான். குறிச்சொல்ல அவன் உள்ளத்தை இயக்கும் தெய்வம் முருகன் என்பது பழங்குடித் தமிழ் மக்களின் நம்பிக்கை.

அகம், புறம், ஐங்குறுநூறு, நற்றிணை முதலிய முற்காலச் சங்க நூல்களில் மேற்கூறிய செய்திகள் காணப்படுகின்றன. அந்நூல்களுக்குப் பின் தோன்றிய தொல்காப்பியம், அவற்றுள் காணப்படும் பொருள் பாகுபாடுகளுக்கும், செய்யுள் யாப்பிற்கும் இலக்கணம் கூறுகிறது. அந்நூலில் 'சேயோன் மேய மைவரை உலகம்' என்ற சொற்றொடர் மலையிலும் மலைச்சாரலிலும் வாழும் மக்களுக்குச் சேயோன் தெய்வமென்பது கூறப்படுகிறது. சிவப்பு நிறத்தை இத்தெய்வத்தோடு தொடர்புப்படுத்துவது இச்சான்றுதான். அதற்கு முன்பு தோன்றிய இலக்கியங்களில் இந்நிறக்குறிப்பு இல்லை. இது தீயையும் சூரியனையும், இரத்தத்தையும் நினைவுப்படுத்துகிறது. அக்குணங்களே தொல்காப்பியத்திலும் 'சேயோன்' "செவ்வேள்" என்று சொல்லப்படுகிறது. குறிஞ்சித் தெய்வமான இவனே பின்னர் பாலைக்கும் தெய்வமாகக் குறிப்பிடப்படுகிறான். எனவே பூகோளப் பகுப்புகளைக் கடந்து மக்கள் சமுதாய வளர்ச்சியில் சில பண்புகளைப் பொதுவாகக் கொண்ட இக்கடவுளின் வணக்கமென்னும் பண்பாடு வளர்ச்சி பெற்றது. குறுந்தொகையில் கடவுள் வாழ்த்தில் பாடப்பெறும் சிறப்பு முருகனுக்கு அளிக்கப்பட்டுள்ளது. இதில் கூறப்படும் முருகன் வேலைக் குன்று பிளந்து போகும்படி எய்தவன் என்று

கூறுகிறதே அன்றி, அவன் வடிவை வருணிக்காவிடினும், கிரவுஞ்ச கிரியைப் பிளந்த செயல் மஹாபாரதத்தில் முருகன் பிறப்பு பற்றி கூறும் பகுதிகளில் சொல்லப்பட்டுள்ளது. குறுந்தொகைக் குறிப்பு அதைப் பின்பற்றியதே என்று உறுதியாகக் கூறலாம்.

சேவல்தான் முதன் முதலில் காலத்தால் முந்திய நூல்களில் முருகனது அடையாளம். இது ஓர் இனக் குழுக்குறி. (Totemic Symbol) மயில் பின்னால்தான் வருகிறது. இவையிரண்டின் தோற்றம் பற்றிய கதைகளும் சூரன்வதையும் பிற்காலத்து வடமொழி இலக்கியச் சான்றுகளில் கிடைப்பனவே. முருக வணக்கக்குழுவொன்று முதன் முதலில் சேவலைத்தனது குழுவின் குறியாகக் கொண்டிருந்து பின்னர் மயிலைக் குழூக்குறியாகக் கொண்ட குழுவை வெற்றி கொண்டிருக்கலாம். இதுபோல வேறு இனக்குழூக் குறிகளான நாகம் முதலியவற்றையும் இவ்வாறே தோல்வியடைந்த குழூக்களின் குறிகளாகவே கொள்ளலாம். அசுரரைக் கொன்றது, அவுணரைக் கொன்றது, சூரனைத் தடிந்தது, மலையைப் பிளந்தது போன்றவை, வடமொழிச் சான்றுகளிலிருந்து தமிழ் இலக்கியத்திற்கு வந்தனவென்றே தோன்றுகின்றன. ஏனெனில் மிக முந்திய சான்றுகளில் அசுரர், அவுணர் கதைகள், குன்றெறிந்த கதை ஆகியவை தமிழிலக்கியங்களில் இல்லாமல் வடமொழி இலக்கியங்களிலேயே கிடைக்கின்றன.

பெரும்பாணற்றுப்படையிலும், முருகாற்றுப்படையிலும் சூரனைக் கடவுள் மாய்த்த கதை உள்ளது. இக்கதை வடமொழி பாரதக்கதையோடு இங்கு வந்ததாகத் தெரிகிறது. முருகன் தாய்த் தெய்வத்தினின்று பிறந்த செய்தி தமிழ் நாட்டுக்கேயுரியது: வடநாட்டுச் சான்றுகளில் ஸ்கந்தன் ஆணின் வித்தினின்றும் பெண்ணின் கருப்பையின் உதவியின்றியே தரையில் பொய்கையருகில் சிசுவாக உருவானவன். வளர்த்த தாயார்தான் அவனுடைய தாயார் என்று உரிமை கொண்டாடியவர்கள்.

பரிபாடலில் தேவசேனை, வள்ளி சகக்கிழத்தி ஏசல் காணப்படுகிறது. தமிழ்நாட்டில் முருகனுக்கு வள்ளி மட்டும்தான் 5ஆம் நூற்றாண்டுக்கு முன் மனைவியாக இருந்தாள். ஸ்கந்தக் கருத்து இங்கு வந்த பிறகு அவன் மனைவியான தேவசேனாவும், முருகனது மனைவியாகக் கருதப்பட்டாள்.

முடிவில் முருகனைப் போன்ற தெய்வங்கள் உலக முழுவதிலும், பழங்குடி மக்கள் நிலையிலிருந்த சிறு குழுக்கள், நிலைத்த

நாகரிகமடையும்போது உலோக உபயோகத்தைக் கற்றுக்கொண்டு பெருங்குழுக்களாக மாறும் காலத்தில், இளமை, வலிமை, போர்த்திறன், காதல் இயல்பு, இயற்கையை வெல்லும் திறன், (தீயையும் நீரையும் அடக்குபவன்) இதுபோன்ற தன்மைகளே உருவான கடவுள்களை மக்கள் கற்பனை செய்துள்ளார்கள். சமூக வளர்ச்சியின் ஏகதேச ஒற்றுமையால் தமிழ்நாட்டு முருகக் கருத்து வளர்ச்சியும் ஒப்பிடத் தக்கன வாயுள்ளன. இவையிரண்டிற்கும் சில வேற்றுமைகளும் இருக்கின்றன. இவை இணையும் பொழுது வேற்றுமை அம்சங்கள் மறைந்து, ஒற்றுமை அம்சங்கள் ஒன்றாகி ஒரே விதமாக கடவுள் கதைகள் உண்டாயின. இந்த இணைப்புக் கடவுளின் சித்திரத்தைப் பிற்காலக் கந்தபுராணம் நமக்களிக்கிறது.

பரிபாடலில் முருக வணக்கம்

இக்கட்டுரை முருகஸ்கந்த இணைப்பு என்ற கட்டுரையோடு சேர்த்து படிக்கப்பட வேண்டும். இக்கட்டுரைக்குரிய சிந்தனை அடிப் படைகளை "முருக - ஸ்கந்த இணைப்பில் காணலாம். பரிபாடல் இருவகையான முருக வணக்கத்தை விவரிக்கிறது. அதில் பாமர மக்களின் அதாவது தமிழ் நாட்டின் பெரும்பான்மை மக்களின் வணக்க முறையை ஒதுக்கி விட்டு, கோவிலில் முருகன் வழிபடப்படும் முறையையே குறிப்பிட்டு, பிற்கால சைவ சித்தாந்தக் கருத்துப்படி முருகனை உலக இன்பத்தோடு தொடர்பில்லாதவனாகவும் துறக்கம் அருளுபவனாகவும் சைவ சமயப் பற்றுடைய ஆசிரியர்கள், தற்காலத்தில் எழுதியுள்ளார்கள். தற்கால ஆசிரியர்கள் கருத்துத்தான் அது; பரிபாடல் கருத்து அதுவல்ல. முருக வணக்கத்தின் இரு கூறுகளில் கடம்ப மரத்தையும் வேலையும் வழிபடுவதும் வேலனாட்டமும் பண்டைத் தமிழர் வழிபாட்டு முறையெனவும், கோவில் வழிபாடும், முருகன் பிறப்புக் கதைகள், வடமொழிப் புராணக் கதைகளிலுள்ள ஸ்கந்தனும், முருகனும் தமிழ் மக்கள் பண்பாட்டில் இணையப் பெற்ற பின் எழுந்த கருத்தென்றும் கட்டுரையில் விளக்கியுள்ளேன். {ஆ—ர்.]

பரிபாடலில் எழுபது பாடல்கள் இருந்ததாகப் பிற்காலச் செய்யுள் ஒன்று கூறுகிறது. ஆனால் இன்று இருபத்திரண்டு பாடல்கள் முழுமையாகவும், சில பாடல்கள் பகுதியாகவும் கிடைக்கின்றன. பரிபாடலில் கடவுள் வாழ்த்து நூலின் உள்ளே கருப்பொருளாகக் காணப்படுகிறது. அகம், புறம், ஐங்குறுநூறு முதலிய முற்கால நூல்களில், நூலின் உள்ளே காணப்படும் கருப்பொருள்கள் அகமும், புறமுமே. இவை இரண்டும் மனிதர்களுடைய செயல்களையும், சிந்தனைகளையும், உணர்ச்சிகளையும் குறிப்பவை. இச்செய்யுள்கள் தொகுக்கப்பட்டு நூல்களாக உருவம் பெறும் பொழுது நூலின் முகப்பில் கடவுள் வாழ்த்து இணைக்கப்பட்டதென்று வையாபுரிப்

பிள்ளை கூறுகிறார். பரிபாடல் தொகுக்கப்படுமுன் அவை தொகுக்கப் பட்டிருக்க வேண்டுமென பாடல்களின் கருத்து வளர்ச்சியைக் கருதி அவர் முடிவுக்கு வருகிறார். பரிபாடலில் கடவுள் வாழ்த்து கருப்பொருளாக வரும் பாடல்கள் உள்ளன.

தொல்காப்பியர் இலக்கணம் வகுக்கும் பொழுது பரிபாடல் பாட்டுக்கள் காமப் பொருள் பற்றியே இருந்தனவென்பது அவர் இயற்றிய விதிகளிலிருந்து தெரிகிறது. காமத்திற்கு, முந்திய நூல்களில் மானிடரே கதை மாந்தர்கள். கடவுளரும் காம நிகழ்ச்சிகளுக்கு விலக்கு அல்லர் என்று தொல்காப்பியர் கருதிய போதிலும், பரிபாடல் காலம் வரை, கடவுளர் காமம் இலக்கியத்தின் பொருளாகவில்லை. பிற்காலத்திலேயே மானிடரைப் போலவே கடவுளரும் உலகாயத நிகழ்ச்சிகளில் பங்கு கொள்ளுவதாக இலக்கியங்கள் கூறுகின்றன.

பரிபாடலில் செவ்வேள் வாழ்த்துப் பாடல்கள் உள்ளன. அதனைக் கண்ட பிற்காலத்தவர், கடவுள் பற்றிய தம் காலத்துக் கருத்துக்கள் பரிபாடலில் உள்ளன என்று கருதுகின்றனர். தேவார காலத்தும், காவிய காலத்தும், சோழர் காலத்திற்குப் பின்னர் சைவ சித்தாந்தக் கருத்துக்கள் உருவான காலத்தும் எழுந்த நூல்களின் வளர்ச்சியற்ற கருத்துக்களை, பரிபாடல் செவ்வேள் வாழ்த்துப் பாடல்களில் காண முயன்றுள்ளார்கள். இதற்கு உதாரணமாக சைவ சித்தாந்தக் கழகம் வெளி யிட்டிருக்கும் பரிபாடல் ' நூலுக்கு உரை யெழுதிய சோம சுந்தரனார், கடவுளைப் பற்றிய உயர்ந்த கருத்துக்களையும், வீடுபேற்றுக் கருத்தையும், உலக இன்ப மறுப்புக் கருத்தையும் பரிபாடல் - செவ்வேள் வாழ்த்துப் பாடல்களில் காண்கிறார். அவர் நூலின் முகவுரையில் கூறுவதாவது:

இனி இப்பரிபாடலின்கண் பண்டைத் தமிழ்ச் சான்றோர் கொண்டிருந்த கடவுளைப் பற்றிய உயர்ந்த கொள்கைகள் பலவற்றையும் காணலாம், "கற்றதனால் ஆய பயன் வாலறிவன் நற்றாள் தொழூதல்" என்ற சீரிய தமிழ்ச் சான்றோர். இசை கெழுமிய இப்பரிபாடலை அவ்வாலறிவனைத் தொழுவதற்குச் சாதனமாக்கிக் கொண்டது பொருந்துவதாகும்.

"அங்ஙனம் வணங்குதல் தான் எற்றுக்கெனில் பொன்னும், பொருளும் கருதியன்று. இவையெல்லாம் கனவெனத் தோன்றி அழியும். ஆதலால் அவையிற்றை வேண்டோம். யாம் வேண்டுவது என்றென்றும் அழியாது நிலைபெறும் வீட்டின்பமே அதனை அருள்க" என்பதற்காகவே.

(1) பழந்தமிழர் கடவுளைத் தொழுவதே வாழ்வின் பயன் எனக் கருதினார்கள்.

(2) கடவுளை வீட்டின்பம் பெறவே பழந்தமிழர் தொழுதனர்.

(3) பொன்னும், பொருளும், போகமும் என்ற உலக இன்ப சாதனங்களை வேண்டிக் கடவுளைப் பழந்தமிழர் தொழவில்லை.

என்று இவ்வாசிரியர் கருதுகிறார். இவை பரிபாடலில் செவ்வேள் வாழ்த்துப் பாடல்களில் காணப்படுகின்றன என்று சோம சுந்தரனார் கூறுகிறார்.

தற்கால நம்பிக்கைகளை முற்கால நூல்களில் காண முயலலாம், செவ்வேள் வணக்க முறைகளைப் பரிபாடலில் இருந்து ஆராய்ந்து இவ் வணக்கங்களுக்குப் பயனாகப் பழந்தமிழ் மக்கள் எவற்றை எதிர்பார்த்தார்கள் என்பதையும், அவர்களது 'செவ்வேள்' தெய்வக் கருத்து எத்தன்மையானது என்பதையும் அறியும் நோக்கத்தோடு இக்கட்டுரையை எழுதுகிறேன்.

திருப்பரங்குன்ற முருகனை மதுரை மக்கள் வழிபட்ட வருணனைகள் உள்ளன. வழிபாடு செய்வோர் தமக்கு எவ்வெவ் வரங்களை வேண்டினர் என்பதும் கூறப்பட்டுள்ளது. அவற்றை ஆராய்ந்தால் செவ்வேள் வாழ்த்துப் பாடல்களில் வீடுபேறு வேண்டும் என்று வழிபட்டவர்கள், வேண்டினார்களா என்பதை அறியலாம்.

திருப்பரங்குன்றில் இருவகை வழிபாட்டு முறைகள் வருணிக்கப்படுகின்றன. கோயிலில் சிலை உருவில் செவ்வேளை வழிபட்ட செய்தியோடு, கோயிலுக்கு வெளியே கடம்ப மரத்தடியில் வேலன் வெறியாட, பொதுமக்கள் வேலையும், கடம்ப மரத்தையும் வழிபட்டதும் கூறப்பட்டுள்ளது.

மர வழிபாடும், வேல் வழிபாடும் உருவ வழிபாட்டிற்குப் பல்லாயிரம் ஆண்டுகளுக்கு முந்தியவை என்பதை மானிட வியலார் விளக்கியுள்ளனர். இவ்விரு வழிபாடுகளிலும் மக்கள் எவ்வெவ்வரங்களை வேண்டினர் என்பதைத் தொகுத்து அக்கால மக்களின் கருத்து வளர்ச்சியையும், கடவுளுக்கும் மக்களது வாழ்க்கைக்கும் எத்தகைய தொடர்பு இருந்ததாக அவர்கள் கருதினார்கள் என்பதையும் அறிந்து கொள்ள முடிகிறது. மானிடவியல், உளவியல் பயிற்சியின்றி சைவ சித்தாந்த, தத்துவ அறிவால் மட்டும் முற்கால மக்களின் வழிபாட்டையும்,

கடவுளைப் பற்றிய அவர்களுடைய நம்பிக்கைகளையும் அறிந்து கொள்ள இயலாது. முதலில் கோயிலுக்கு வெளியே நடந்த முருக வழிபாட்டைக் கவனிப்போம்.

“காய் கடவுள் சேஎய் செவ்வேள்,
சால்வ, தலைவனெனப் பேஎவிழவினுள்
வேலனேத்தும் வெறியும் உளவே
அவை வாயும் அல்ல பொய்யும் அல்ல.’’

[பரிபாடல் - *5* ஆம் பாடல், *15 - 18*]

இவ்வடிகளில் காய் கடவுளின் மகன் செவ்வேள் என்று கூறப்பட்டுள்ளது. இதனை உரையாசிரியர்கள் சிவனென்று பொருள் கொள்ளுவர். வேலனது வாழ்த்து உண்மையும் அல்ல, பொய்யுமல்ல என்று ஆசிரியர் கூறுகிறார். அதனால் அவர் செவ்வேளின் பிறப்புக் கதையை விரிவாகச் சொல்லி அதுவே உண்மையென்று கூறுகிறார்.

இக்கதையாவது: உமையோடு புணர்ச்சி தவிர்த்த சிவனிடம், அவனது விந்தினை, இந்திரன் பெற்றான். அதனின்றும் வலிமை மிக்க ஒரு சிறுவனைப் படைக்க எண்ணினான். ஏழு முனிவர்களின் மனைவியர், கற்புக்கு இழிவுண்டாகும் என்றெண்ணி சிவனின் கருவைத் தாங்க மறுத்தனர். இந்திரன் சிவனது விந்தினைத் தீயிலிட்டு, அதன் நீற்றை ஏழு பகுதியாக்கி கார்த்திகை மாதருக்கு அளித்தான். அருந்ததி அதனை உண்ண மறுத்தாள். மற்றைய அறுவரும் அதனை உண்டனர். அவர்கள் கருத்தரித்து உரிய காலத்தில் ஆறு குழந்தைகளைப் பதுமப்பாயலில் ஈந்தனர். குழந்தை இடி முழக்கம் போலக் கர்ச்சனை செய்தது. இதனைக் கேட்டு இந்திரன் வச்சிராயுதத்தை எறிந்தான். ஆறு குழந்தைகளும் ஓர் உருவாகி இந்திரனை எதிர்த்தது. இந்திரன் தான் வேண்டிப் பெற்ற குழந்தை இதுவென்றறிந்து குழந்தையின் சினம் தீர்த்து நட்புக் கொண்டாடினான். இக்கதையின் மூலம் இப்பாடல் இயற்றிய கடுவன் இளவெயினனார் முருகனைச் சிவனின் மகன் ஆக்கினார். ஆயினும் அவன் உமை வயிற்றில் பிறக்கவில்லை.

தீயில் சுட்டெரிக்கப்பட்ட விந்திலிருந்து கார்த்திகை மகளிர்க்குப் பிறந்தவன்.

இத்தகைய பிறப்புக் கதைகள் பரிபாடலுக்கு முந்திய வடமொழி இலக்கியத்தில் ஏராளமாக உள்ளன. தமிழ் நாட்டில் முருக வணக்கத்திற்குத் தோற்றமாயிருந்தது வேலன் வெறியாடல். இது

ஓர் இனக் குழு வழிபாட்டு முறையாகும். (Tribal Worship). இம்முறையை அகப்பொருள் இலக்கிய நூல்களில் காணலாம். காம நோயுள்ள மகளிருடைய நோய் இன்னதென்றறியாத தாய்மார்கள் வேலனையழைத்து நோய்க்குக் காரணம் கேட்பார்கள். அவன் களம் வரைந்து, ஆடறுத்து, பூத்தூவி முருக வெறிகொண்டு ஆடிக் காரணம் சொல்லுவான். "முருகின் குற்றம்", என்று கூறுவானானால் தாய் முருகனுக்கு விழாச் செய்ய சேர்ந்து கொள்ளுவாள். உண்மையான காரணத்தை உள்ளத்திலேயே மறைத்து வைத்திருக்கும் தலைவி, உண்மைக் காரணத்தை அறிய முடியாத வேலனையும், அவனது தெய்வமான முருகனையும் மடையர்கள்' என்று கருதுவாள். தலைவியர் உலகியல் உண்மையை அறிந்தவர்களாகவே படைக்கப்பட்டுள்ளனர். வேலன் வெறியாடலை அவர்கள் மதிக்கவில்லை.

"மடையன் மன்ற வேலன்" என்பன போன்ற சொற் றொடர்களை, அகப்பொருள் இலக்கியங்களில் காணலாம். ஆயினும் பழந்தமிழர்கள் தடைகளைத் தவிர்க்கவும், வெற்றி பெறவும், நோய் தீர்க்கவும், வேலன் வெறியாடி முருகு என்ற தெய்வ ஆவேசங்கொண்டு அவன் மொழிதலை நம்பினர் என்றே அக இலக்கியச் செய்திகளிலிருந்து தெரிகிறது.

இத்தெய்வம் குறிஞ்சி நில மக்களது தெய்வம். வேட்டையாடும் மக்களது நம்பிக்கையில் அது வாழ்ந்தது. குறிஞ்சி நிலத்தில் தலைவர்கள் செல்வ விருப்பால், முல்லை நில மக்களின் மாடுகளைக் கவரச் செல்லும் பொழுது, அவர்களுக்கு வெற்றியளிக்கும் தெய்வமாக அவர்களால் வணங்கப்பட்டது. வேட்டைத் தெய்வம், வெற்றித் தெய்வமாக மாறிற்று. இத்தெய்வத்தை இனக் குழுக்களோடு போராடிய மன்னர்கள் வெற்றித் தெய்வமாக வணங்கினர். அதற்குமுன் அதற்குத் தந்தையின் பெயரில்லாமல் தாயின் பெயரே இருந்தது. பழையோள் சிறுவன், கொற்றவை செல்வன் என்றே முருகன் பெயர்கள் வழங்கப்பெற்றன. அரசர்கள் ஆணாதிக்க பரம்பரையைச் சேர்ந்தவர்கள். பிற்காலத்தில் அவர்கள் கொற்றவை மகனான முருகனுக்கு ஓர் ஆண் பரம்பரையைத் தேடினார்கள். அத்தகைய பரம்பரையை அவர்கள் வடமொழி இலக்கியங் களில் கண்டார்கள். ஆனால் அங்கு முருகன் போன்றதோர் போர்த் தெய்வம், அக்கினியின் மகன் என்று தான் கதைகளில் காணப்பட்டான். இக்கதைகளை "முருக வணக்கம்" என்ற எனது கட்டுரையில் ஆராய்ந்திருக்கிறேன். வடமொழிப்

புராணங்களில் அக்கினி முக்கியத்துவம் இழந்து ருத்திரன் முக்கியத்துவமடைந்தபொழுது, பிற்காலப் புராணங்கள் அக்கினியின் புதல்வனான ஸ்கந்தனை ருத்திரனின் புதல்வனாக்கிவிட்டன. 'ஒரே கடவுள்' என்ற கொள்கை வடநாட்டுச் சமயங்களில் தோன்றிய பொழுது ருத்திரன், சிவனது கூறாகப் பாவிக்கப்பட்டான். சிவனது மகனாக ஸ்கந்தன் ஆகிவிட்டான்.

இந்தச் சிந்தனை வளர்ச்சிக் காலத்தில் தான் இக்கதைகள் தமிழ்நாட்டில் பரவின. அக்கதைகளில் ஸ்கந்தனுக்கிருந்த ஆண் பரம்பரையை, முருகனுக்கும் உண்டென்று கூறிப் புதிய புராணக் கதைகளைத் தமிழ் நாட்டுப் புலவர்கள் புனைந்தார்கள். இக்கதைகளில் போர்க் கடவுளான கொற்றவை சிறுவன், பைங்கட்பார்ப்பானின் (சிவன்) மகனாக ஆக்கப்பட்டான்.

இப்பாடலில் காணப்படும் கதை இத்தகைய முயற்சிகளில் மிகவும் முற்பட்டது. அதற்கு முன் கதைகளில்லாமல், சிவனின் மகனாக முருகனைக் கூறும் வழக்கம் சிறிதே இருந்தது. தொல்காப்பியர் காலத்தில் சிவம் பிரபலம் பெற்றிருக்கவில்லை. சேயோனே ஒரு நிலத்தின் தெய்வமாகக் கருதப்பட்டான். சிவன் சிறு தெய்வமாகவே இருந்தான். அவன் "பிறவா யாக்கைப் பெரியோனாகவோ, தனிப் பெருங்கடவுளாகவோ" கருதப்படவில்லை. எனவே செவ்வேள் அவனது மகனாகக் கருதப்படவில்லை. ஆனால் மருத நில வாழ்க்கை பெரிதும் செழிப்புற்ற பின்னரே சிவன் தனிப் பெருங் கடவுள் என்று கருதப்பட்டான். அதன் பின்னரே இக்கதைகளைப் புனைந்து முருகனைச் சிவனது மகனாக்கினர். அதற்கு முன் வடமொழி இலக்கியங்களில் அவன் அக்கினியின் மகன் தான். இந்த நிலையில் தான் வேலன் வழிபாட்டில் அவன் காய் கடவுள் சேய்' எனப்பட்டான். காய்க் கடவுள் என்ற சொற்றொடருக்கு அக்கினியென்று பொருள் கொள்ளப்பட வேண்டும். வடமொழிப் புராணத்தில், அக்கினியின் மகனான ஸ்கந்தனை வேலன் "காய் கடவுள் சேய்" என்று வாழ்த்துகிறான்.

இவ்வாழ்த்தையும், தெய்வமுற்று ஆடும் வணக்க முறையையும் கடுவன் இளவெயினனார் வெறுப்போடு நோக்குகிறார். கோயில் வழிபாடு தோன்றிய பின்னர் வேலன் வெறியாட்டை அவர் 'பேய் விழா' என்கிறார். ஏனெனில் அவரது முருக வடிவத்திற்கும் கருத்திற்கும், வேலன் வணங்கும் மரம், விலங்கு வணக்கத்திற்கும், முருகன் தீக் கடவுளின் மகன் என்ற பழைய கருத்திற்கும் வேறுபாடு இருந்தது. 'காய் கடவுள்' என்று தீயை வேலன் குறிப்பிடுகிறான்.

அக்கினி அக்காலத்தில் சிறு தெய்வம். தம் பாடலின் பெரிய தெய்வத்தின் மகனாக முருகனைக் கூறியிருக்க, வேலன் முருகனது பிறப்பை இவ்வாறு கூறுகிறானே என்று புலவர் கருதியிருக்க வேண்டும்.

வேலன் முருகனை வழிபாடு செய்த விழா எவ்வாறு நடை பெற்றது?

தேம்படு மலர் குழை பூந்துகில் வடிமணி
ஏந்திலை சுமந்து சாந்தம் விரைஇ
விடையரை அசைத்த வேலன் கடிமரம்
பரவினர் உரையொடு பண்ணிய விசையினர்
வரிமலர் மதுவின் மரநனை குன்றத்துக்
கோலெரி, கொளை, நறை, கொடியொடும்
மாலை மாலை அடியுறை யியைபிநர் கெழ
மேலோர் உறையுளும் வேண்டுநர் யார்?

இதன் பொருளாவது:

அழகிய வடிவேலுக்கு மலரும், குழையும், துணியும் சார்த்தி வேலன் சுமந்து வருகிறான். அதன்மீது சாந்தமும், மணமும் பூசியிருக்கிறது. கடி மரம், என்ற கடம்ப மரத்தின் அடிப்பகுதியில் ஓர் ஆடு கட்டியிருக்கிறது. வழிபடுவோர் அம்மரத்தை வணங்கினர். தீவர்த்திகள் எரிந்தன. உணவும், மதுவும் நிரம்பப் படைக்கப்பட்டன. இவ்வழிபாட்டின் இன்பத்தைப் பெற விழா நடத்துபவர்கள் சுவர்க்கம் வேண்டும் என்ற ஆசை கொள்ளுவார்களோ? என்று விழாவெடுப்போர் எண்ணுகிறார்கள்.

இவர்கள் வேலையும், கடம்பமரத்தையும், வணங்கி, வேலன் தெய்வமேறிக் கூறும் வாழ்த்தைக் கேட்கிறார்கள். இத்தகைய மகிழ்ச்சி பொங்கும் விழாக்களை நடத்த அவர்களுக்கு வேண்டியது செல்வமும், உணவும், உள்ளக் கிளர்ச்சியும் ஆகும். அவர்களது தொழில் முயற்சிகளுக்குத் தடை வராமல் பாதுகாக்க அவர்கள் பழைய கருவி வணக்கம், மரவணக்கம் இவற்றின் எச்சங்களையும், குறிசொல்லும் மரபின் எச்சமான வேலனது வெறியாடலையும் விரும்புகிறார்கள். இவர்கள் “மேலோர் உலகம்” எதனையும் விரும்பவில்லை. வீடு பேற்றையும் விரும்பவில்லை. வேலும், கடம்ப மரமும், வேலன் மீதேறி வாழ்த்துக் கூறும் தெய்வமும், இத்தகைய விழாக்களை நடத்தும் நிலையில் தங்களைச் செல்வமும் மகிழ்ச்சியும் உடையவர்களாக வைத்திருக்க வேண்டுமென்பதே

அவர்களது விருப்பம். இவர்களது வணக்க முறைகளுக்கும் தற்காலத்தில் கிராமங்களில் சிறு தெய்வங்களுக்குச் செய்யும் ஊட்டு, கொடை, முதலிய விழாக்களுக்கும் நெருங்கிய தொடர்பு இருப்பதைக் காணலாம். இன்னும் மரத்தின் மீது மஞ்சணையைப் பூசி விழாச் செய்வோரும், வேலை நட்டு வழிபடுவோரும் உள்ளனர்.

இனி, கோயிலினுள் உள்ள முருகனை, வணங்கச் சென்றவர்கள், தெய்வத்தை வணங்கி வேண்டிக் கொண்டவை யாவை எனக் காணலாம்.

எட்டாம் பாடலில் "உடன் புணர் காதலரும்" பிறரும் கூடி முருகனை வரம் வேண்டுகின்றனர். வழிபடுபவர்களைப் புலவர் காம நுகர்ச்சியில் ஆழ்ந்து இன்பம் பெறுபவர்களாக வருணிக்கிறார்.

கூரெயிற்றார், குவிமுலைப் பூணொடு
மாரன் ஒப்பார் மார்பணி கல்வி
அரிவையர் அமிர்த பானம்
உரிமை மாக்கள் உவமையமிர் துய்ப்ப
மைந்தர் மார்வம் வழி வந்த
செந்தளிர் மேனியார் செல்லல் தீர்ப்ப

எனவாங்கு

உடன் புணர் காதலரும் அல்லாரும் கூடி
மறுமிடற்றண்ணற்கு மாசிலோடந்த
நெறிநீர் அருவி யசும்புறு செல்வ
மண்பரிய வானம் வறப்பினும் மன்னுகமா
தண்பெருங் குன்ற நினக்கு.

முதலில் அவர்கள் முருகனிடம் எவ்வரத்தையும் கேட்க வில்லை. "பூமி பிளப்பினும், மழை பொய்ப்பினும், உனக்கு இக்குன்றம் நிலையாக இருப்பதாக" என்று முருகனை வாழ்த்துகிறார்கள். தெய்வத்திடம் பணிந்து வரம் கேட்பதற்குப் பதிலாகத் தெய்வத்திற்கே வரம் கொடுக்கிறார்கள். இது ஆற்றுப் படைகளில் தலைவன் நோக்கிப் பாணர் வாழ்த்தும் மரபில் இருக்கிறது. பாணர்கள் தலைவர்கள் நீண்ட நாள் வாழ வேண்டும்" என்று தாமே வாழ்த்துவார்கள். தெய்வங்களைத் துணைக்கழைப்பதில்லை. அதுபோலவே "நீண்ட நாள் உனது குன்றம் உனக்கு நிலைக்கட்டும்" என்று வழிபடுவோர் முருகனை வாழ்த்துகிறார்கள்; அவர்கள் விருப்பம் நிறைவேறினால் இத்திருப்பரங்குன்றில் அவர்கள் தங்கள் காதலர் காதலியருடன்

இன்புறலாம். இந்த விருப்பம் தோன்றுவதற்கு முன் அவர்கள் மனநிலையைக் கூறுகிறார்.

திருப்பரங்குன்றத்தை வருணிக்கும் பொழுது, புலவர்கள் அதன் இயற்கைச் சூழலையும், அச்சூழலும், காம நுகர்ச்சியும் மானிடர்க்கு அளிக்கும் இன்பத்தையும் கூறுகிறார். பரத்தமை ஒழுக்கம் சிறப்பாகக் கூறப்படுகிறது. ஒரு தலைவன் களவுப் புணர்ச்சியைக் கற்பிலும் சிறந்தது என்று கூறுவதோடு அமையாமல், கற்பைச் சிறந்ததென்று கூறுவோர் பொருளிலக் கணத்தின் சிறப்பை அறியாதவரென்றும் கூறுகிறான்.

எனவே இன்ப நுகர்ச்சியும், தெய்வ வழிபாடும் பரிபாடலில் முரண்பாடுடையவையல்ல. இன்ப நுகர்ச்சி நீடிக்கவும், உலகியல் பயன்களைப் பெறவுமே, மக்கள் வழிபாடு செய்கிறார்கள்.

“துன்னித் துன்னி வழிபடுவதன் பயன்
இன்னு மின்னும் அவையாகுக
தொன் முதிர் மரபீனின் புகழினும் பலவே”

என்று வழிபாடு செய்யும் பெண்ணைப் பற்றி உரையாசிரியர் குறிப்புக் கூறுவதாவது. “என்பது பருவங்கண்டு அழிந்த தலைமகள் கேட்ட முருகவேளைப் பரவுவாளாய், இப்பருவத்தே தலைமகன் வருமென்பது படத் தோழி வற்புறுத்தியது”

எனவே முருகனை வழிபட்டால் தனது காதலன் வருவான் என்று நம்பி அவள் முருகனைப் பாடினாள். முருக வணக்கம் பிரிந்த காதலரைச் சேரத்து வைக்கும் என்ற நம்பிக்கை, அக்காலத்தில் இருந்ததென்று இக்குறிப்பு உணர்த்துகிறது. வேறொர் பாடலின் முடிவு வறுமாறு:

“அணிநெடுங் குன்றம் பாடுதும் தொழுதும்
அவையாமும் எம் சுற்றமும் பரவுதும்
ஏம வைகல் பெறுகயாம் என்றே”

சுற்றம் என்று பண்டை நூல்களில் வழங்கும் சொல், காதல் மகளிரையும், மனைவியையும் குறிக்கும். வேறு அடைமொழியால் குறிக்கப்பட்டால் ஒழிய இச்சொல் ஒரு தலைவனது உரிமைச் சுற்றத்தையே குறிக்கும். நாமும், எமது சுற்றமும் பாதுகாப்பான இன்ப வாழ்க்கை பெறுதல் வேண்டுமென வேண்டிக்கொண்டு, முருகனது குன்றத்தை வழிபடுவோர் பாடித் தொழுகின்றார்கள். அங்கு, குன்றமே பாடவும், தொழவும் பெறுவது. குன்றையும்,

ஆற்றையும் பழங்குடி மக்கள் வணங்கி வந்ததையும், இன்றும் தற்காலப் பழங்குடி மக்கள் வணங்கி வருவதையும் வரலாற்று முற்காலம் பற்றிய ஆய்வுகளும், தற்கால இனக்குழு ஆய்வுகளும் (Ethnology) நமக்கு அறிவுறுத்துகின்றன.

இவர்கள் கேட்ட வரம் என்ன? தாமும் தம் சுற்றமும் பாதுகாப்புடைய இன்பவாழ்க்கை பெறுதல் வேண்டுமென்பதே இது இவ்வுலக வாழ்க்கையையே குறிக்குமென்பது, திருப்பரங்குன்ற வருணனையில் மக்கள் நிலை பற்றிக் கூறும் பொழுதே வெளியாகிறது. இவர்கள் இவ்வுலக வாழ்க்கையில் தாம் பாதுகாப்புக் கோருகிறார்கள். இன்பம் வேண்டுகிறார்கள்.

பாடலின் காலம், சமுதாயம், வரலாறு முதலிய சூழ்நிலை களை விடுத்து ஏமம் என்ற சொல் துறக்கம், மேலோர் உலகம், சுவர்க்கம் என்ற பொருளில் வந்துள்ளதாகச் சிலர் விளக்கம் கூறுவர். இவ்வுலக வாழ்க்கையைத் துன்பமென்று கருதுவோரே, இவ்வுலக வாழ்க்கை பொய்யென்று கருதி, வேறோர் உலகத்தில் இன்பம் இருக்கிறதென்று நம்புவர். ஆனால் திருப்பரங்குன்றத்தில் வழிபட வருவோர் போகமும், பொருளும் பெற்று இவ்வுலகத்திலேயே இன்பமாக வாழ விரும்புவார்கள். அவர்களுடைய வேண்டுதலில் வேற்றுலகத்து வாழ்க்கையில் பாதுகாப்பு வேண்டும் என்ற சிந்தனையே தோன்ற முடியாது.

இந்நிலையிலேயே 'ஏமம்' என்ற சொல் காமம் இன்பம் என்ற பொருளின் வழங்கி வந்துள்ளது. (பாடல் 4, அடி 34, பாடல் 7 அடி 40)

'ஏமாக்க' என்ற சொல்லும் இன்புற என்னும் பொருளில் வந்துள்ளது. எனவே இவ்வுலக இன்பத்தையே வழிபடுவோர் வேண்டினர் என்பதும், 'ஏமம்' என்ற சொல் சுவர்க்கத்தைக் குறிப்பிடவில்லை என்பதும் தெளிவாகிறது.

இனி முருகனது வீரத்தைப் புகழ்ந்து பாடி வாழ்த்தும் பாடல்கள் சில உள்ளன. அவையனைத்திலும் அவுணரை வென்றதைப் பொதுவாக்கும், சூரனை வென்றதைச் சிறப்பாகவும் பாடுகின்றன. குருகை வென்றவன் என்றும், "மாமுதல் தடிந்தோன்" என்றும் முருகன் புகழப்படுகிறான். 'சூர்' என்றும் ஓர் அவுணன் பெயர் கூறப்படுகிறது. பிற்காலக் கதைகளில் சூரபன்மா என்ற அசுரனோடு முருகன் போர் செய்யும் பொழுது அவுணன் பலவடிவங்கள்

கொண்டதாகவும் முடிவில் அவனைக் கொன்றதாகவும் புராணக் கதை கூறுகிறது. அக்கதையில் - சூரன் மாமரம், பறவை குன்ற முதலிய மாயவடிவங்கள் எடுத்ததாகக் கூறப்பட்டு உள்ளது.''

மாமுதல் தடிந்தவன் மாமரத்தை வெட்டியவன் என்பது பொருளாகிறது. 'குருகு' ஓர் பறவை, அதனையும் அவன் கொன்றான், பின்னர் ''குன்றெறிந்தவன்'' என்ற சொற்றொடர், ஓர் மலையைப் பிளந்ததைக் குறிக்கிறது.

மானிடவியல் அறிவு கொண்டு இவற்றை ஆராய்ந்தால் இவை, முருகனை வணங்கியவர்களது முற்கால இனக்குழு நினைவுகளின் எச்சம் என்று துணியலாம். பரிபாடற் காலத்தில் முருகனைத் தெய்வமாகக் கொண்ட மக்களின் முன்னோர்கள் பல இனக்குழுக்களை வென்றிருத்தல் வேண்டும். அவர்களிடம் தோற்ற குழுக்களின் குலக் குறிகள் மாமரம், குருகு, குன்று முதலியனவாக இருந்திருக்கும். அவற்றில் தமிழ் நாட்டில் இருந்தனவற்றை ஒன்றாக்கி சூரபன்மாவின் பல மாயா உருவங்கள் என்று புராணக்கதை புனையப்பட்டுள்ளது. ஒவ்வோரின் மக்களும் தமது இனத்தின் முற்காலப்பகைவர்களை அசுரர்கள், அவுணர்கள் என்றழைப்பது வழக்கம். வடநாட்டு இலக்கியப் படைப்பில் தோன்றிய ஸ்கந்தன், மயில், சேவல், பாம்பு முதலிய விலங்குகளோடு தொடர்புபடுத்தப் பட்டுள்ளான். இச்செய்தியை முன்னர் விளக்கிய மானிடவியல் கருத்துப்படியே பொருள் கொள்ளுதல் வேண்டும்.

முற்கால இனக்குழுக்களை வென்ற நினைவுதான் அப்பழைய இனக்குறிகளை அடையாளமாக முருகனோடு இணைத்துக் கொண்டதாகும். இதனைப் பரிபாடல் கதை பல தேவர்கள் தம் உடம்பிலிருந்து ஒவ்வொரு அடையாளத்தையும் அளித்ததாகக் கூறுகிறது. முதலில் அக்கினி ஒரு யானையைக் கொடுத்தான் குபேரன் தன் உடலிலிருந்து பிரித்து மயிலைக் கொடுத்தான். எமன் ஆட்டுக்கடாவை அளித்தான். இவையனைத்தையும் மேற்கூறியவாறே பொருள் கொள்ளுதல் வேண்டும். ஸ்கந்தனும், முருகனும் ஒன்றாக இணைக்கப்பட்ட பொழுது, ஒன்றுபட்ட இத்தெய்வத்தின் அடையாளங்களை, குலக்குறித் தொடர்பிலிருந்து, மானிட வரலாற்றுத் தொடர்பினின்று நீக்குவதற்காக இக்கதைகள் புனையப்பட்டன.

முற்பட்ட வளர்ச்சி நிலையில் கடம்பமர்ந்தவனாயும், வேல் முருகனாயும் இருந்த குழு மக்களின் தெய்வமாக முருகன் களவுப்

புணர்ச்சியின் காவல் தெய்வமாகவும் இருந்தான். இந்நிலையில் இருந்த "வேலன் வெறியாட்டைப்" பின்னர் மகளிர் வழிபாட்டு முறையாக மேற்கொண்டனர். குறிஞ்சி வாழ்க்கையில் களவுப் புணர்ச்சியும் திருமணமும் இருந்தன. எனவே குறிஞ்சி மக்களான குறவரின் தெய்வமான செவ்வேள், குறப்பெண்ணையே களவுப்புணர்ச்சியில் மணந்து கொண்டான். அவன் ஸ்கந்தக் கற்பனையோடு இணைக்கப்பட்ட பொழுது, ஸ்கந்தனுக்கு ஒரு மனைவியிருந்தாள். அவள் இந்திரனால் ஓர் அரக்கனிடமிருந்து காப்பாற்றப்பட்டு, வளர்க்கப்பட்டாள். தேவசேனா என்பது அவள் பெயர். அவளை மணந்து ஸ்கந்தன் தேவசேனா பதியானான்.

வடநாட்டுப் புராணக் கதைகளில் ஸ்கந்தன் கற்பு மணம் புரிந்து கொண்டவன் - தமிழ் நாட்டில் முருகன் களவு மணவழக்குடையவர்களின் தெய்வமாக முதலில் இருந்தவன். எனவே இரு தெய்வங்களையும் ஒன்றாக்கும் பொழுது அவனுக்கு காதல் மணத்தால் பெற்ற ஒரு மனைவி ஏற்கெனவே இருந்தாள். வடநாட்டுப் புராணங்களிலுள்ள கதைகளில் ஏற்கெனவே கற்பு மணம் செய்விக்கப்பட்ட மனைவியொருத்தியும் இருந்தாள். புதுக் கதைகளில் இருவரும் அவனின் மனைவியாகப்பட்டனர்.

கற்பு மணம் சிறப்புடையதாகக் கருதப்பட்ட காலத்தில் இக்கதைகள் இணைக்கப்பட்டிருப்பதால் தேவசேனை முதல் மனைவியாகவும், வள்ளி இரண்டாவது மனைவியாகவும் ஆனார்கள். ஆனால் தமிழர் பண்பாட்டு வளர்ச்சியில் வள்ளிதான் முருகனுக்கு ஒரே மனைவி. மகளிர் அவனைக் களவில் தலைவனைக் கூட்டுவிப்பவனாகவும், கற்பில் பிரிந்தவரைக் கூட்டுவிப்பவனாகவும், கருதி வழிப்பட்டனர். இக்குன்றை வணங்குவோர் பெறும் பயன்கள் எவை?

ஆராக் காமமார் பொழிற்பாயல்
வரையகத் தியைக்கும் வரையா நுகர்ச்சி,
முடியா நுகர்ச்சி முற்றாக் காதல்
அடியோர் மைந்தர் அகலத் தகலா
அலர்மென் மகன்றினன்னர்ப் புணர்ச்சி
புலராமகிழ் மறப்பறியாது நல்கும்
சிறப்பிற்றே தண்பரங் குன்று" *(பாடல் 8, 40-46)*

இக்குன்றமும், அதனையுடைய தெய்வமும் காதலர் பிரியாது வாழும் இன்ப வாழ்க்கையையளிக்கும். குறிஞ்சி நில ஒழுக்கமாகிய களவினையும், மருதநில ஒழுக்கமான கற்பினையும் முருகனது இரு

திருமணங்கள் காட்டுகின்றன. மருத நிலத்தில் கற்பு மணத்தால் ஒரு மனைவியைக் காதலிக்காது மணந்து கொண்டவன், முருகனது களவு மணத்தைப் புகழ்ந்து, களவு மணத்தில் ஊடலும் பிரிதலும் இல்லையென்பதால் அவ்வாழ்க்கை இன்பமிக்கது என்று கூறுகிறான்.

காதற் காமம் காமத்துச் சிறந்தது
விருப்போ ரொத்து மெய்யுறு புணர்ச்சி
புலத்தலிற் சிறந்தது கற்பே, அது தான்
இரத்தலும் ஈதலும் இவைவுள்ளிடாப்
பரத்தை யுள்ளதுவே; பண்புறு சுழறல்
தோள் புதிதுண்ட பரத்தையிற் சிவப்புற
நாளணிந் துவக்கும் சுணங்கறை அதுவே
சுணங்கறைப் பயனும் ஊடலுள்ளதுவே
அதனால்
அகறல் அறியா அணியிழை நல்லார்
இகறலைக் கொண்டு துனிக்கம் தவறிலரித்
தள்ளாப் பொருளியல் பின் தண்தமிழாய் வந்திலார்
கொள்ளார் இக்குன்றுப் பயன்.

பொருள் : களவினைவிடக் கற்பு, ஊடல் உள்ளதால் சிறப்பு அற்றது. அவ்வூடல் தலைவன் வாயில் வேண்டலும், தலைவி வாயில் நேர்தலும் உள்ளிட்ட தலைவனது பரத்தமை யொழுக்கத்தால் வருவது. தலைவன் புதிதாகக் கூடிய பரத்தையின் வீட்டில் இருக்கும் பொழுது தலைவி தன் தோழியொருத்தியைச் சிவந்த அணியாலே அணிவித்துத் தனது பூப்பை அறிவிக்க அனுப்புவாள். அதையறிந்த தலைவன் தலைவியின் இல்லத்திற்குச் சென்று அவளைக் கூடுவான். கற்பில் புணர்ச்சி இத்தன்மையது. பரத்தை, தலைவிக்குப் பாங்காயினார் கேட்கும்படி இவ்வொழுக்கத்தைக் குறை கூறுவாள். கற்பில் புணர்ச்சியின்பம் களவுப் புணர்ச்சியின்பம் போல இயல்பாக உளதாகாது. ஊடுதலால் உண்டாவதாகும். இக்கற்பிற்போலத் தலைவர் நீங்குதல் இல்லாத களவுப் புணர்ச்சியையுடைய மகளிர், தம் தலைவரோடு மாறுகொண்டு ஊடுகின்ற குற்றம் இல்லாதவர். இக்களவுப் புணர்ச்சியே களவு கற்பெனும் இரண்டனுள் சிறந்தது என்று பாராட்டுகிற பொருள் இலக்கணத்தை ஆராயாத தமிழை அறியாத தலைவரே இக்குன்றின் பயன் அறியார்.

துணைவரைப் பிரித்தவர்களைச் சிவன் கூட்டுவிப்பான் என்ற நம்பிக்கையை மற்றோர் பாடலில் காணலாம். தலைவர் வந்து

மீண்டும் பிரியாதிருக்கும் பொருட்டு மகளிர் முருகனைப் பாடும் பாட்டை அவன் விரும்புகிறான். அதனால் அவர்களைச் சேர்த்து வைப்பான் என்ற நம்பிக்கையில் அவர்கள் முருகனுக்கு வழிபாடு செய்வர்.

"கெழிஇக் கேளிர் சுற்ற நின்னை
***எழீஇப் பாடும் பாட்டமர்ந் தோயே"* (பாடல் 14, 23-24)**

பொருள் : தலைவியர் தம்மைப் பிரிந்து சென்ற தலைவர் விரைந்து வந்து புணர்ந்து பின் நீங்காமைப் பொருட்டு யாழிசை எழுப்பி உன்னைப் பரவிப் பாடுகின்ற பாட்டினை விரும்புவோனே.

அவர்கள் பாட்டுக்கு மனமிரங்கி முருகன் அருளிய பின், தலைவர்கள் வந்து தலைவியரோடு சேர்ந்து வாழ்கிறார்கள். அப்பொழுது அவர்கள் முருகனை நினைப்பதில்லை. வையையிலும் பரங்குன்றின் அருவியிலும் நீராடி விழாக் கொண்டாடுகிறார்கள். துணை பிரிந்த மகளிரே தமது கணவரோடு சேர்த்து வைக்க முருகனை வழிபட்டனர் என்று தெரிகிறது. கோவில் சுவரில் எழுதப்பட்டிருந்த ஓவியங்கள் தெய்வங்களைப் பற்றிய ஓவியங்களாக இல்லை. திருப்பரங்குன்ற மண்டபத்தில் இரண்டு ஓவியங்கள் எழுதப்பட்டிருந்தன.

அவற்றைத் தம் காதலியருக்குத் தலைவர் காட்டி விளக்குவதாக குன்றம் பூதனார், பாடல் பதின்மூன்றில் கூறுகிறார்.

"இந்திரன் பூசை, இவள் அகலிகை,
சென்ற கௌதமன் சினனுறக் கல்லுரு
ஒன்றிய படியிதென் றுரைசெய் வோரும்"
"இரதி காமன் இவளிவன் என்றா
விரகியர் வினவ விடையிறுப்போரும்"

களவுப் புணர்ச்சி தமிழ் இலக்கிய மரபு. இதன் அதி தேவதைகளாக இரதியையும் காமனையும் கூறுவது வடமொழி இலக்கிய மரபு. இவ்வோவியங்களில், களவுப் புணர்ச்சியை விரும்பும் மக்களுக்கு, அதன் கடவுளர்களாக வடமொழி இலக்கியங்களால் குறிப்பிடப்படும் இரதியும் காமனும் ஓவியங்களில் வரையப்பட்டுள்ளனர். அகலிகை கதையும் வரையப்பட்டிருந்தது. வடமொழி மரபுப்படி, இந்திரனும் அகலிகையும் காதலர்கள். கௌதமன், அகலிகையின் தந்தையை அணுகி, தன் கல்வி மேன்மையைப் புலப்படுத்தி, அவளைத் தன்

மனைவியாகப் பெற்றான். இது பிரம மணம். காதலின்றி மணம் நிகழ்ந்ததால் ஏற்பட்ட பின் விளைவை இக்கதை கூறுகிறது. களவின்றி நடைபெறும் பிரம மணத்தால், குடும்பமே அழிவதை இக்காட்சி விளக்குகிறது.

மேற்கூறிய யாவும், தொல்காப்பியர் கருத்துப்படியே தான் பரிபாடல்கள் பாடப்பட்டன என்பதும், கடவுள் வாழ்த்து காம வாழ்க்கைக்குத் தெளிவாக்குகிறது.

திருமணமான கற்பொழுக்க மகளிர் முருகனை வழிபட்டு வரம் கேட்கிறார்கள்.

> **"கருவயிறுறுகெனக் கடம்படுவோரும்**
> **செய்பொருள் வாய்க் கெளச்**
> **செவிசாரத்துவோரும்**
> **ஐயமரடுகென அருச்சிப்போரும்."** *(பாடல் 8. 106-108)*

தாம் கருவுற வேண்டுமெனவும், தம் கணவர்களுக்கு செல்வமும், போரில் வெற்றியும் அருள வேண்டுமெனவும் மகளிர் வேண்டுகின்றனர். சூரனை வென்றதால் போர்க் கடவுளாகக் கருதப்பட்ட முருகனிடம் போரில் வெற்றியை வேண்டி அரசரும் வீரரும் வழிபடுகின்றனர். முருகனுடைய போர்ப் படைகளை பலவாறாகப் புகழ்கின்றனர் அவனுடைய வெற்றி தமக்கும் ஆகவேண்டுமென்ற உள்ளக் குறிப்பை வெளியிடுகின்றனர்.

> **"செருவேற் றானைச் செல்வ."**
> **"விரிகதிர் முற்றா விரிசுடர் ஒத்தி,**
> **எவ்வத் தொவ்வா மாமுதல் தடிந்து**
> **தெவ்வுக் குன்றத்துத் திருத்துவேல் அழுத்தி**
> **அவ்வரை யுடைத்தோய் நீ."**
>
> **"மாறமர் அட்டவை மறவேல் பெயர்ப்பவை**
> **ஆறிரு தோளவை, அறுமுகம் விரித்தவை**
> **ஒன்றமர் ஆயமோ டொருங்கு அடியுறை**
> **இன்றுபோல் இயைகெனப் பரவுதும்**
> **ஒன்றார்த் தேய்த்த செல்வநிற் றெழுதே"**

வீரனை வணங்கி அவன் போர்ப் படைகளைப் புகழ்ந்து பாடினால் தமக்கும் வீரவுணர்வு வரும், போரில் வெற்றி கிட்டும் என்று வீரர்கள் நம்பினார்கள்.

இந்நம்பிக்கை காரணமாகப் பாண்டிய மன்னன் திருப்பரங் குன்றத்திற்குப் போய் முருகனை வழிபட்டான்.

சுடரொடு சூழ்வரும் தாரகை மேருப்
புடைவரு சூழல் புலைமாண் வழுதி
மடமயி லோடு மனையவ ரோடும்
கடனிறி காரியக் கண்ணவ ரோடுநின்
சூருறை குன்றிற் றடவரை யேறி மேற்
பாடு வலந்திரி பண்பிற் பழமதிச்
சூடியசையுஞ் சுவன் மிசைத் தானையிற்
பாடிய நாவிற் பரந்த வுவகையின்
நாடு நகருமடைய சுமைந்தணைத்தே.

அரசன் வழிபடும் கோயிலான பிறகு, இது செல்வம் கொழிக்கும் நிறுவனமாயிற்று. மாத விழாக்களும், ஆண்டு விழாக்களும் மிகுதியும் நடைபெற்றன. செல்வர்களும், கல்வியிற் சிறந்தோரும், வீரர்களும் கோயிலுக்குச் சென்று வழிபட்டனர்.

அவர்கள் தங்கள் தங்கள் துறைகளில் வெற்றிபெற முருகனை வேண்டினர். முருகன் கோயிலின் மண்டபத்தில், அரசவையில் நடப்பன் போலவே பல போட்டிகள் நடைபெற்றன.

ஆடல் நவின்றோர் அவர்போர் செறுப்பவும்,
பாடல் பயின்றோரைப் பாணர் செறுப்பவும்,
வல்லாரை வல்லார் செறுப்பவும் ஓர் சொல்லால்.

இப்போட்டிகளில் கலந்து கொள்ள முருகன் கோவிலிலேயே ஆடல் வல்ல அடியுறை மகளிரும் (தேவதாசிகள்) பாடல் பயின்ற பாணரும், சூது நூல் அறிந்த சூதாடிகளும் இருந்தனர் என்று தெரிகிறது. போராட வருவோர், முருகனது வேலையும், கவசத்தையும், கொடியையும் வணங்குவர். முருகனது வெற்றிக்குக் காரணமான வேலும், கவசமும், கொடியும் தம் முயற்சிகளில் தமக்கு வெற்றி தரும் என நம்பினர்.

செம்மைப் புதுப்புனல்
தடாகம் ஏற்ற
படாகை நின்றன்று
வென்றுயர்ந்த கொடி வியன்சான்றவை

பரிபாடற்காலத்தமிழர் தாம் கூறுவது உண்மையென்பதற்காகக் குன்றின் மீதும், வேலின் மீதும் ஆணையிடுவது வழக்கம்.

அவ்வாணை பொய்யாணையாக இருந்தால் அவர்களுக்குத் துன்பம் நேரும். இவ்வச்சத்தால் அவனும் அவன் மனைவியரும் பூவும், அகிலும் சந்தனமும் போன்ற வழிபடு பொருள்களோடு சென்று முருகனை வணங்குதல் வேண்டும்.

எட்டாம் பாடலில் இத்தகைய நிகழ்ச்சியொன்று கூறப் பட்டுள்ளது. பரத்தையர் சேரியிலிருந்த தலைவனை, தலைவி தூதனுப்பி வரவழைத்தாள். அவன் அவளைப் புகழ்ந்து கூறி அவளைத் தழுவ முயன்றான். அவள் அவனைத் தடுத்து பிறமாதர் மணம் அவன் மேனியில் வீசுகின்ற தென்று கூறி, முன்பு அவளுக்குத் திருமணத்தின் போது அவன் அளித்த சூளுரையை

மாற்றிக்கொள்ள வேண்டும், என்று சொல்லுகிறாள். அவன் திருப்பரங்குன்றத்திற்குச் சென்று வந்ததால் அக்குன்றின் மணம் தன் உடலில் வீசுவதாகக் கூறுகிறான். தான் கூறுவது உண்மையென்று அவன் சூளுரைக்கிறான்.

“இனிமணல் வையை இரும்பொழிலும் குன்றப்
பனிமொழி சாரலும் பார்ப்பாரும்
துனியன் மலருண்கண் சொல் வேறு நாற்றம்
களியின் மலரின் மலிர் கால் சீப்பின்னது
துனியன்னி நீ நின் சூள்''

அது கேட்ட தோழி கூறினாள்:

“வருபுனல் வையை, மணல் தொட்டேன் தருமணவேள்
தண்பரங் குன்றத்தடி தொட்டேன் என்பாய்
கேளிர் மணலின் கெழுவு மீதுவோ
ஏழுலகு மாறி திருவரைமேலன் பளிதோ,
என்னையருளியரு முருகு சூள் சூளின்
நின்னையருளி வணங்கான் மெய் வேறின்னும்
விறல் வெய்யோனூர் மயில் வேனிழ னோக்கி
அறவரடி தொடினும் ஆங்கவை சூளேல்
குறவன் மகளாணை கூறலோ கூறேல்”

பொருள்: “வையையும், மணலையும் தொட்டுச் சூளுரைப்பினும் வேலையும், குன்றையும், காட்டிச் சூளுரைத்தல் கூடாது. பொய்ச் சூளாயின், குன்றும் வேலும் உன்னை வருத்தும். வள்ளியின் மீதாணை, பொய்ச் சூள் உரையாதே.”

இது கேட்டுத் தலைவன் "எனக்குத் தீங்கு வருமாயின் அதைத் தடுக்கத் தலைவியே குன்றத்தையும், முருகனையும் வழிபடுவாள். வழிபாட்டிற்குரிய பொருள்களோடு புறப்படுங்கள்" என்று கூறி முருகனுக்குச் சாந்தி செய்யப் புறப்பட்டான்.

முதலில் முருகன் ஒரு குறிப்பிட்ட சக்தியுடையவனாக, அதாவது பிணி தீர்க்கும் சக்தியுடையவனாகக் கருதப்பட்டான். இதனால் இனக்குழு வாழ்க்கையில் அவன் வேலன் மூலம் தன் சக்தியை வெளிப்படுத்தினான். குழுக்கள் இணைந்த காலத்தில் அவன் கொற்றவை என்ற வேட்டைத் தெய்வத்தின் மகனாக வேட்டைத் தொழிலுக்கும், போர்த் தொழிலுக்கும் தலைவனானான். இவை யாவும் மலைச்சாரல் வாழ்க்கையில் தமிழ் மக்களிடத்து எழுந்த நம்பிக்கைகள், குழு வாழ்க்கை அழிந்து சிறு நாடுகள் தோன்றின. இவை குழுக் கூட்டமைப்புக்களே. குழுக்களில் காணப்பட்ட மர வணக்கமும், விலங்கு வணக்கமும், எச்சங்களாக இப்புது சமுதாயத்தில் நின்றன. இதனோடு முருகன் என்ற சக்தியை அவர்கள் மரத்திலும் விலங்குருவத்திலும் வழிபட்டனர்.

இனக் குழு மக்களின் பொதுக் கூட்டமைப்புக்கள், அரசாக இணைகிற பொழுது, வடநாட்டுப் புராணக் கதைகளும், தமிழ் நாட்டுக் குழு நம்பிக்கைகளின் எச்சங்களும் கலந்து முருகன் என்ற கலப்புருவக் கடவுளை தமிழ் மக்கள் தோற்றுவித்தார்கள்.

இவனே திருப்பரங்குன்ற முருகன். இப்பொழுது அவன் அரசன் வணங்கும் தெய்வமாகி விட்டான். செல்வர்களும் வறியவர்களும் அவனை வணங்கினார்கள். ஒவ்வொரு பகுதி மக்கள் வணங்கப்படும் தெய்வமாக முருகன் இருந்தபொழுது ஒவ்வொர் சக்தியுடையவனாக அவன் கருதப்பட்டான்.

வணங்கிய மக்கள் சக்தி

1. வேட்டையாடும் வேட்டைத் தெய்வம்
   மக்கள் நோய் தீர்க்கும் சக்தி
2. குறிஞ்சி நில மகளிர் காதலரைச் சேர்த்து வைக்கும் சக்தி
3. குறிஞ்சி நில மக்கள் போர்த் தெய்வம்
   வெட்சிப் போர்களில் கொற்றவை சிறுவன் ஈடுபடும் பொழுது
4. பெரியக் இனக் குழுக் காதல் தெய்வம்
   கூட்டமைப்புக்கள் போர்த் தெய்வம்
   வரம் தரும் தெய்வம்

5. பண்பாட்டுக் ஆண் தெய்வத்தின் மகன்
கலப்புக் காலம் சிவ குமாரன்.

பழைய சக்திகள் அனைத்தும் உண்டு. எல்லா வகைப் போட்டிகளிலும் வெற்றி தருபவன். முக்கியமாகப் போர்க் கடவுள்.

6. திருப்பரங்குன்றக் கோயில் எல்லா மக்களுக்கும் தெய்வம். தோன்றிய காலம். அரசனுக்கும் தெய்வம். அவன் எல்லா வரங்களும் அருளும் சக்தியுடையவன்.

இத்தகைய சக்திகள், வரலாற்று மாற்றங்களுக்கு ஏற்றபடி முருகனுக்கு வழிபடுவோரால் ஏற்றிக் கூறப்பட்டன. 4, 5, 6 - வது காலங்களில் தோன்றிய பாடல்களே பரிபாடல். அதிலும் 4, 5-வது காலத்துச் சிந்தனைகளே மிகப்பெரும்பான்மையாக இப்பாடல்களில் உள்ளன. 6-வது காலச்சிந்தனை குறைவாகவே காணப்படுகிறது.

இச்சிந்தனை வருமாறு: எல்லாச் சக்திகளும் உடைய முருகனிடம், பொருளையோ, இன்பத்தையோ, புகழையோ கேட்க வேண்டாம். அவன் அருளையும் அன்பையும் பெற்று அவன் காட்டிய வழியில் அறம் செய்தால், நாம் கேளாமலேயே அவன் நமது விருப்பங்களையெல்லாம் நிறைவு செய்வான். இச்சிந்தனை அடிப்படைத் தேவைகளான உணவும், உடையும், உறையுளும் நிறைவானவர்களுக்கே தோன்றும். அவர்களிடம் பொருள் இருப்பதால், போகமும் புகழும் எளிதில் கிடைக்கும். எனவே தான் இரண்டொரு பாடல்களில் புலவர்கள்.

“பொருளும் போகமும் புகழும் வேண்டா
அருளும் அன்பும் அறனும்

வேண்டுமென்று பாடுகிறார்கள்.

இவை தவிர உலக இன்பங்கள் பொய்யானவை என்று கருத்தோ, வேறுலகில் இன்பமிருக்கிறதென்று எண்ணியோ இவ்வுலக ஆசையை வெறுத்து, அவ்வுலகத்துக்குப் போக வரம் கேட்கும் வேண்டுகோளோ பரிபாடற் காலத்தில் தோன்றவில்லை. பொருளும், போகமும் அரசருக்கும் செல்வருக்கும் தாம் பிறருக்கு வறுமையும் துன்பமும் என்ற நிலை இன்னும் தோன்றவில்லை. அரசரும் செல்வரும் செல்வத்தில் திளைத்தனர். ஏழை எளியவரும் இருந்தனர். ஆனால் இந்த ஏற்றத் தாழ்வு அதற்குப் பின்னுள்ள காலத்தில் உள்ளது போல் பரிபாடற் காலத்தில் மிகுதியாக இருக்கவில்லை. மேலும்,

இனக்குழுவில் சமமானவர்களாகவும், சகோதரர்களாகவும் வாழ்ந்த நிறைவு இன்னும் சமூகத்தின் அடி நிலைகளில் வாழ்ந்தவர்கள் மனத்திலிருந்து அழியவில்லை. எனவே அவர்களிடையே "வாழ்க்கையே துன்பம், பொய்யானது. அதில் இன்பத்தை நாடக்கூடாது" என்ற சிந்தனையும், பேரின்பம் வேறுலகத்தில் உள்ளது என்ற கற்பனையும் அப்பொழுது தோன்றவில்லை.

கலைகளின் தோற்றம்

(கலைகள் மனிதனுடைய அழகுணர்ச்சியின் வெளிப்பாடாக எழுந்தன என்று கலைஞர்கள் கூறுகின்றனர். கலைகளின் தோற்றக் காலத்தை ஆராய்ந்து அவை எக்காரணத்தால் எழுந்தன என்பதை இக்கட்டுரை ஆராய்கிறது.

இக்கட்டுரையில் வரலாற்று முற்காலத் தொல்பொருள் சான்றுகளையும், தற்கால மானிடவியல் சான்றுகளையும் ஒப்பிட்டு ஆராய்ந்து, நவீன ஒப்பியல் முறையைப் பின்பற்றி முடிவுகளுக்கு வந்துள்ளேன். ஆ—ர்]

"கலைகள் எப்பொழுது தோன்றின? மனிதன் தோன்றி போதே, கலைகளும் தோன்றின. கலைகளே மனிதனை விலங்கினின்றும் பிரிக்கின்றன" என்று சில அறிஞர்கள் கூறு கிறார்கள். சில இலக்கிய ரசிகர்கள் "இலக்கியமே மனிதன் படைத்த முதற்கலை, அதுவே கலைகளின் தாய்" என்றும் கூறுகிறார்கள்.

அகழ்வாராய்ச்சியும், மானிடவியல் ஆராய்ச்சிகளும் மானிட இனத்தின் வரலாற்றையும் அவனது பண்பாட்டின் வரலாற்றையும் அறியப் பல சான்றுகளை இந்நூற்றாண்டில் அளித்துள்ளன.

கற்கால மனிதன் மனிதக் குரங்கினத்திலிருந்து பிரிந்து புதிய இனமாக உருவாகத் தொடங்கிய காலம் சுமார் 10 லட்சம் ஆண்டுகளுக்கு முன்னரேயாம். உலகில் பல நாடுகளில் "ஹோமோ ஸேபியன்ஸ்" என்ற பண்டைக் கால மனிதனின் எலும்புக் கூடுகளும், அவனது கற்கருவிகளும் கிடைத்துள்ளன. அவற்றிலிருந்து அவன் தனது உணவைப் பெற இக்கற்கருவிகளைப் பயன்படுத்தினான் என்பதும், உணவு பெறுவதே அவனது முக்கிய சிந்தனையாக இருந்ததென்பதும் புலனாகிறது. அப்பொழுது அவன் இயற்கைச் சக்திகளுக்கு அடிமையாக இருந்தான். இயற்கையின் சக்திகளான தீ, காற்று, நீர், முதலியவையும், கொடூர விலங்குகளும் அவனது நல்வாழ்க்கைக்கு விரோதமாக இருந்தன. அவைகளைக் கண்டு அஞ்சி, அவற்றின கொடூர சக்திக்குத் தப்பி உணவு தேடி

வாழ்வதையே அவன் தனது எண்ணமாகக் கொண்டிருந்தான். அவன் கலை எதனையும் படைக்கவில்லை. அவன் மொழியைக் கூடத் தோற்றுவிக்கவில்லை. எனவே மனிதன், மனிதப் பண்புகளோடு உருவான காலத்தில், கலையும், மொழியும் தோன்றின. மனிதனது உறுப்புக்களும், மூளையும், இன்றைய மனிதனது உறுப்புக்களும், மூளையையும் போலவே வளர்ச்சியடைந்த காலம் சுமார் 60,000 ஆண்டுகளாக இருக்கலாம் என்று சோவியத் அகழ்வாராய்ச்சியாளர்கள் கணக்கிட்டுள்ளனர்.

மனிதன் தோன்றிய காலத்தில் மந்தைகளாக, ஒரு குறிப்பிட்ட நோக்கத்திற்கு ஒன்று சேர்ந்து பின் பிரிந்துவிடுவர். சில லட்சம் ஆண்டுகளுக்கு முன் மக்கள் கூட்டம், இணைந்து நிலையாக ஒன்றுபட்டு, உணவு தேடலில் ஈடுபட்டது. ஒன்றுபட்டு வேட்டையாடிற்று. ஒன்றுபட்டு மலை வேளாண்மை செய்தது.

அதற்கு முன்னர் தம்முடைய வாழ்க்கைப் போராட்டத்தில், தனது ஆற்றலை அதிகரித்துக்கொள்ளப்பல நம்பிக்கைகளை மக்கள் உருவாக்கினார்கள். பல பண்பாட்டு நிலைகளிலுள்ள மக்கள் குறிப்பிட்ட நம்பிக்கைகளை உடையவர்களாயிருந்தனர்.

வேட்டையாடும் மக்களின் சிந்தனைகளும் நம்பிக்கைகளும் விலங்குகளைப் பற்றியே இருத்தல் இயல்பு. இவர்களது புதை குழிகளிலும், இருப்பிடத் தலங்களிலும் பல விலங்குருவப் படிவங்கள் கிடைக்கின்றன. கற்கால மனிதர்கள் வாழ்ந்த குகைகளில், காண்டாமிருகம், மாம்மத் என்ற யானை போன்றதோர் உருவம் வரையப்பட்டிருப்பதை ஆய்வாளர்கள் கண்டுபிடித்துள்ளனர். இவை வரலாற்று முற்கால மக்களின் ஆரம்பக் கலை முயற்சிகள். மேலும் வளர்ச்சியுற்றுப் பண்டைய நாகரிகம் தோன்றிய காலத்தில் பல சிற்ப உருவங்களை மக்கள் படைத்தனர். இவை எகிப்து, அசிரியா, பாபிலோன், இந்தியா, மெக்ஸிகோ முதலியவிடங்களில் கிடைக்கின்றன. எகிப்தில் கழுகு- மனித உருவமும், ஆண் தலையும், சிங்க உடலும் உள்ள உருவமும், அசிரியா, பாபிலோன் நாடுகளில் காளை மாட்டு உடலும் ம்னிதத் தலையும், இறகுகளும் உள்ள உருவங்களும், இந்தியாவில் நரசிம்மன், விநாயகன், மச்சாவதாரம், கூர்மாவதாரம் போன்ற சிற்ப உருவங்களும் மெக்ஸிகோவில் புலி - மானிட உருவமும் இரண்டாவது கால கட்டத்தின் படைப்புகளாகக் கிடைத்துள்ளன.

மூன்றாவது கால கட்டத்தில் மனித உருவங்களும், மிகைப் படுத்தப்பட்ட மனித உருவத்தில் தெய்வங்களும் சிற்பங்களாகப் படைக்கப்பட்டன.

எனவே மனிதனது படைப்புக்களில் அகழ்வாராய்ச்சி மூலம் கிடைத்துள்ள சான்றுகளின் மூலம் சிற்பக் கலையின் வளர்ச்சியை நான்கு கட்டங்களாகக் குறிப்பிடலாம்.

1. விலங்குருவப் படைப்புக் காலம்
2. மனித விலங்குருவப் படைப்புக் காலம்
3. மனித உருவப் படைப்புக் காலம்
4. தெய்வ உருவப் படைப்புக் காலம்

இக்கால கட்டங்களில் முதலாவது, வரலாற்றுக்கு முற்பட்ட காலத்தைச் சார்ந்தது. இரண்டாவது கட்டம், வரலாற்றின் தோற்ற காலம். மூன்றாவதும் நான்காவதும் வரலாற்றுக் காலங்கள்.

முதற்காலகட்டக் கலையைப் பற்றி அறிய அதனைப் படைத்த மக்களைப் பற்றி அறிந்து கொள்ள வேண்டும். முதற் காலக்கட்டத்தில் விலங்குருவங்களை அவர்கள் படைத்தார்கள் என்பதை நமக்கு அகழ்வாராய்ச்சிகள் அறிவிக்கின்றன. ஏன் அவர்கள் விலங்குருவங்களைப் படைத்தார்கள் என்பதற்கு விடை காண அகழ்வாராய்ச்சிச் சான்றுகள் பயன்படா. அதனையறிய மானிடவியல் சான்றுகளைத் துணையாகக் கொள்ள வேண்டும். தற்காலத்தில் முதல் கட்டத்தில் சிற்பங்களைப் படைத்தவர்கள் வாழ்ந்த சமுதாயச் சூழ்நிலையிலும், பண்பாட்டு வளர்ச்சி நிலையிலும் வாழ்கிற இனக்குழு மக்கள் உள்ளனர். சமமான சூழ்நிலைகள் சமமான சிந்தனைகளைத் தோற்றுவிக்கும். அது மட்டுமின்றி முற்கால மக்களைப் போலவே தமது வாழ்க்கையில் விலங்குகளுக்கு முக்கியத்துவமளிக்கும் மக்கள் உள்ளனர். அவர்களது நம்பிக்கைகளை ஆராய்ந்து, முற்கால மக்களின் நம்பிக்கைகள் எவையென அனுமானிக்கலாம். வேட்டை வாழ்க்கையை முற்றிலும் கைவிட்டு உழவுத் தொழிலால் உணவு பெற்று வாழும் மக்களினத்தவரிடையே கூட, வேட்டைக் கால நம்பிக்கைகளின் எச்சங்கள் உள்ளன. அவை எச்சங்களென்று துணிந்தால், முற்கால வாழ்க்கையின் நம்பிக்கைகளை அனுமானிக்கலாம். இவ்வாறு தற்கால இனக் குழு மக்களின் நம்பிக்கைகளைச் சான்றுகளாகக் கொண்டு வரலாற்று முற்கால மக்களின் நம்பிக்கைகளை ஊகம் செய்யலாம். இரண்டு ஆய்வுத்துறைகளின் ஒப்பியல் ஆய்வுகளால் கலையின் தோற்ற கால நிலைமையையும், எவ்விதச் சிந்தனைகள், நம்பிக்கைகளால் ஆரம்ப காலக் கலை பாதிக்கப்பட்டது என்பதையும் அறியலாம்.

இரண்டாவது காலகட்டக் கலையைப் பற்றி அறிய அகழ்வாராய்ச்சிச் சான்றுகளும், மானிடவியல் சான்றுகளும் புராணக் கதைகளும் உள்ளன. அவற்றை வரலாற்று ரீதியாக வரிசைப்படுத்தி இக்கலையின் தன்மையை அறியலாம்.

மூன்றாவது நான்காவது கால கட்டங்களைப் பற்றி அறிய, அகழ்வாராய்ச்சிச் சான்றுகளும் புராணக் கதைகளும் பயன்படும். புராணக்கதைகள், வாய்மொழிக் கதைகள் இவையாவும் இலக்கியச் சான்றுகள் எனப்படும்.

இனி முதல் கட்டத்தைப் பற்றி ஆராய்வோம். தற்கால இனக்குழு மக்களும், வரலாற்று முற்கால மக்களும் தங்கள் கலைகளில் விலங்கிற்கு முதன்மையளிக்கிறார்கள். இது ஏன் என்று விளங்கிக் கொள்ள, இனக்குழு மக்களின் நம்பிக்கைகளைப் பற்றித் தெரிந்துகொள்ள வேண்டும். அவற்றை அகழ்வாராய்ச்சிச் சான்றுகளோடு ஒப்பிட்டு முற்கால மக்களின் நம்பிக்கைகளை அனுமானிக்க வேண்டும். இவ்வித ஒப்பியல் முறை பற்றிச் சிறிது விளக்கமாக கூறுவோம்.

இரும்புக்கால ஆரம்பத்தில் இருந்த மக்களின் வாழ்க்கை நிலையில் இன்றும் பல இனக்குழுக்கள் உள்ளன. வேட்டையையே பெரும்பாலும் வாழ்க்கையின் அடிப்படையாகக் கொண்ட இனக்குழுக்களும், வேட்டையையும், புராதன விவசாயத்தையும் வாழ்க்கையின் அடிப்படையாகக் கொண்ட இனக்குழுக்களும் உள்ளன. விவசாயத்தை முக்கியமான வாழ்க்கை வழியாகக் கொண்ட இனக்குழுக்களும் உள்ளனர்.இவர்கள் நாகரிகமடைந்த மக்கள் பகுதியினிடமிருந்து விலகி மலைப்பகுதிகளிலும் காடுகளிலும் வாழ்கிறார்கள். பெரும்பான்மையான மக்கள் பெற்றுள்ள சமுதாய வளர்ச்சியையும், நாகரிக வளர்ச்சியையும் பெறாமல் இவ்வினக் குழுக்கள் பின்தங்கிய நிலைகளிலுள்ளவர்கள். இவர்களுடைய சமுதாய வாழ்க்கை, வரலாற்று முற்கால மக்களின் சமுதாய வாழ்க்கையோடு ஒப்பிடத் தக்கதாயுள்ளது. இச்சமுதாய வாழ்க்கையும், வாழ்க்கை வழிகளும் அவர்களுடைய சிந்தனைகளையும், நம்பிக்கைகளையும் உருவாக்குகின்றன. வளர்ச்சியடைந்த மக்களின் சிந்தனைகள், நம்பிக்கைகளிலிருந்து அவர்களுடைய சிந்தனைகளும் நம்பிக்கைகளும் வேறுபடுகின்றன. இனக்குழு மக்களின் கலைப்படைப்புகள், இப்பின் தங்கிய சமுதாயச் சூழலிலிருந்தும், நம்பிக்கைகளிலிருந்தும் எழுகின்றன. எனவே வரலாற்று முற்கால மக்களின் கலைப்படைப்புகளைத் தற்கால இனக்குழு மக்களின்

கலைப்படைப்புகளோடு ஒப்பிட்டு, இக்கால இனக்குழு மக்களின் வாழ்க்கை நிலையையும், நம்பிக்கைகளையும் போன்றே முற்கால மக்களின் வாழ்க்கை நிலையும், நம்பிக்கையும் இருந்தன என்று ஊகிக்கலாம். இந்த ஒப்பியல் ஆராய்ச்சியில் அகழ்வாராய்ச்சி ஆதாரங்களையும், மானிடவிடல் ஆராய்ச்சி ஆதாரங்களையும் ஒப்பிட வேண்டும். ஆனால் இரண்டையும் ஒப்பிடும் பொழுது தற்காலம் போல முற்காலம் இருந்ததென்ற முடிவுக்கு வந்துவிட முடியாது. முற்கால வரலாற்றின் வளர்ச்சியைக் கருத்தில் கொண்டு, சான்றுகளைக் கால வரையறை செய்து கொண்டு, தற்காலக் குழு வாழ்க்கையின் படைப்புகளை அவற்றோடு ஒப்பிட வேண்டும். குழு வாழ்க்கையும் வரலாற்று ரீதியாக மாறி வருகிறது.

இம்மாறுபாடுகளுக்குக் காரணம், எந்தக் கருவிகளைக் கொண்டு ஒரு சமுதாயத்தின் மக்கள் தமது உணவு, உடை உறையுள் தேவைகளை, எவ்வாறு பூர்த்தி செய்து கொள்ளு கிறார்கள், எக்கருவித் தொகுதியைப் பயன்படுத்தி அவர்கள் தேவைப் பொருள்களைப் பெறுகிறார்கள்? அதனால் அவர்கள் படைக்கும் உற்பத்தி சக்திகள் எவ்வாறு மாறி வந்திருக்கின்றன என்பதையெல்லாம் கவனத்தில் கொண்டு கலையின் வரலாற்றை அறிய வேண்டும். ஏனெனில், சமுதாய வாழ்க்கையின் உள்ளப் பிரதிபலிப்பே கருத்துக்களாகும். இத்தகைய முறையியலைக் கையாண்டு கலையின் தோற்றத்தையும் அதன் ஆரம்பகால வரலாற்றையும், ஆராய்வதே இக்கட்டுரையின் நோக்கம்.

மிகப் பண்டைக்கால மனிதனது எலும்புக் கூடுகள் உலகத்தின் பலவிடங்களில் கண்டுபிடிக்கப்பட்டுள்ளன. அவற்றுள் பழமையானது லட்சம் ஆண்டுகளுக்கு முற்பட்டது. அது போன்றே பல எலும்புக் கூடுகள் ஐரோப்பாவில் கடந்த 50 ஆண்டு காலத்தில் கிடைத்துள்ளன. 'நீயாண்டார்தல் மனிதன்' என்பது மானிடவியலார் அவ்வெலும்புக் கூட்டின் சொந்தக்காரனாக மனிதனுக்கு இட்டுள்ள பெயர். இதுபோலவே சீனாவிலும், ஜாவாவிலும் வாழ்ந்த மனிதர்களின் எலும்புக் கூடுகள் கிடைத்துள்ளன. அவற்றை பீகிங் மனிதன், ஜாவா மனிதன் என்றழைக்கிறார்கள்.

இவை கிடைத்த புதைவிடங்களில் பழங்கற்காலக் கருவிகள் கிடைத்தன. ஜியோமிதி வடிவில் அரைகுறையாகச் செதுக்கப்பட்ட கற்கள் தாம் அவை. உலோகக் கருவிகளோ பொருள்களோ கிடைக்கவில்லை. இவை தவிர விலங்கு உருவக் கற்களோ, மனித உருவக் கற்களோ கிடைக்கவில்லை. மனிதன் முதலில் கலையைப்

படைக்கவில்லை. தான் வாழ்வதற்குத் தேவையான கருவிகளைத்தான் படைத்தான். அதற்கு முன் இயற்கைச் சக்திகளோடு போராடி உணவு மட்டும் பெற்றான். இருப்பிடம் கூடக் குகைகளாகவே இருந்திருக்க வேண்டும். ஏனெனில் எலும்புக் கூடுகள் அகப்பட்ட இடங்களுக்குப் பக்கத்தில் மனிதன் வசித்த குகைகள் காணப்படுகின்றன. அவனுக்கு உடைகள் அநேகமாக எதுவும் இல்லை. சில சமயம் வேட்டையாடிக் கொன்ற விலங்குகளின் தோலை அணிந்திருந்தான்.

இம்மனிதர்களின் வாழ்க்கையில், அவர்களுடைய வாழ்க்கை முறைக்கேற்ற கருத்துக்களும் நம்பிக்கைகளும் தோன்றியிருக்க வேண்டும். அவை கல், கற்கருவிகள், இயற்கைச் சூழல், வேட்டை வாழ்க்கை இவற்றைச் சுற்றியே சுழன்றிருக்க வேண்டும். ஆனால் அவை எவை என்பதையறிய நமக்குச் சான்றுகள் எதுவும் கிடைக்கவில்லை. ஏனெனில் அவர்களுடைய வாழ்க்கை போன்றதோர் வாழ்க்கையை வாழும் மக்கள் இக்காலத்தில் இல்லை. இனக்குழு மக்கள் கூட, முற்றிலும் கற்கருவிகளைப் பயன்படுத்தும் வாழ்க்கையினின்றும் முன்னேறி இரும்புக் கருவிகளைப் பயன்படுத்தி வாழ்கின்றனர். கடுமையான இயற்கைச் சூழ்நிலையை எதிர்த்துப் போராடிய கற்கால மக்கள் லட்சக்கணக்கான ஆண்டுகளில் அந்நிலையினின்றும் மிக மெதுவாக முன்னேறினர். அவர்கள் "நாம் எப்படித் தோன்றினோம்" நமது உணவைப் பெற தமது ஆற்றலைப் பெருக்கிக் கொள்ள என்ன செய்வது?" என்று சிந்தித்தனர். இனக்குழு மக்களும் இவ்வாறு சிந்திக்கின்றனர். தமது அனுபவத்தாலும், இயற்கையை எதிர்த்துப் போராடத் தங்களுக்குக் கிடைத்திருக்கும் ஆற்றலாலும், தங்களுடைய உணவைப் பெறப் பல தடைகள் இருப்பதைக் கண்டனர். எனவே தமது ஆற்றலைப் பெருக்கிக் கொள்ள எண்ணினர்.

பழங்கற்கால மனிதர்கள் இவ்வாசைகளை நிறைவு செய்து கொள்ளச் செயலில் ஈடுபட்டனர்.

அவர்களுடைய வலிமைக்குக் காரணமாயிருந்தவை கற்கருவிகளும், குழுக்கூட்டமைப்பும் தாம். தனியாக வேட்டைக்குச் செல்வதைப் பார்க்கிலும், பலர் கூட்டாகச் சென்று வேட்டையாடுவதில் அபாயம் குறைவு. விலங்குகளும் அதிகமாகக் கிடைக்கும். எனவே குழுவை அவர்கள் ஆற்றலின் உருவமாகக் கண்டார்கள். அவர்களது நம்பிக்கைகளைப் பற்றி நாம் அறிந்து கொண்டால் தான் அவர்களது கலையின் பொருளை நாம் அறிய முடியும்.

பிரான்சில் உள்ள டார்டோக்னே, பாண்ட்டிகாம் என்ற இடத்தில் கற்காலக் குகைச் சித்திரங்கள் உள்ளன. அவை அவற்றை வரைந்தவர்களுடைய நம்பிக்கைகளைக் காட்டு கின்றன. ‘மாம்மத்’ எனற யானையின் முன் விலங்கான (Ancestor) காண்டா மிருகத்தின் படமும் பல குகைகளில் காணப்படுகின்றன.

பிற்காலத்தின் பல புதை குழிகளில் நாய், ஆடு, போன்ற விலங்குகளின் வெண்கல உருவங்களும், சுட்ட மண் உருவங்களும் கிடைக்கின்றன.

பண்டைக் காலத்தில் மனிதன் விலங்குகளின் வடிவங்களைச் சித்திரமாக வரைந்தது ஏன்? அழகுணர்ச்சியாலா? அப்படி யானால், மலை, மரம், சூரியன், ஆறு, மனிதன், பறவை போன்றவற்றை அவன் ஏன் வரையவில்லை? அழகுணர்ச் சியில் யானையும் காண்டாமிருகமும் மட்டும்தானா தென்பட வேண்டும்?

யானை, காண்டாமிருகம் ஆகிய குகைச் சித்திரங்களின் காலம் இரண்டு லட்சம் ஆண்டுகள் என்று தொல் பொருளாய் வாளர் கூறுகின்றனர். அக்காலத்தில் தோன்றிய சித்திரம் மிகப் பழமையான கலைப்படைப்பு; இத்தகைய சித்திரங்கள் மனிதனது முதற்கலை முயற்சிகள் எனக் கூறலாம். நம்பிக்கையும், மனத்துள் எழும் அகச்சித்திரமும் கலைகள் ஆகா வரையப்படும் போதோ, செதுக்கப்படும் போதோ அவை புறவடிவம் பெறுகின்றன. மனத்துள் ஏற்படும் ஒரு அகச்சித்திரம் புற வடிவம் பெற்றால் தான் கலையாகிறது. இங்குக் கற்கால மனிதனது. அகச்சித்திர வெளிப்பாட்டையே குகைச் சுவர்ச்சித்திரத்தில் காண்கிறோம்.

தற்கால இனக்குழு மக்களிடையே வேட்டையாடும் குழுவினர் உள்ளனர். அவர்களிடம் விலங்குகளைப் பற்றிய சில நம்பிக்கைகள் உள்ளன. அவர்கள் ஒவ்வொரு குழுவையும் ஒரு விலங்கோடு தொடர்புபடுத்திக் கொண்டுள்ளார்கள். பெரும்பாலான குழுவினர் ஒரு விலங்கு, செடி, மரம், பறவை அல்லது ஜடவஸ்துவின் வம்சத்தினர் என்று நம்புகிறார்கள். இந்த நம்பிக்கையைப் பற்றி நன்றாகத் தெரிந்து கொண்டால் தான் குகைச் சுவர்ச் சித்திரத்தின் பொருளை நம்மால் அறிந்துகொள்ள முடியும். உலகத்தில் பல பகுதிகளில் வாழும் இனக்குழு மக்களின் இத்தகைய நம்பிக்கைகளைப் பற்றிச் சுருக்கமாகக் கூறுவோம்.

தற்கால இந்திய இனக் குழு மக்கள் ஒரு விலங்கு, செடி அல்லது ஜடப்பொருளோடு தங்களுக்குத் தொடர்பு இருப்பதாக

நம்புகிறார்கள். இத்தொடர்பை நம்பும் மக்களைக்குலக்குறியுடைய மக்கள் (TotemisticPeople) என்று மானிடவியலார் அழைக்கிறார்கள். அவர்களின் பலர் இத்தொடர்பை மறந்துவிட்டாலும் அக்குலக் குறிகளைப் பற்றிப் பல நம்பிக்கை உடையர்களாயிருக்கின்றனர். ஆஸ்திரேலியாவில் குலக்குறி நம்பிக்கையும், சடங்குகளும் பெரிதும் இனக் குழு மக்களிடையே நிலைபெற்றிருக்கின்றன. அமெரிக்காவில் சிவப்பு இந்தியரிடையேயும், ஆப்பிரிக்காவில் பல இனக்குழு மக்களிடையேயும் இந்த நம்பிக்கை பரவலாக நிலைபெற்றிருக்கிறது. இந்தியாவில் மிகப் பல இனக்குழுக்கள் விலங்குகளையோ, செடிகளையோ புனிதமாகக் கருதி, அவற்றை உண்பது பற்றி பல தடைகளைக் கையாளுகிறார்கள்.

குலக் குறியுடைய இனக் குழுக்கள், நாகரிகத்தின் துவக்க நிலையில் இருக்கிறார்கள். காய்கனிகள் தானியங்களைப் பொறுக்கிச் சேகரிப்பது, வேட்டையாடுவது அல்லது புராதன விவசாயம் முதலிய முறைகளில் தங்களது உணவைப் பெறுகிறார்கள். இவற்றினால் அவர்களுக்குப் போதுமான உணவு கிடைப்பதில்லை. இயற்கைச் சக்திகளை வென்று, தங்கள் உணவு உற்பத்திக்குப் பயன்படுத்தும் அளவுக்கு அவர்களிடம் கருவிகள் இல்லை . எனவே ஆற்றலும் இல்லை. கருவிகளைப் புனைந்து கொள்ளும் விஞ்ஞான அறிவும் தோன்றவில்லை. தானியத்தையும், விலங்குகளையும் தேடி அலையும் மக்கள் குழுக்களின் வாழ்க்கையில் விலங்குகளும், செடி கொடிகளும் மரங்களும், முக்கியத்துவம் பெறுவதில் வியப்பில்லை . அவர்களுடைய சிந்தனைகள் இவற்றைச் சுற்றிச் சுழல்கின்றன. இதிலிருந்துதான் சில நம்பிக்கைகள் பிறக்கின்றன. சக்தி மிக்க சில விலங்குகளோடு தாங்கள் தொடர்புடையவர்களானால் தங்களுக்கு வேட்டையாடும் சக்தி மிகுதிப்படும் என்று நம்பி சில குழுக்கள் கரடி, புலி, சிங்கம், காண்டாமிருகம், யானை முதலியவற்றிலிருந்து தாங்கள் தோன்றியவர்கள் என்று நம்பினார்கள். ஒரு விலங்கைக் கொல்லாமல் விட்டுவிட்டால் அது வேட்டையில் துணை செய்யும் என்று நம்பினார்கள். வலிமையுடைய விலங்குகளையும், கொல்லாமல் தவிர்க்கும் விலங்குகளையும் தமது குலக்குறியாகக் கொண்டார்கள்.

மீனைப்போல் தங்கள் குலம் பெருக வேண்டும் என்பதற்காக மீனைக் குலக்குறியாக கொண்டார்கள். பொதுவாக ஒரு விலங்கு ஏதாவது ஓர் ஆற்றலைக் கொண்டிருந்தால் அந்த ஆற்றல் தங்களுக்கு வேண்டும் என்ற ஆசையால் அதனைக் குலக் குறியாகக்

கொண்டார்கள். ஆற்றல் விருப்பம் குலக் குறி நம்பிக்கையின் ஓர் அம்சம். மற்றோர் தன்மை குலத்தினுள் ஒற்றுமையுணர்வை ஏற்படுத்துவது.

உலக முழுவதிலும் இக்குலக்குறி நம்பிக்கை இனக்குழு மக்களிடையே உள்ளது. இந்த நம்பிக்கை வேட்டை வாழ்க்கையிலிருந்தும், பண்டைய பயிர்த்தொழிலிலிருந்தும் தோன்றியது.

இந்நம்பிக்கையுடைய இனக்குழு மக்களைப் போலவே தான், வரலாற்று முற்கால மனிதனுடைய நம்பிக்கைகளும் இருந்தன என்பதற்குப் பண்டைக்காலக் குகைச்சித்திரங்கள் சான்றாக அமைகின்றன. இருவரும் வேட்டையாடியவர்கள். இருவரும் உணவு சேகரித்தவர்கள். இருவரும் விஞ்ஞான அறிவைப் பெறாதவர்கள். ஒற்றுமையுடைய வாழ்க்கை நிலைமைகள் ஒற்றுமையுடைய சிந்தனையைத் தோற்றுவிக்கும். குகைச் சித்திரங்களில் காணப்படும் விலங்கு சாதாரண விலங்கு அன்று. அக்குகையில் இலட்சக்கணக்கான ஆண்டுகளுக்கு முன் வாழ்ந்த மக்களின் குலக்குறி விலங்குதான் அது. அரிக்னேஷியன் காலத்திலும், மக்டாலன் காலத்திலும் (சுமார் லட்சம் வருஷங்களுக்கு முன்னால்), பல விலங்குச் சித்திரங்கள் குகைகளில் வரையப்பட்டுள்ளன. அவற்றுள் யானை போன்றிருந்து தற்போது மறைந்துபோன 'மாம்மத்' என்ற விலங்கும், காண்டாமிருகமும் வரையப்பட்டிருப்பதை முன்னர் குறிப்பிட்டோம். இவை தமக்குப் பாதுகாப்பளிக்கும் குலக்குறிகள் என்று வேட்டையாடும் இனக் குழுக்கள் கருதியிருக்க வேண்டும்.

சில குகைச்சுவர்களில் ஒரு தனி விலங்கின் படம் வரைந் திருப்பதன் அருகில் ஒரு மானோ, ஓர் ஆடோ, அல்லது காட்டெருமையோ அம்பு தைத்து வீழ்ந்து கிடப்பது போல வரைந்திருப்பதைத் தொல்பொருள் ஆய்வாளர்கள் கண்டு பிடித்துள்ளார்கள். தனி விலங்கை வரைவதன் காரணத்தை முன்னரே கூறினோம். அது கற்கால மனிதரது கலைப்படைப்பு. அது குலக்குறி நம்பிக்கையின் புற வடிவம். அம்பு தைத்துக் கிடக்கும் மிருகத்தைக் கற்கால மனிதன் வரைந்திருக்க முடியாது. ஏனெனில் கல் முனை அம்பு விலங்கின் உடம்பில் தைக்காது. இது வெண்கலம், அல்லது இரும்பால் ஆன அம்பு முனையாகத்தான் இருத்தல் வேண்டும். அப்படியானால் கலப்புக் கற்காலத்தில் *(Chaloclythic)* இவை வரையப்பட்டிருக்கலாம். இது ஒரு வேட்டைக் காட்சியாகும். குலக் குறி விலங்கின் ஆற்றல் அம்பு எய்யும் மனிதன் கையில்

ஏறி, அம்பை விடுவித்து விலங்கைக் கொல்லுகிறது என்று அவர்கள் நம்பியிருக்க வேண்டும். இத்தகைய நம்பிக்கை இனக்குழு மக்களிடையே இன்றும் உள்ளது. இத்தொடர்பைக் காட்ட கலப்புக் கற்கால மனிதன் இச்சித்திரத்தை வரைந்தான்.

உலோகக் கருவிகளைப் பயன்படுத்தும் முன்பே மனிதன் கல்லினாலேயே சிறு கத்திகள், தோண்டக் கூடிய கருவிகள், பிளேடுகள், ஊசிகள் முதலியனவற்றைச் செய்யக் கற்றுக் கொண்டான். இவை புதிய கற்காலக் கருவிகள், இவற்றின் மூலம், தான் கொன்ற விலங்கின் கொம்பு அல்லது எலும்பில் உருவங்களைச் செதுக்கினான். மத்திய அரிக்னேஷியன் காலத்தில் எல்க்' என்ற மானின் உருவத்தைக் கொம்பில் குகை மனிதன் செதுக்கியிருக்கிறான்.

இவையாவும் விலங்குலகில் அரிக்னேஷியன் மக் லேனியன் காலத்து மக்கள் கொண்டிருந்த ஆர்வத்தைக் காட்டுகின்றன. வலிமையான விலங்குகளை மட்டுமல்லாமல், தமக்கு இரையாகக் கூடிய ஒரு விலங்கைக் குலக்குறியாகக் கொண்டால் அதுவே தனக்கு இரையாக வருமென்று மனிதன் நினைத்திருக்கலாம். அல்லது அதனை விலக்கிவிட்டால், பிற விலங்குகளை வேட்டையாட அது துணை செய்யும் என்றும் நம்பியிருக்கலாம். இனக்குழு மக்கள் இன்றும் இவ்வாறு நம்புகிறார்கள்.

அதுபோலவே வரலாற்று முற்கால மக்களும் நம்பியிருத்தல் கூடும்.

ஆற்றல் பெறக்குலக்குறிவிலங்கை நம்புவதுபோலவே, குழுவின் ஆற்றலில் தான் தன்னுடைய ஆற்றல் அடங்கியிருப்பதாகக் கருதி, குழுவோடு தனது ஒற்றுமையை வலுப்படுத்திக் கொள்ள, ஒவ்வொரு முறையும் வேட்டைக்குச் செல்லு முன்னால், தற்கால இனக்குழு மக்கள் நடனமாடுகிறார்கள். ஆப்பிரிக்கா, சிவப்பு இந்தியர்கள், மெலனீசியா, இந்தியா ஆகிய பகுதிகளில் வசிக்கும் இனக்குழு மக்கள் நடனமாடுகிறார்கள். பெரும்பாலும் வேட்டையின் செயல்களை அவர்கள் கலையுருவமாக்கி ஆடுகிறார்கள். மிகப் பழைய இசைக் கருவிகள் தோல் கருவிகளே, அவை வேடர்களது இசைக் கருவிகள், மூங்கில் குழாய்களாலான துளைக் கருவிகளும், நாணலாலான கருவிகளும் பின்னர் தோன்றின. இவை நடனத்திற்குப் பின்னணியாக ஒலியை இசைக்கவே பயன்பட்டன. இவையனைத்தும் குழு உணர்வை வலுப்படுத்தும் பயனை விளைவித்தன. அக்காலத்தில் மொழியாலான பாடல்கள் இருக்கவில்லை.

முற்கால மக்கள் ஆடிய ஆடல்கள் எப்படியிருந்திருக்க வேண்டும் என்பதையறிய இன்றைய இனக்குழு மக்களின் ஆட்டங்களைக் கண்டறிந்து ஊகிக்கலாம். ஆஸ்திரேலிய ஆதிவாசிகள், புதர்களுள் ஒளிந்திருக்கும் விலங்குகளை வேட்டையாடுவது போலக் குழு நடனமாடுவார்கள். புதர்களை விலக்கிச் செல்வதுபோல முதலில் சைகை செய்து ஆடுவார்கள், புதர்களிலிருந்து ஒலி வருவது போல தங்கள் குரலாலும் இசைக் கருவிகளாலும் ஒலியெழுப்புவார்கள். விலங்குகள் ஓடுவதுபோல ஓடி ஆடுவார்கள். பின்னால் அவற்றை பூமராங் (Boomerang) என்ற கருவியை எறிந்து கொல்வது போல ஆடுவார்கள். அடிபட்ட விலங்கு துடிப்பது போல ஆடுவார்கள். இச்செயல்களின் மூலம் இயற்கை தம்மைப் பின்பற்றி விலங்குகளை இரையாக அளிக்கும் என்று நம்புகிறார்கள். இங்கே தெய்வ நம்பிக்கை தோன்றவில்லை. ஆப்பிரிக்க இனக்குழு மக்கள் வலையில் மான்களை வீழ்த்துவது போல நடனமாடுகிறார்கள். பெண்கள் மான்களாகவும் ஆண்கள் வேட்டைக் குழுவினராகவும் பிரிந்து நின்று ஆடுவார்கள். ஆண்கள் தங்கள் உடலினுள் வெளியிலிருக்கும் ஒரு விலங்கின் சக்தி புகுவது போல நினைத்து வலைவீசுவது போல் ஆடுவார்கள். பெண்கள் வலையில் அகப்படுவதுபோல ஆடுவார்கள். மெலனீசியாவில் மீன் பிடிக்கும் பருவம் ஆரம்பிக்கும் போது விருந்தும் குழு நடனமும் நடைபெறும். அதில் காற்றடிப்பது, கடல் அலையில் படகு மிதப்பது, வலை வீசுவது, மீன் வலையில் அகப்படுவது, படகு கரை சேருவது, மீன் அதிகம் பிடித்தவர்கள் மகிழ்ச்சியால் ஆடுவது போன்ற ஆட்டங்களை ஆடுவார்கள். இதை ஆடிவிட்டுப் போனால் இயற்கை நம் செயல்களைப் போன்ற செயல்களைப் புரியும் என்று அவர்கள் நம்புகிறார்கள்.

இதனைப் போலிச் செயல் மந்திரம் (Sympatheticmagic) என்று மானிடவியலார் கூறுவர். இதைப்போலவே பண்டைக்கால மனிதர்கள் குழு நடனங்கள் என்ற கலையுருவங்களைப் படைத்திருக்க வேண்டும்.

அவற்றின் எச்சங்களாகத் தான் பழைய குழு வாழ்க்கை அழிந்த பின்னும், பல குழு நடனங்கள் நாகரிக சமுதாயங்களில் நாட்டு நடனங்களாக எஞ்சியுள்ளன. கும்மி, ஒயில் முதலியன அவை.

சங்க காலத்தில் குறிஞ்சி நிலம், முல்லை நிலம், மருத நிலம், பாலை நிலம், நெய்தல் நிலம் ஆகிய பகுதிகளில் மக்கள் பரவி விட்டனர். மருதநில வாழ்க்கை இந்நில வாழ்க்கைகளில் எல்லாம் செழிப்பு மிக்கதாயிருந்தது. இங்குக் குழு வாழ்க்கை

அழிந்து, அரசு தோன்றியது. பிற மக்களையும் அரசில் இணைத்துக் கொள்ளப் பல போர்கள் நிகழ்ந்தன. ஒவ்வொரு குழுவாக அழிந்தது. குழு வாழ்க்கையையிழந்த மக்கள் மருதநில மக்களில் உழைப்பாளிகளாயினர். வாழ்க்கையில் கூட்டு வாழ்க்கையையிழந்த பின்னரும், அவ்வாழ்க்கையில் தோன்றிய பல கருத்துக்களும் நம்பிக்கைகளும் எச்சங்களாயின. நம்பிக்கைகளில் பலவற்றிற்கு வாழ்க்கையில் ஆதாரமில்லாமற் போயினும், அக்குழு மக்களின் பழைய நம்பிக்கைகளால் ஏற்பட்ட சடங்குகளையும், நடனங்களையும், பாடல்களையும் மறக்கவில்லை.

இவ்வெச்சங்களாகத்தான் சங்க காலத்தின் துணங்கை, வள்ளை, குரவை முதலிய நடனங்கள் இருந்தன. எச்சமாக நின்றவை தவிர, மருத நிலத்தில் புதிய கலைகள் தோன்றின. இவை குழுக்கலைகளாக இல்லாமல், தனிமனிதத் திறமைகளை வெளிப்படுத்தும் கலைகளாகவே இருந்தன. கூட்டு வாழ்க்கை அழிந்து தனிக்குடும்ப முறையும். தனிச்சொத்துரிமையும், வளர்ச்சியடைந்த பின், தனிமனித உணர்ச்சிகள் தோன்றுவது இயற்கையே.

சிற்பக்கலையில் விலங்கு - மனித உருவங்கள் காணப் படுவதற்கு காரணம் என்ன? இவை இரு விலங்குகளின் கலப்பான யாளி போன்றவையாக இருக்கும். ஆனால் அவற்றை விட விலங்கு மனிதக் கலப்பே அதிகமாக இருக்கும். அவற்றில் தலை விலங்கினுடையதாகவும் உடல் மனிதனுடையதாகவும் இருக்கும். இதற்கு மாறியும் இருக்கலாம். எகிப்திலுள்ள ஸ்பிங்ஸ் என்னும் உருவம் மனிதப் பெண்ணின் தலையும் சிங்க உடலும் கொண்டது. அசிரியாவில் வணங்கப்பட்ட ஒரு தெய்வம் மனித ஆண் தலையும், காளை உடலும் கொண்டது. இதற்கு இறகுகள் உண்டு, இந்தியா விநாயகர், நந்தி, கருடன், காமதேனு, கூர்மவதாரம், மச்சாவதாரம், முதலிய உருவங்கள் மானிட விலங்குக் கற்பனை உருவங்களே.

இவை ஒவ்வொன்றிற்கும் ஒரு வரலாறு உண்டு. ஆயினும் இவையாவும் விலங்காக இருந்து, மானிட உருவத்தோடு இணைக்கப்பட்டவையென்பது அவற்றின் வரலாறுகளிலிருந்து புலனாகும். குலக்குறிச் சடங்கு பற்றி முன்னரே விவரித்தோம். குலங்கள் இணைந்து பெரிதாகும் பொழுது இனக்குழுக் கூட்ட ங்கள் (Tribal Confederation). உருவாகின்றன.

குலங்களுக்கு அதிக உணவு கிடைத்து இனப் பெருக்கம் ஏற்படுவதாலும், அசமத்துவ வளர்ச்சியினால் சில இனக்குழுக்கள்

பல இனக்குழுக்களை வென்று இணைத்துக் கொண்டதாலும் பெரிய குழு அமைப்புக்கள் ஏற்பட்டன. உணவு கிடைக்கவும், போர் செய்து வெல்லவும், சில இனக்குழுக்கள் தங்கள் தொழில் நுணுக்க வளர்ச்சியின் மூலம், ஆற்றலைப் பெருக்கிக் கொண்டன. முதன் முதலில் ஆடு மாடுகளைப் பழக்கத் தெரிந்த குழுக்கள், தினமும் வேட்டையாட வேண்டிய நாடோடி வாழ்க்கையையொழித்து நிலையான வாழ்க்கை பெற்றனர். ஆடு மாடுகள் அவர்களுக்குப் பால், தயிர், நெய் முதலிய பொருள்களையும், இறைச்சியையும் அளித்து உணவிற்கு அலைய வேண்டிய அவசியத்தைப் போக்கின. இம்மக்களிடையே குழுவின் தேவைக்குப் போக எஞ்சிய செல்வம் பண்டமாற்றிற்குக் கிடைத்தது. அது மாட்டு மந்தைகளின் உருவத்தில் இருந்தது. பல மொழிகளில் பண்டை காலத்தில் செல்வம் என்பதற்கும் மாடு என்பதற்கும் ஒரே சொல் வழங்கி வந்துள்ளது, மேற்கூறிய கருத்துக்கு வலுவளிக்கும். இந்தக் காலத்தில்தான் உலோகங்கள் கண்டுபிடிக்கப்பட்டன. இதனால் நீர்ப்பாசன வசதிகளைச் செய்து கொள்ளவும், நிலங்களைப் பயிரிடவும், இரும்புக் கருவிகள் பயன்பட்டன. இதே இரும்பினால் வில்லும், வாளும் செய்து பிற குழுக்களை அடிமைப்படுத்தி தமது வேலைக்கு வைத்துக்கொண்டனர்.

இது பல்லாயிரக்கணக்கான ஆண்டுகளாக நடந்த சமுதாய வரலாற்றின் திசைவழி. மனிதன் நிலைத்திருக்கும் வழிகளைக் கண்டுபிடித்து இயற்கைச் சூழலின் சில வெற்றிகள் பெற்றதும் மனிதன் தனது வலிமையை உணரத் தலைப்பட்டான்.

அவ்வாறு உணர்வதற்கு முன், இச்சமுதாயங்களில் குலக்குறி விலங்குகள், செடி கொடிகள் முதலியன மந்திர சக்தியடையனவாக மட்டுமல்லாமல், இயற்கையைத் தாமே பாதிக்கக் கூடியவை என்ற நம்பிக்கை காரணமாக வணக்கத்திற்கும் உரியனவாயின. எனவே மந்திர சக்தியின் இருப்பிடமாயிருந்த இவை தெய்வங்களும் ஆயின.

குழுக்கள் ஒன்று சேரும்போது பெரிய குழுவின் குலக்குறி, பல குழுக்களின் வணக்கதிற்குறியதாயிற்று. விநாயகர் என்ற கருத்து வளர்ந்த வரலாறு இதற்கோர் உதாரணமாகும். யானை ஒரு குழுவின் குலக்குறி. இக்குழு பெரிதாகிப் பல குழுக்களை வென்று அரசாக மாறிய பொழுது யானை அவ்வம்சத்தின் கொடியாகிவிடுகிறது. இந்த யானை வம்சம், மூஷிகக் குழு (எலிக் குழுவை வென்ற பொழுது, யானைக்கு, மூஷிகம் கீழ்ப் பட்டதாயிற்று. இந்த யானைக் குழுவின் குலக்குறி, ஓர் அரசின் கொடியாக மாறிய

பொழுது அது குலக்குறியாக இல்லை. அது பழமையின் எச்சமாக நின்றது. யானை குலக்குறிக்கு அடையாளமாக யானைத் தலையும், பல தலைமுறைகளாக அதன் வம்சம் என்று கருதும் வழக்கம் மறந்துவிட்டபடியால் மனித உருவமும் சேர்ந்து அமைந்த ஓர் உருவத்தை அக்கால மனிதன் படைத்தான். இவ்வாறு குலக்குறியான விலங்கு, குலங்கள் பெருகும் பொழுது விலங்கின் ஓர் உறுப்போடும் மனித உடலோடும் ஒரு கற்பனைப் படைப்பாகி ஒரு பெரிய இனக் குழுக் கூட்டத்தின் தெய்வமாகிவிடுகிறது.

தேவிப்பிரசாத் சட்டோபாத்யாயா விநாயகரது வரலாற்றை சமுதாய வளர்ச்சியை அடிப்படையாகக் கொண்டு, ஆராய்ந்துள்ளார். ஹீராஸ் பாதிரியார் வரலாற்றுக் கால விநாயகர் மூர்த்தங்களை (சிற்ப உருவங்களை) ஆராய்ந்துள்ளார். கானே, பெரிடேல் கீத், பாஷாம் போன்ற ஆய்வாளர்களும் ஆராய்ந் துள்ளார்கள். நமது பண்பாட்டு வரலாற்றில் விநாயகரது வரலாறு மிகவும் சுவையுடையதாகும். அதனை நானும் பிரிதோர் கட்டுரையில் ஆராய எண்ணியிருக்கிறேன்.

இக்கலைப் படைப்புகளில் அழகுணர்வு எதுவும் இல்லை. முதலில் மந்திர சக்தியையளிக்கும் சாதனமாயிருந்த குலக் குறி, வாழ்க்கையில் விபத்துக்கள் (விக்கினங்கள்) உண்டாக்கும் தெய்வமாக, சாந்தி செய்யப்பட்டு, பின் எல்லாச் சித்திகளையும் அளிக்கும் தெய்வமாக வணங்கப்பட்டது. இதைப் போலவே நந்தி தேவரையும், குறிப்பிடலாம். மாட்டையும் பசுவையும் தனியாகக் குலக்குறியாகக் கொண்ட இனக் குழுக்கள் இருந்தன. தனியான பசவ வணக்கம் என்ற காளை வணக்கம் இன்னும் மைசூரில் இருக்கிறது. காளைக்குத் தனிக் கோயில்களும் உள்ளன. இவ்வினக் குழுக்களும், குலங்களும் நிலையான முல்லை நில மக்கள் என்பது வெளிப்படை.

அங்குச் சிவன் மனித உருவக் கடவுளாக வேறு குழுக்களால் பல காலமாக வணங்கப்பட்டு வந்தான். அவனை வணங்கும் அரசர்கள், இனக்குழுக்களை வென்று தமது ஆட்சிக்குள் கொணர்ந்த பொழுது காளை வணக்கமுடையவர்களது குலக்குறி அவரது வாகனமாயிற்று. மனித விலங்குருவமான அவர்களது தெய்வமான நந்திதேவன், கைலாசத்தில் வாயில் காப்போன் ஆனான்; காளையுருவத்திலும் அவனைச் சிற்பமாக்கிக் கலைப் பொருளாக்கி விட்டனர்.

இனி இலக்கியக் கலையின் தோற்றத்தை ஆராய்வோம். குலங்கள் ஒன்று சேரும் பொழுதும், வென்றடக்கப்பட்டு அரசுகளோடு

இணையும் பொழுதும், பழங்காலம் பற்றிய பல புராணங்கள் (Myths) தோன்றின. தெய்வங்களைப் பற்றியும், குலங்களைப் பற்றியும், போர்களைப் பற்றியும், வமிசங்களைப் பற்றியும் பல கதைகளைக் குழுத்தலைவர்களுக்காகவும், அரசர்களுக்காகவும் பௌராணிகர்கள் படைத்தார்கள்.

இவற்றிற்கு முன்பே வாய் மொழியாக தெய்வ வணக்கப் பாடல்களும், இயற்கையைத் தம் வசப்படுத்த மந்திரங்களும், குழுக்களின் வரலாறுகளும் மக்களிடையே வழங்கி வந்தன. ஆரம்பத்தில் இவை தனி மனிதர்களின் கதைகளாக இல்லாமல் ஒரு குழுவின் பிரதிநிதியின் கதைகளாக இருந்தன. பின்னால் குழுக்களில் வேலைப் பிரிவினை ஏற்பட்டு செல்வத்தால் ஏற்றத் தாழ்வுகள் தோன்றிய பின்னர் தனி மனித வீரர்களின் செயல்களைப் பற்றிய கதைகள் தோன்றின. அவற்றுள் வீரப் பரம்பரையையோ குலப் பெருமையையோ கூறும் பொழுது, தங்கள் குலக்குறியையோ, குல தெய்வத்தையோ அவர்கள் மறக்கவில்லை. எனவே அவர்களுடைய வாய் மொழி இலக்கியத்திலும், அதனை அடிப்படையாகக் கொண்டு எழுந்த எழுதப்பட்ட இலக்கியங்களிலும் குலக்குறி விலங்குகள் இடம் பெற்றுள்ளன. இவை குழு வாழ்க்கை அழிந்த பின் சிற்பங்களிலோ, கொடிகளிலோ, முத்திரைகளிலோ காணப்படுகின்றன.

ரோமர்கள் அரசு அமைத்த காலத்தில் அவர்கள் இனப் பெருமையை விளக்க 'ஏனியட்' (Aenaed) என்ற காவியத்தைப் படைத்தனர். ரோம், நகரத்தை நிறுவியவர்களது வரலாறு இக்காவியத்தில் கூறப்படுகிறது. ரோமுலஸ், ரீமஸ் என்ற இவ்விரு சகோதரர்கள் தெய்வப் பிறவிகள். அவர்களுக்குப் பால் கொடுத்து வளர்த்தது ஒரு ஓநாய். அவர்கள் நகரத்தைக் கட்டும் பொழுது ஓநாய் உருவத்தைச் சிற்பமாக்கி அதற்கென ஒரு கோயிலும் கட்டினார்கள். இதிலிருந்து ரோமன் மக்கள், குலக்குழுக்களாக வாழ்ந்த காலத்தில் ஓநாய்க் குழுவைச் சேர்ந்தவர்களாயிருந்தனர் என்று தெரிகிறது. குலக்குறி நினைவு மறைந்து பல்லாயிரம் ஆண்டுகளுக்குப் பின்பும், அவர் தங்கள் புராணக் கதைகளை நினைவில் கொண்டிருந்தார்கள்.

மகாவம்சத்தில், முதன் முதலில் இலங்கையில் அரசை நிறுவிய விஜயன் கதை கூறப்பட்டுள்ளது. அவன் சிங்கபுரம் என்ற நகரத்திலிருந்து கடல் வழியாக இலங்கைக்கு வந்தான். அவனது பிறப்பு பற்றிய கதை வருமாறு : சிங்கபுரத்து இளவரசி ஒரு வணிகச் சாத்தோடும், பிட்சுக் கூட்டத்தோடும், அரண்மனையை

விட்டுக் கிளம்பிப் போனாள். காட்டில் எல்லோரும் உறங்கிக் கொண்டிருக்கும் பொழுது ஒரு சிங்கம் அவளைக் கவர்ந்து சென்று விட்டது. அதனோடு வாழ்ந்த அவளுக்கு இரு குழந்தைகள் பிறந்தனர். அவர்களுள் மூத்தவன் விஜயன். இளைய குழந்தை பெண். சில நாட்கள் சிங்கம் குகைக்கு வரவில்லை. மனித உறவை நாடிய அரச குமாரி தனது நகருக்குக் குழந்தைகளோடு திரும்பிவிட்டாள். அவளைத் தேடி சிங்கம் பல முறை நகருக்குள் நுழைந்துவிட்டது. அதனைத் துரத்த அனுப்பப்பட்ட வீரர்களைக் கொன்று விட்டது. அரசாங்க சோதிடன், விஜயனை அனுப்பினால் சிங்கத்தைக் கொல்லலாம் என்று கூறினான். இளவரசியும் சம்மதித்தாள். அரசன் தனது பெயரன் விஜயனை அனுப்பி வைத்தான். சிங்கம் அவனைக் கண்டதும் வாலைக் குழைத்துக் கொண்டு நின்றது. அவன் அதனைக் கொன்றான். பின்னர் இளவரசியின் புலம்பல் கேட்டு தனது தந்தையைக் கொன்று விட்டதற்காக வருந்தினான். சிங்கத்தின் மகள் என்பதால் விஜயன் சகோதரியை மணக்க எவரும் முன் வரவில்லை. எனவே இக்களங்கத்தைப் போக்க அவன் கப்பலில் பயணமாகி சில ஆண்டுகள் ஒரு தீவில் சென்று தங்கிப் பின்னர் இலங்கைக்குச் சென்றான். சிங்கத்தின் மகனால் முதலில் ஆளப் பெற்றதால் இத்தீவு சிங்களம் எனப் பெயர் பெற்றது.

இது எழுதப்பட்ட இலக்கியம் அளிக்கும் செய்தி. இப்புராண வரலாற்றிற்கு எவ்வாறு பொருள் கொடுப்பது? இக்கதை மாந்தர்கள் வரலாற்றுக்கால மனிதர்கள். புத்தருக்குப் பின் இவன் இலங்கைக்கு வந்ததாக மகாவம்சம் கூறுகிறது. அப்படியானால் இக்கதை புத்த அப்தத்திற்குப் பிற்பட்டது. சிங்கம் பெண்ணைத் தூக்கிச் சென்றதும், அதற்குக் குழந்தைகள் பிறந்ததும் உயிரியல் விஞ்ஞான உண்மைகளுக்குப் புறம்பானவை, ஆனால் ஒன்றை இங்கு நினைவு கூர வேண்டும். இனக்குழு மக்களில் சிங்கக் குலக்குறியுடையவர்கள் தங்களைச் சிங்கவம்சம் என்றழைத்துக் கொள்வதுண்டு. அந்தக் குலத் தலைவன் இவளைக் கவர்ந்து சென்றிருக்கக் கூடும். பின்னர் அவன் சில மாதங்கள் போர் காரணமாக எங்கேயாவது சென்றிருக்க வேண்டும். சிங்கபுரத்து அரசன் மகளான அவள் நாகரிக நிலையில் பெருமை பெற்ற குலத்தைச் சேர்ந்தவள். எனவே திரும்பவும் தனது தந்தையின் நகரத்துக்குத் திரும்பியிருக்க வேண்டும். இதையறிந்த சிங்க குலத்தலைவன் சிங்கபுரத்தின் மீது படையெடுத்திருப்பான். அவனால் விளைவிக்க கூடிய ஆபத்தினின்றும் தலைநகரைப் பாதுகாக்க அவனது மகனே அவனைக் கொன்றிருப்பான்.

இக்கதை குலக்குறியின் எச்சம் எவ்வாறு பிற்கால இலக்கியங்களில் காணப்படுகிறது என்பதைக் காட்டுகிறது.

திருமாலின் அவதாரங்களைப் பற்றிப் பாகவதம் கூறுகிறது. அதற்கு முன்பிருந்த கதைகளையும் குலக்குறி நம்பிக்கைகளையும் இணைத்து அது அவதாரக் கதைகளாகப் படைத்திருக்கிறது. கிருஷ்ணன் உதித்த யதுவம்சம் பல குலக்குழுக்களை வென்றது. அவ்வாறு வென்ற குலக்குழுக்களின் குலக்குறிகளைக் கிருஷ்ணனோடு இணைத்துக்கொள்ள, பாகவதக் கதை புனையப் பெற்றது. பாரதத்தில் கிருஷ்ணன் ஒரு மனிதனே. அவனுக்குத் தாயார் தந்தையார் உண்டு. அவனுடைய குலம் அழிந்து அவனும் கொல்லப்படுகிறான். பிறப்பு இறப்பு இல்லாத கடவுளாக அவன் பாரதக் கதையில் கருதப்படவில்லை. பிற்காலத்தில் திருமால் பெருந் தெய்வமாக, உலகைப் படைத்துக் காத்து அழிக்கும் ஒரே தெய்வமாக மக்கள் சிந்தனையில் உருவான பொழுது, அதற்கு முன்னுள்ள கதை மாற்றங்களையும்; இனக்குழுக்களின் குலக் குறிகளையும் அக்கடவுளோடு இணைத்தனர். அதற்காக தசாவதாரம் என்ற சட்டக் கதையைப் புனைந்து அதனுள் குலக்குறிகளுக்கு இடமளித்தனர். இவ்வாறே தான் ஆமை, மீன், பன்றி, முதலிய குலக்குறி விலங்குகள் திருமாலின் அவதாரங்கள் ஆயின. இக்கதைகள் இணைக்கப்பட்ட காலம் வால்மீகி இராமாயணத்தை எழுதிய காலத்திற்கும் பிற்பட்டது.

புராணங்கள் தோன்றிய பின் அவற்றின் கதைப் பொருள்கள். கலையின் உள்ளடக்கமாகவும் ஆயின. திருமால், அவருடைய அவதாரங்கள், சிவன் அவரோடு தொடர்பு படுத்தப்பட்ட இனக் குழுத் தெய்வங்கள் இவையனைத்தும் சிற்பத்தில் செதுக்கப்பட்டன.

இந்து சமயத்தையும், வேதச் சடங்குகளையும் ஆரியப் பிராமணர் ஆதிக்கத்தையும் அவர்களது தத்துவங்களையும் எதிர்த்து நாஸ்திக மதங்களாகத் தோன்றிய பௌத்தமும் சமணமும் முதலில் வழிபாட்டு மண்டபங்களை மட்டும் அமைத்தன. பௌத்தர்கள், புத்தரோடு தொடர்புடைய தலங்களில் ஸ்தூபங்களைக் கட்டினர்.

பிற்காலத்தில் சாதாரண மக்களையும் சமயத்தில் சேர்த்துக் கொள்ள, இனக் குழு மக்களின் தெய்வங்களான தாரை, மஞ்சுஸ்ரீ முதலிய பெண் தெய்வங்களையும், மைத்ரேயர், லோகேஸ்வரர் முதலிய ஆண் தெய்வங்களையும் தங்கள் தெய்வ வரிசையில் இணைத்துக் கொண்டனர். எனவே பௌத்த சிற்பக் கலையில்

செழிப்பைக் காட்டும் கும்பங்களும், தருமத்தைக் காட்டும் சக்கரமும், பக்தியைத் தூண்ட மனித உருவத்தில் தெய்வங்களும் இடம் பெற்றுள்ளன. முதலில் உருவ வணக்கத்தை பௌத்தர்கள் தடை செய்தார்கள். திருவடி நிலையையும், தரும் சக்கரத்தையுமே தமது மதத்தின் அடையாளங்களாகக் கொண்டிருந்தார்கள். ஆனால் பிற்காலத்தில் மக்களைக் கவர்ந்து தங்களுடைய செல்வாக்கைப் பெருக்கிக் கொள்ள இந்து சமயத்தைப் பின்பற்றி பல இனக் குழுக் கடவுளர்களுக்குத் தமது தெய்வ வரிசையில் இடமளித்தார்கள். அது மட்டுமன்றி புத்தருக்குப் பல பிறப்புக்கள் உண்டென்று கூறி பல இனக் குழுப் புராணக் கதைகளை ஒரு சட்டக் கதையினுள் அமைத்து ஜாதகக் கதைகள் என வழங்கினர். அக்கதைகளின் நிகழ்ச்சிகளும், கதை மாந்தர்களும் சைத்ய சிற்பங்களில் இடம் பெற்றன. இக்கதைகளில்லா விட்டால் பௌத்தக் கலை, அடையாளங்களின் தொகுப்பாகவே இருந்திருக்கும். அழகான மனித உருவங்களைச் செதுக்க பௌத்த புராணக் கதைகளும், அலங்காரக் கலையை வளர்க்க தர்ம சக்கரமும், கும்பம், கலசம் முதலியனவும் பொருள்களை அளித்துள்ளன. மனித உருவக் கலைப் படைப்புகள் அரசு தோன்றிய பின் குலக்குறிப் பிணைப்பிலிருந்து விடுபட்ட சிந்தனையால் தோன்றின. குலக்குறிகள் தேவர்களோடு இணைக்கப்பட்டன. அரசர்கள் அத்தெய்வங்களின் வம்சங்களாகத் தங்களைக் கருதிக் கொண்டனர். மக்கள் குலக்குறி வழிபாட்டையும், அதன் தொடர்பையும் அதன் வாழ்க்கையழிந்த பின் மறந்தனர். சில மக்கட் பகுதியினரிடம் குலக்குறிகள் எச்சங்களாகப் பொருளிழந்து நின்றன.

தனியான ஆண் உருவங்களும், பெண் உருவங்களும் கலைப் பொருளாயின. ஆண் உருவங்கள் புராணக் கதையிலிருந்து எடுத்தாளப்பட்டன.

செழிப்புத் தெய்வங்களின் வழித் தோன்றல்களாகவோ, தாய்த் தெய்வ வழிபாட்டின் எச்சமாகவோ, புராணக்கதைகளில் முக்கியமற்ற தேவதைகளாகவோ இருந்த பெண் தெய்வங்கள் கலைப் பொருளாயின.

இவை தோன்றிய வரலாற்றையும் அவை இயற்கையான வடிவத்தை அடைந்ததையும் அறிய ஒரு சான்று காட்டுவோம்.

வீனஸ் என்ற ரோம நாட்டுச் சிற்பம் கிறிஸ்துவுக்கும் முற்காலத் தெய்வம். செழிப்பைத் தருவதற்காக வழிபடப்பட்டது. இது

போலவே ஸைடீல் என்ற கிரேக்கத் தெய்வம் செழிப்புத் தெய்வமாக கிரேக்க இனக்குழுக்களால் வழிபடப்பட்டது. இந்தியாவில் பூ - தேவி என்றும் ஸ்ரீ என்றும், பூமியும் கலப்பையால் வரையப்பட்ட கோடும் பெண் தெய்வங்களாக வணங்கப்பட்டன. ஆனால் இந்தியச் செழிப்புச் தெய்வங்களின் உருவங்கள் வரலாற்று ரீதியாக அகப்படுவதில்லை.

வீனஸ் என்ற தெய்வம் தாய்த் தெய்வத்தின் வளர்ச்சியே. தாய்த் தெய்வம், குழுமக்களில் விவசாயத்தைக் கையாண்டு வாழ்ந்த மக்களின் தெய்வம். இனம் பெருக உதவுபவள் தாய். இத்தெய்வம்

குழுவின் சந்தான அபிவிருத்தித் தெய்வமாக, குழந்தைகளை அருளுவதற்காக வழிபடப்பட்டது. அதே தெய்வம் விவசாயத்தில் செழிப்பை அருளுவதற்கும் வழிபடப்பட்டது. அத்தெய்வத்தின் உருவங்கள் காலக் கிரமப்படி அகழ்வாராய்ச்சிகளின் மூலம் கிடைத்துள்ளன. மிகப் பழைய உருவங்களின் சில உறுப்புக்கள் மிகைப் படுத்தப்பட்டிருக்கின்றன. சில உருவங்கள் இயற்கைத் தராதர அளவுக்குக் குறைந்து செதுக்கப்பட்டுள்ளன. தலையில் முகம் தெரியாதபடி கூந்தல் சுருள் சுருளாயிருக்கும். கைகள் சூம்பியிருக்கும். கால்கள் சூம்பியிருக்கும் மார்புகள் உடலில் பாதியளவுக்கு மேலிருக்கும். உடல் தடித்திருக்கும். இது தாய்த் தெய்வமாயிருந்த செழிப்புத் தெய்வமான வீனஸ் 1. இதைத் தற்காலக் கலைஞர்கள் நவீனக் கலைப்பாணி (Modern art formalism) என்று கூறலாம். உண்மை அதுவல்ல. கிரேக்க வைத்தியர்கள் கருவுறுவது, குழந்தை வளரும் உறுப்பு இவற்றைக் கண்டறிந்து சொல்வதற்கு முன் கிரேக்கர்களும், ரோமர்களும், குழந்தைப் பேற்றுக்கும் பெண்களின் மார்புகளுக்கும் தொடர்பிருப்பதாக எண்ணினார்கள். அதனால் அவ்வுறுப்பு மிகைப்படுத்தப்பட்டது. செழிப்புத் தெய்வம் குழந்தை பெறும் சக்தியை பெண்களுக்கு அளிக்க அந்த சக்தி அதனிடம் இருக்கவேண்டும். அந்தச் சக்தி மார்பிலிருப்பதாக நம்பியதால் இவ்வுறுப்பு மிகைப்படுத்தப்பட்டது. மற்ற உறுப்புகளுக்கு முக்கியத்துவமின்றிப் போயிற்று. குழு வாழ்க்கைக்கு இனப்பெருக்கம் முக்கியமானது. ஏனெனில் உணவுப் பற்றாக்குறை, இயற்கையின் கொடுமை இவற்றால், சேதமாகும் மக்கள் தொகையை ஈடுகட்டப் புதிதாகக் குழுவில் குழந்தைகள் பிறக்கவேண்டும். இந்தச் சமுதாயத் தேவையைப் பூர்த்தி செய்ய அவர்கள் நம்பிக்கையில் இத்தெய்வத்திற்கு எந்த உறுப்பு அதிகமாகத் தேவையோ அதனை மிகைப்படுத்தினார்கள்.

கிரேக்க மருத்துவர்கள் குழந்தை பிறப்பு பற்றிய உண்மை களைக் கண்டுபிடித்து வெளியிட்டார்கள். அது ரோமில் பரவியது. அதன் பின்னர் ரோம மக்களது கருத்து மாறியது. அவர்களுடைய செழிப்புத் தெய்வமான வீனஸின் உருவமும் சிற்பங்களில் மாறியது. கருப்பை வயிற்றில் இருப்பது தெரிந்த பின்னர் மார்பின் பருமனைக் குறைத்து வயிற்றின் அகலத்தை அதிகப்படுத்திச் சிற்பங்களைப் படைத்தனர். இது வீனஸ் - 2.

மூன்றாவது வீனஸ் மனித உருவத்தைக் குறிப்பிடுகிற உருவமாகச் செதுக்கப்பட்டுள்ளது. இப்பொழுது தெய்வங்கள் மிகைப் படுத்தப்படாமல் கிரேக்க - ரோமர்கள் அழகிய பார்வையில் இலட்சிய அழகுடைய பெண்ணாக அவளைச் சிற்பிகள் செதுக்கினர்.

கி.பி. முதல் நூற்றாண்டில் செழிப்புத் தெய்வமாகரோமர்களால் வழிபடப்பட்ட இத்தெய்வம் முழு மனிதக் கற்பனை வடிவத்தைப் பெற்றுள்ளது. மக்களது சமுதாய வளர்ச்சிக்கேற்ப நம்பிக்கைகள் தோன்றுகின்றன. நம்பிக்கைக்கேற்ப புற வெளிப்பாடு கொள்வது சுலையுருவம். சமுதாயத்தில் ஏற்படும் மாறுதல்களுக்கேற்ப மாறும் கருத்துக்கள், நம்பிக்கைகள் இவைகளுக்கேற்ப கலைப் படைப்புகளின் வடிவங்கள் மாறுகின்றன. வீனஸ் - 3 மனித உருவத்தில் தெய்வத்தை இயற்கையாக கிரேக்க - ரோம அழகியல் கருத்தின்படி படைத்ததேயாகும்.

தமிழ்நாட்டில் கலையின் தோற்றம் பற்றி ஆராய தமிழ் மக்களின் வரலாற்று முற்கால வாழ்க்கை பற்றிய சான்றுகளை வெளிப்படுத்த வேண்டும். இந்திய நாகரிகத்தின் ஆரம்ப காலம் பற்றிய ஆராய்ச்சியில் சிந்துவெளி நாகரிகம், வேதகால ஆரியர் நாகரிகம் பற்றிய விவரங்களே பெரிதும் கண்டுபிடிக்கப்பட்டுள்ளன. சிந்துவெளி நாகரிகம், வேத கால நாகரிகம் பற்றி அகழ்வாராய்ச்சிச் சான்றுகளும், இலக்கியச் சான்றுகளும் வெளிப்படுத்தப்பட்டு ஆராயப்பட்டுள்ளன. ஜயஸ்வால், கானே, பாஷாம், கோஸாம்பி , மார்ட்டிமர் வீலர், பெரிடேல் கீத் போன்ற பேறறிஞர்கள் பண்டைய இந்தியப் பண்பாட்டு வரலாற்றில் சிந்துவெளி நாகரிகம், வேத கால ஆரியர் நாகரிகம் ஆகிய இரண்டையும் பற்றி நுணுக்கமாக ஆராய்ந்துள்ளனர்.

ஆனால் தமிழ் நாட்டைப் பற்றி அத்தகைய ஆராய்ச்சிகள் அதிகமாக இல்லை . ஆதாரமற்ற அனுமானங்களும், பிற்கால இலக்கியச் சான்றுகளின் ஆதாரத்தில் பல கற்பனைப்

கோட்டைகளும் எழுப்பப்பட்டுள்ளன. சில ஆய்வாளர்கள் சங்க இலக்கிய ஆதாரங்களைக் கொண்டு, சங்க காலத்திலிருந்து நமது கலை வரலாற்றைத் தொடங்குகிறார்கள். டி.வி. மகாலிங்கம் போன்றவர்கள் பல்லவர்கள் ஆட்சிக் காலத்தில் தோன்றிய கோயில்களின் காலத்திலிருந்து தமிழ் நாட்டின் கலை வரலாற்றைத் தொடங்குகின்றனர். இன்னும் சிலர் பிற்காலச் சிற்ப ஆகமங்களையும், நடன நூல்களையும் சிவபெருமானே எழுதினார் என்ற நம்பிக்கையில், கலைகளின் தோற்ற காலத்தை அறிய முடியாதெனக் கூறுகிறார்கள். வேறு சிலர் பரிபாடலிலும், சிலப்பதிகாரத்தில் இசையும், கூத்தும், ஓவியமும் வளர்ச்சியடைந்த நிலையில் வருணிக்கப்படுவதைக் காட்டி, பெருமையடைகிறார்கள்.

பரிபாடலின் இசை ஒரு வளர்ச்சியடைந்த நிலையைக் குறிக்கிறது. அதற்கு முன் எளிய நாட்டு இசைப் பாடல்கள் இருந்திருக்க வேண்டும். அவற்றின் எச்சங்களை இசைத் தன்மை வாய்ந்த இலக்கியங்களிலிருந்து அறிய வேண்டும். பரிபாடலின் பொருள் தெய்வ வணக்கமும், நகரப் பெருமையும் ஆற்றின் பெருமையுமாகும். இப்பொருள்களே, நிலையான வாழ்க்கையையடைந்து சமுதாயத்தில் உடையாரும், இல்லாரும் தோன்றிவிட்ட நிலையைக் குறிக்கும். வணங்கப்படும் தெய்வங்களான முருகனும், திருமாலும் புதிய கற்காலத்திற்குப் பின் தோன்றி உலோகப் போர் கருவிகளைக் கொண்டவர்களாகவும், பொன் அணிகலன்கள் பூண்டவர்களாகவும் வருணிக்கப்படுகிறார்கள். இது பல போர்களில் வெற்றி பெற்று நிலையான அரசை அமைத்துக் கொண்டவர்களின் கற்பனையாகவே காணப்படுகிறது. இக்கருத்துக்கள் மிக வளர்ச்சியடைந்த பண்பாட்டில் தோன்றிய கருத்துக்கள். அது மட்டுமல்லாமல் தமிழகத்திலேயே தோன்றிய பல தெய்வக் கருத்துக்கள், வடநாட்டில் தோன்றிய கதைகளோடு இணைப்புப் பெற்று ஒன்றுபடுவதை பரிபாடலில் உள்ள முருகனைப் பற்றிய செய்திகளிலும் திருமாலைப் பற்றிய செய்திகளிலும் காணலாம்.

இக்காலத்தில் திருமாலையும், முருகனையும் சிற்ப உருவத்தில் படைத்து வழிபட்டு வந்தார்களென்பதற்கு இவ்வருணனைகளே சான்றாகும். அதற்கு முன் விலங்கு - உருவத்திலிருந்து தொடங்கி படிப்படியாகத் தெய்வ உருவங்களை மனிதன் சிற்ப வடிவில் எவ்வாறு படைத்தான் என்பதை நாம் அறிதல் வேண்டும். இதற்கு அகழ்வாராய்ச்சிச் சான்றுகள் வெளிப்படுத்தப்பட வேண்டும். பழங்கற்கால மனிதர்களின் கருவிகள் தமிழ்நாட்டில் செங்கல்பட்டு,

வைகை நதிப்படுகை, சேலம் மலைப்பகுதிகள் முதலிய இடங்களில் கிடைத்துள்ளன. ஆனால் அவை புதிய கற்காலக் கருவிக்காலம் வரை வளர்ச்சி பெறாமல் நின்று போகின்றன. வேறிடங்களில் புதிய கற்காலக் கருவிகள் கிடைக்கின்றன. ஆனால் பழைய கற்காலத் தலங்களிலோ, புதிய கற்காலத் தலங்களிலோ, கருப்பு - சிவப்புப் பாண்டங்கள் கிடைக்கும் தலங்களிலோ, உருவச் சிற்பங்களோ, ஓவியங்களோ, இசைக்கருவிகளோ கிடைக்கவில்லை.

கலைப் பொருள்கள் எனக் கருதக்கூடிய பொருள்கள் ஆதிச்சநல்லூரில் புதை குழிகளுக்கு அருகில் கிடைத்தன. இங்கே செப்புச் சூலங்கள், இரும்புக் கத்திகள், ஏர்க் கொழு, இரும்புக் கம்பிகள், அம்பு முனைகள் முதலியன அகப் பட்டுள்ளன. கல் கருவிகளோடு, செம்பும், இரும்பும் கலந்தே கிடைத்துள்ளன. எனவே இது கல் - உலோகக் கலப்பு நாகரிகம் என அகழ்வாராய்ச்சியாளர்கள் கூறுகின்றனர். இவர்கள் பெரிதும் உழவுத் தொழிலின் மூலமும், சிறிது வேட்டையாடியும் உணவைப் பெற்றிருத்தல் வேண்டும். இவர்கள் வேட்டையாடிய காலத்தில் படைத்த குலக்குறி விலங்குகளின் படிமங்கள் இங்குக் கிடைத்துள்ளன. சேவல் போன்ற பறவை வாலை நிமிர்த்தி நிற்கும் நாய், பூனை அல்லது புலி போன்றிருக்கும் ஒரு விலங்கு இவை போன்ற விலங்குகளின் உலோகப் படிமங்கள் கிடைத்துள்ளன. இவர்களுக்குச் செழிப்புத் தெய்வங்கள் இருந்திருக்க வேண்டும். இன்னும் பரவலாக அகழ்ந்து ஆராய்ந்தால் தமிழ் நாட்டின் பண்டைக் காலம் பற்றி அறிந்து கொள்ளவும், தமிழகக் கலையின் தோற்றம் பற்றி அறிந்து கொள்ளவும் சான்றுகள் கிடைக்கும். அரிக்கமேட்டில் ரோமானியர்களின் படைப்புக்களான பாண்டங்களே அதிகம் கிடைத்துள்ளன. தமிழ் மக்களது படைப்பு விலங்கு வடிவில் உள்ள சுட்ட மண்ணலான புதை தாழிகளும், தாழிகளுள் சில கலைப் பொருள்களும் கிடைத்துள்ளன.

கொற்கை, காவிரிப்பூம்பட்டினம் இரண்டிடங்களிலும் கிடைத்த பொருள்களில் வரலாற்று முற்காலப் பொருள்கள் மிகக்குறைவே. வரலாற்று முற்காலத் தொல்பொருள்களைத் தேடிக் கண்டுபிடித்து ஆராய்தல் வேண்டும்.

நமது இலக்கியத்தின் மிகத் தொன்மையான பகுதிகளிலிருந்து ஒரு குறிப்பிட்ட வளர்ச்சிக் கட்டத்தில் நமது கலைகள் நிலை கொண்டிருப்பதை அறிகிறோம். இசைக்கருவிகளில் முதலில் தோன்றியவை தோல்கருவிகள். பின்னர் தோன்றியவை துளைக்கருவிகள். அதன் பின்னரே நரம்புக் கருவிகள் தோன்றின.

சங்க இலக்கியங்களில் மிகவும் வளர்ச்சி பெற்ற யாழ் வகைகள் பல சொல்லப்பட்டிருக்கின்றன. இசைப் பாணர்களிலும், அவர்கள் பயன்படுத்தும் கருவி பற்றி சிறுபாணர், பெரும்பாணர், என்று பிரிக்கப் பட்டிருக்கிறார்கள். பாடகர்களின் பல பிரிவுகள் இலக்கியங்களில் கூறப்பட்டுள்ளன. மிக வளர்ச்சியடைந்த நிலையில் தான் சங்க காலத்தில் இசைக்கலை காணப்படுகிறது. அதற்கு முன் பறையும், குழலும், இன்னும் பல கருவிகளும் இருந்தன. வேட்டைக்கும், இசைக்கும் உள்ள தொடர்பையும், மாடு பிடித்தல், மாட்டைப் பழக்குதல், மாட்டைக் களவாடுதல் போன்ற நிகழ்ச்சிகளில் இசையின் பங்கு என்னவென்பதையும், விதைத்தல், அறுவடை செய்தல் போன்ற பயிர்த் தொழில் செயல்களில் இசையின் பங்கு என்னவென்பதையும் இலக்கியங்களிலிருந்து ஆராய்தல் வேண்டும். தற்காலத் தமிழ் இனக்குழு மக்களிடம் வழங்கி வரும் இசையை அறிந்து, பழைய சான்றுகளோடு ஒப்பிட்டால் நமது இசை வரலாற்றின் ஆரம்பத்தையும் அறியலாம்.

நமது இலக்கியத்தின் மூலம் பலவகைக்குழுநடனங்களைப்பற்றி அறிந்து கொள்ள முடிகிறது. குறிஞ்சி நில மக்கள் ஆடிய ஆடல்கள் வேட்டை வாழ்க்கையோடு தொடர்புடையன. அவற்றைப் பற்றிய செய்திகளை அறிந்து அவை பற்றிக் கூறும் பாடல்களின் காலத்திற்கு முன் இக்கூத்துக்கள் இருந்த நிலை பற்றி அனுமானிக்கலாம். இக்கூத்துக்களின் வளர்ச்சியை முல்லை நில நாகரிக காலத்தில் காணமுடியும். முல்லை நிலக் கூத்துக்களின் எச்சத்தை ஆய்ச்சியர் குரவையில் காணலாம். குறிஞ்சி நிலக் கூத்துக்களின் எச்சத்தைக் குன்றக் குரவையில் காணலாம். இவ்வெச்சங்களை, முற்கால ஆடல்களின் வருணனைகளோடு ஒப்பிட்டு, வரலாற்று முற்கால மக்களின் ஆடல்களைப் பற்றிய அனுமானங்களைப் பெற முடியும்.

இவ்வாறே சிற்பக்கலை பற்றியும், ஓவியக்கலை பற்றியும் ஆய்வுகள் நிகழ்த்த வேண்டும். நடுகற்களின் வரலாறு பற்றி ஆராய்ந்தால் நமது சிற்பக் கலையின் தோற்றத்தை அறியலாம். முதலில் வெறும் கற்கள் போரில் இறந்த வீரனது அடையாளமாக நடப்பட்டன. பின்பு அவற்றில் அவனைக் கடவுளாக எழுதினார்கள். அதன்பின் வரலாற்றுக் காலத்தில் மனித உருவத்தில் படைப்புச் சிற்பங்கள் படைக்கப்பட்டன. இக்கல் அதன் பின்னர் கோயிற் சிற்பங்களாகத் தெய்வங்களைப் படைக்கப் பயன்பட்டன.

ஓவியங்களைப் பற்றி அறியப் பிற்காலச் சான்றுகளிலிருந்து முற்கால நிலையை அனுமானம் செய்ய வேண்டும். பிரான்சில்

கிடைப்பது போன்ற பண்டைக் குகைச் சித்திரங்கள் எவையும் தமிழ் நாட்டில் கண்டுபிடிக்கப்படவில்லை. பிற்காலச் சித்திரங்களின் வளர்ச்சி நிலையிலிருந்து முற்காலம் நோக்கி சான்றுகளின் துணையோடு ஆராய்தல் வேண்டும். இந்நோக்கத்தை நிறைவேற்றத் தேவையான சான்றுகளை இலக்கியத்தில் காணலாம். அகழ்வாராய்ச்சிச் சான்றுகளை இனித்தான் கண்டுபிடிக்க வேண்டும். உலக மானிடவியல் ஆராய்ச்சிகள், தமிழக அகழ்வாராய்ச்சிச் சான்றுகள், இலக்கியத் சான்றுகள், பிற்கால வளர்ச்சி நிலையிலுள்ள சிற்பங்கள் முதலியவற்றின் துணை கொண்டு, ஒப்பியல் விஞ்ஞான முறை - ஆய்வுகளின் மூலம் தமிழகத்தின் கலை வாலாற்றின் தோற்ற கால நிலையை அறிய முயல வேண்டும்.

மேற்கூறியவற்றிலிருந்து கீழ்க் காணும் முடிவுகளுக்கு வருகிறோம்.

1. உலகில் கலைகள் சமுதாய வாழ்க்கையின் துவக்க காலமான, ஆதியில் கற்காலத்திற்கடுத்த காலத்தில் தோன்றின.

2. துவக்க காலத்தில் குழுவோடு தனி மனிதன் தனது ஒற்றுமையை வலுப்படுத்திக் கொள்ளவும், இயற்கைச் சக்திகளை எதிர்த்துப் போராடத் தனது குழுவின் ஆற்றலை அதிகரித்துக் கொள்ளவும் கலைகளைப் படைத்தான். நடனத்தையும், குலக்குறிச் சடங்குகளையும் செய்தால், தனது குழுவின் ஆற்றல் வளருமென்று பண்டைக்கால மனிதன் நம்பினான். அதற்காகக் குலக்குறி விலங்குகளின் படங்களை வரைந்தான். உருவங்களையும் செய்தான்.

3. சிற்பம், ஓவியம், நடனம் முதலிய மூன்றும் மற்ற கலை களுக்கு முந்தியவை. இசை பொருளற்ற குரல் ஒலியாகவும், கருவி ஒலியாகவும், நடனத்துக்குப் பின்னணியாக மட்டும் இருந்தது.

4. சமுதாய வளர்ச்சியினால் உடைமையாளர், உடைமை யற்றோர் என்ற இரு பகுதிகள், சமுதாயத்தில் ஏற்பட்டு விட்ட பின் கூட்டு நடனம், கூட்டமைப்பில் இருந்து தோன்றிய கலைகள், உடைமையற்றோரிடையே பழங்கால எச்சமாக நின்றன. இரு கூறுபட்ட சமுதாயத்தில் தனித் திறமையுடைய கலைகள் வளர்க்கப்பட்டன. கலைஞர்களது கலைத்திறமை ஒரு தொழிலுக்கு அடிப்படையாயிற்று.

5. சிற்பக் கலையில் முதலில் விலங்குகளும் பின்னர் கலப்பு மனித விலங்குருவங்களும், பின் மனித உருவங்களும் படைக்கப்

பட்டன. சமுதாய வளர்ச்சியினடிப்படையில் மனித சிந்தனை வளர்ச்சி பெற்ற வழியிலேயே கலைப் பொருள்களைப் பற்றிய நம்பிக்கைகள் மாறியுள்ளன. விலங்கு தமக்கு சக்தியளிக்கும் என்று இனக்குழு மக்கள் நம்பினர். இயற்கையில் சில வெற்றிகள் பெற்ற மக்கள் மனித சக்தியை உணர்ந்தனர்.

பழைய எச்சமாக விலங்கின் ஒரு பகுதியையும், புதிய சிந்தனையின் விளைவாக மனித உருவத்தின் ஒரு பகுதியையும் நம்பிக்கையில் இணைத்துக் கலைப் பொருளாக்கினர். அதன் பின் இரும்புக் காலத்தில் மனிதன் இயற்கையின் மீது பல வெற்றிகள் பெற்ற பின் தன் உருவமாகவே தனக்கப்பாற்பட்டது என்று தான் கருதிய தெய்வங்களைப் படைத்தான்.

6. மனித உருவத்தை அவன் உள்ளத்தில் கொண்டிருந்த நம்பிக்கையின் புறவடிவமாகவே படைத்தான், எனவே அது மிகைப்படுத்தப்பட்டதாக இருந்தது.
7. பிற்காலத்தில் மனித உறுப்புக்களின் வேலைகளை அறிந்து கொண்ட பிறகு தன் உருவமாகவே மனிதன் தெய்வ உருவங்களைப் படைத்தான். தன்னைவிட உயர்ந்த சக்தியுடையவை என்ற நம்பிக்கையில் தெய்வ உருவங்களில் மனித உறுப்புக்களின் எண்ணிக்கையை அதிகப்படுத்திக் காட்டினான்.

அடிக்குறிப்புகள்

1. *Origin of man, Nesyuk, Foreign languages publishing House, Moscow.*
2. *Precapitalist Societhies, Progress Publishers, Moscow. Chapt.1*
3. *castes and tribes of India, D.N Majunder, Asia, Publishers. Chapter on Totemism*
4. *Cultural Anthropology, Melville Helkovitz Chapt.on Art.*
5. பண்டைய நாகரிகம் - பாபிலோன், அசிரிய எகிப்து சிந்துவெளி, கிரேக்க நாகரிகங்கள்.
6. *General Authropology, Hoebel, Oxford.*
7. *Castes and tribes of India, D.N. Majumdar.*
8. *Verrier Elwin, Commomoration volume, Chapt. on Totemism, on India tribes.*

9. *Art and Social life, G.P. Plekhanov, Foreign Languages Publishing House, Moscow.*

10. *Origin of property, family and state, F. Engels, Foreign Languages Publishing House, Moscow.*

11. *Lokayata, D.P. Chattopadhyaya, chapter on Ganapathi, People's Publishing House, Delhi.*

12. *Greek myths Greaves, Kegam paul London.*

13. *Illusion and reality, Christopher Caudwell*

14. மஹாவம்சம்.

15. *Heritage of Hinduism, Vol.II, Chapter on Historicity of Krishna.*

16. *Buddhism - Edwarn Conez.*

17. *Art and Social life, G.P. Plekhanov.*

18. *Sex life of a tribe, Malinowsky.*

19. *Cultural anthiopology, Melville Helkovitz.*

20. *Lokavata, Part III- Chapters on Ganapathi and Gauri.*

21. *Origin of Property, family and state, F. Engels.*

22. *D.P.* சட்டோபாத்யாயா, லோகாயதம் கணபதி பற்றிய பகுதிகள், புத்தகம் - 2.

23. *Fr. Heras, The problem of ganapathi, Tamil Culture, Issue II-* 1949.

24. *Greek myths, Babylonian myths, Egyptian myths, Jewish myths, Indo Myths.*

25. பைபிளில் கூறப்பட்டுள்ள அரசபரம்பரைக் கதைகள், பாரதம், இராமாயணத்தில் அரச பரம்பரைக் கதைகள், பாபிலோனியப் புராணங்களில் காணப்படும் கதைகள் பதிற்றுப்பத்தில் காணப்படும் பரம்பரை விவரங்கள்.

26. மீனும், வேம்பும், பாண்டியர் சின்னங்கள், புலி சோழர் சின்னம் வில் சோய சின்னம், பிற்காலத்தில் யானையும் சங்கும் வேணாட்டரசர்களது சின்னங்கள் பன்றி, காளை, அரவம், குரங்கு முதலியன அரசர்களது சின்னங்கள இருந்தவையே இவை அரசு தோன்றுமுன் குலக்குறிகளாக இருந்தவையே

27. வர்ஜில் எழுதிய ஏனியடு என்ற காப்பியத்தில் ரோம் நகரம் ரோமர் பரம்பன இவையிரண்டின் தோற்றம் கூறப்படுகிறது.

ரோம் நகரை நிறுவியவர்களுக ஓநாய், பால் கொடுத்து வளர்த்தாக அக்காவியம் கூறுகிறது.

28. இலங்கையில் புத்த சமயத்தின் வரலாற்றைக் கூறும் நூல் மகாவம்சம்.
29. Historicity of Krishna, Heritage of Hinduism part I, Bharatya Vidya Bhavan
30. Jataka Stories, Jaico publication, Introduction.
31. Buddhist Art, P.R. Ramachandra Rao, Hyderabad.
32. Lokayata, D.P. Chattopadyaya, Chapter on Mother Right.
33. Cultural Authropology, Chapter on plastic arts of the primitive, people.
34. T.V. Mahalingam, History of Art and anchitecture, paper read to II ICTS.
35. List of Aditchanalu finds- Madras museum publication.
36. K. Neelakanta Sastry, History of South India.
37. துணங்கை, வள்ளை, குரவை முதலியன பற்றி சங்க நூல்கள் கூறுகின்றன.

Methodology

1. Lokayata- D.P. Chattopadhyaya.
2. Essays on Art and literature- Maxim Gorky.
3. On literature- Lunacharsky.
4. History of early Christianity - Engels.
5. Illusion and reality- Christopher Caudwell.
6. History of Indian and Indenesian art Ananda Coomaraswamy.
7. Art and social life- G.P. Plekhanov.
8. On literature- Maxim Gorky.
9. Cultural Anthropology.
10. Cultural heritage.

உலகப் படைப்புக் கதைகள்
கதை மூலங்களைப் பற்றி ஓர் ஆய்வு

[உலகம் படைக்கப்பட்ட விதம் பற்றி வரலாற்று முற்கால மக்கள் பல கதைகளைப் படைத்திருக்கிறார்கள். அவற்றுள் இருவிதமானவற்றை வேறுபடுத்திக் காணலாம். உலகைப் படைத்தது தாய்தான். அவளை உலக மாதாவாகக் கருதிப் படைக்கப்பட்ட கதைகள் ஒரு விதம். உலகைப் படைத்தது தந்தைதான். அவர் உலகப் பிதா என்று கருதிப் படைக்கப்பட்ட கதைகள் இன்னொருவிதம். சில கதைகளில் தாய் கடலையும், வானையும் படைத்தாள் என்றும், பூமியையும், ஜீவராசியையும், அவளுடைய வழித்தோன்றலான ஓர் ஆண்மகன் படைத்தானென்றும் கூறப்படுகிறது.

இவை யாவும் முற்கால நாகரிக மக்களின் வாய்வழிக் கதைகள், இவற்றை எழுத்து வடிவம் தோன்றிய பின்னர் தனிக் கதைகளாகவும், காப்பியங்களின் பகுதிகளாகவும், சமய நூல்களின் பகுதிகளாகவும் ஆக்கிவிட்டார்கள். இவற்றுள் பழமையானவை பாபிலோனிய சுமேரியக் கதைகள், கிரேக்கக் கதைகள், யூதர்களது கதைகள், ஆரியர்களது வேத புராணக் கதைகள் முதலியன.

இக்கதைகள் தோன்றிய சமுதாயச் சூழல்களை அகழ்வாராய்ச்சி, மானிடவியல் ஆய்வுகள் மூலம் கண்டுபிடித்து இக்கதைகளை உருவாக்கிய மக்களின் பண்பாட்டு நிலைகளிலிருந்து அக்கதைகள் எவ்வாறு உருவாயின என்பதை இக்கட்டுரையில் ஆராய்கிறேன். நா-வா]

உலகைப் படைத்தது யார்? இக்கேள்வியை வரலாற்றுக்கு முற்காலத்திலும் நாகரிகத் துவக்க காலத்திலும் வாழ்ந்த மக்கள் கேட்டனர். ஆதாரங்களோடு விடையளிக்க முடியாத வினாக்களுக்குக் கதைகளைப் புனைந்து அவற்றையே விடையாக அளித்தனர். விஞ்ஞான ஆய்வுகளும், சிந்தனை வளர்ச்சியும் ஏற்பட்டிராத காலத்தில்

பண்டைய மக்கள் இயற்கையைப் பற்றியும், வாழ்க்கைகையைப் பற்றியும் இத்தகைய விடைகளையே கண்டுபிடித்திருக்கிறார்கள் என்பதைப் பண்பாட்டு மானிடவியல் விளக்குகிறது.

இப்புனை கதைகளின் தோற்றம் பற்றி ஆண்டிரூலாங் கூறுவதாவது:

“பண்டைய மக்களின் சடங்காச்சாரங்களினின்றும் (Rite) இக்கதைகள் எழுகின்றன. மனிதனது இயல்பு பற்றியும், பிரபஞ்சத்தின் மூலாதாரம் பற்றியும் தத்துவ பூர்வமான சிந்தனைகளாக இப்புனைக் கதைகளைக் கருத முடியாது. பிரபஞ்சம் எப்படித் தோன்றியது என்ற வினாவிற்கு இவை கற்பனையான விடை என்று கொள்ளுவதற்கில்லை.”[1]

இதனை ஈ.ஓ. ஜேம்ஸ் அவர்கள், படைப்புக்கதைகளும் சாவின் துவக்கமும் மனித இனத்தின் அழிவும் பல புனைகதைகளின் கருப்பொருள்களாக இருப்பினும் அவை தத்துவ விளக்கங்களாக இல்லை என்பது ஆண்ட்ரூ லாங் கூறுவது போல உண்மையே” என்று கூறுகிறார்.[2]

“பண்டைய மக்கள் சடங்காச்சாரங்களை வாழ்க்கையில் நலன்களைப் பெற மிக அவசியமெனக் கருதினர். மழை பெய்யவும், பயிர் வளரவும், காய், கிழங்குகள் கிடைக்கவும், நோய் நொடிகள் வராமல் இருக்கவும், வேட்டையில் விலங்குகள் கிடைக்கவும், புயல் போன்ற இயற்கை விபத்துகள் நேராமல் இருக்கவும் நிகழ்த்தினர்.

இலையுதிர் காலம் முடிந்து வசந்தகாலம் துவங்குகிறபோது பருவ மாறுதலை வரவேற்றும், வசந்த காலத்தில் பயிர்கள் செழித்து வளரவும் பண்டைய மக்கள் சடங்குகளை நடத்தினர். காலங்களை மனித உருவங்களாகக் கற்பனை செய்து ஒரே தெய்வம் இறந்து மறுபடி உயிர்பெறுவதாக நம்பி, சடங்குகள் நடத்தினர்.

எகிப்திய பிரமிட் கோபுரங்களில் செதுக்கப்பட்டிருக்கும் சிற்பங்களிலிருந்து ‘ஆஸிரிஸ்’ என்ற பருவங்களின் தெய்வம் இறந்து மறுபடி உயித்த்தெழும் கதையையும், சடங்குகளைப் பற்றியும் அறிந்துகொள்ள முடிகிறது. தாலமி அரசனின் கல்வெட்டுக்கள் இச்சடங்கு விழா நடைபெற்ற விதத்தைக் கூறுகிறது. இவ்விரண்டு சான்றுகளிலும் கதாநாயகர்களின் பெயர்கள் வேறுபட்ட போதிலும் அவர்களின் இயல்பும், கதையின் நிகழ்ச்சிகளும் ஒன்றாகவே இருக்கின்றன. இத்தெய்வங்களின் உருவத்தை மண்ணாலும்,

பார்லி வைக்கோலாலும், மணலாலும் செய்து தங்க நிற வர்ணம் பூசினார்கள். எகிப்திய மாதமான கோயாக் மாதம் 12 ஆம் நாள் விழாத் தொடங்கும். 24 ஆம் நாள் வரை அதனைப் புனித முழுக்காட்டுவார்கள். பின் அதனை ஒரு படகில் வைத்துப் பாபைரஸ் என்ற நாணலால் செய்யப்பட்ட 24 படகுகள் புடை சூழ நீரினுள் செலுத்துவார்கள். படகுகளில் மொத்தம் 364 விளக்குகளை ஏற்றுவார்கள். 24ஆம் தேதி ஆஸிரிஸின் உருவத்தை, பிணத்தைப் பதனிட்டு மம்மி ஆக்குவது போல ஒரு மம்மியைப் போல அலங்கரிப்பார்கள். அதன் பின் ஒரு சவப்பெட்டியில் அதனைக் கிடத்துவார்கள். உருவத்தின் கீழ் விதைகளைப் பரப்பி வைப்பார்கள். 30ஆம் நாள் சவப்பெட்டியை ஓர் அறையில் வைத்துப் பூட்டுவார்கள். இப்பொழுது ஆஸிரிஸின் இறந்து போன நிகழ்ச்சி சடங்காக நடிக்கப்பட்டுவிட்டது.

இனி உயிர்த்தெழும் நிகழ்ச்சியையும் ஆஸிரிஸின் கோவிலிலுள்ள சிற்பங்கள் காட்டுகின்றன. வட எகிப்தில் காணப்படும் பாழடைந்த ஆஸிரிஸ் கோவில் சுவர்களில் காணப்படும் புடைப்புச் சிற்பங்களிலிருந்து உயிர்த்தெழும் கதையை அறிய முடிகிறது.

மம்மியாகக் கிடக்கும் ஆஸிரிஸைச் சூழ்ந்து பல தெய்வங்கள் நிற்கின்றன. அனுபிஸ்ஐஸிஸ், நெப்திஸ் முதலிய தெய்வங்களும் பசுத்தெய்வமான ஹாதோரும், அவளுடைய சகோதரன் ஹெகட்டும் ஆஸிரிஸின் உடலருகில் நிற்கிறார்கள். உயிர்த்தெய்வமான தவளைத் தெய்வம் உடலருகில் உட்கார்ந்திருக்கிறது. ஒரு கழுகு ஆஸிரிஸின் தலைப்பக்கமும், மற்றொன்று காலினருகில் பறப்பது போல சித்திரங்கள் இருக்கின்றன. அடுத்த சித்திரங்களில் ஆஸிரிஸ் தலையில் மகுடத்தோடு தலையைத் தூக்குவது போலவும், பின் எழுந்து நிற்பது போலவும் காணப்படுகிறான். கடைசிச் சித்திரத்தில் ஆஸிரிஸ் செங்கோலைக் கையிலேந்தி நிற்கிறான். ஒரு தாடி தரித்த ஆண் தெய்வம் கையில் கிரக்ஸ் அனஸ்தா என்ற உயிரின் அடையாளத்தைக் கையில் பிடித்துக் கொண்டு நிற்கிறது.[3]

இச்சிற்பங்கள் பருவ மாற்றத்தின் போது பண்டைய எகிப்திய மக்கள் நிகழ்த்திய சடங்குகளுக்கு அடிப்படையான நம்பிக்கைகளை மிகத் தெளிவாகக் காட்டுகின்றன. இச்சடங்கு களிலிருந்தும் நம்பிக்கைகளிலிருந்தும் தான் ஆஸிரிஸ், ஐஸிஸ் புனைகதை உருவாகிறது. எனவே இயற்கையின் மாற்றத்தை விளக்க முடியாதபோது மாந்திரீகச் சடங்குகளைக் கையாண்டு,

அதனை தங்கள் வாழ்க்கைத் தேவைகளுக்கேற்ப மாற்றுகிற போது தோன்றுகிற நம்பிக்கைகளை உறுதிப்படுத்திக் கொள்ளவும் அடுத்த பரம்பரைக்கு அவற்றை வழிச்செலுத்தவும் இப்புனைக் கதைகள் தோன்றின. இக்கதைகள் குறிப்பிட்ட சமுதாய நிலைமைகளில் குறிப்பிட்ட பண்பாட்டுச் சூழலில் எழுந்தன. இவை சமூக மாறுபாட்டுக்கும், பண்பாட்டு வளர்ச்சிக்கும் ஏற்றாற் போல் மாறின. வெவ்வேறு சமூக அமைப்பும் பண்பாட்டு வளர்ச்சியும் உடையவர்கள் கலப்புறும் பொழுது இணைந்தும், முரண்பட்டும் வேறுபட்டும், வளர்ச்சியும், சிதைவும் அடைந்தனர்.

எகிப்தில் நடைபெற்ற இச்சடங்கு மிகப் பழமையானது, எகிப்தின் பாராவோக்கள், புரோகிதர்களாகவும், ஆடுபவர்களாகவும் செயல் புரிந்தனர். மன்னர்களான பின், அவர்கள் ஆஸிரிஸ் சடங்குகளின் கதாநாயகர்களாகினர். பாரோவோ சாவதாகவும், உயிர்த்தெழுவதாகவும் இச்சடங்கு நடை பெற்றது. அதன் பின்னர் மன்னனது தெய்வீகத் தன்மையை நிலை நாட்டுவதற்காகவே கதைகள் புனையப்பட்டு, இச்சடங்கிற்குப் பொருளை அளித்தனர்.

ஆண்டுதோறும் நடைபெறும் இவ்விழாவினை விளக்க எழுந்த கதை சமூகப் பொருளாதார அமைப்பை நிலை நிறுத்தப் பயன்படுத்தப்பட்டது. ஆடுமாடுகள் பல்கிப் பெருகவும், பயிர்கள் செழித்து வளரவும், மனித இனம் பெருகவும் இச்சடங்கு அவசியமென எண்ணிய புராதன எகிப்தியர்கள். தங்கள் பண்பாட்டுக் கதாநாயகனைச் சிந்தனையில் தோற்றுவித்து, ஆண்டுதோறும் அவனது சாவையும் உயிர்த்தெழுதலையும் கொண்டாட அவனைச் சுற்றி ஓர் கதையையும் படைத்தார்கள். இது தனி மனிதச் சடங்கல்ல. சமுதாயச் சடங்கு. இது சமூக நலனை நோக்கமாகக் கொண்டது. தனி மனித மோட்சத்தை நோக்கமாகக் கொண்டதல்ல. அரசனுடைய தெய்வத் தன்மை, விவசாயப் பருவங்களின் மாறுதலைக் குறிக்கும். "ஹோரஸ் ஆஸிரிஸ் குறியீடு மீதுள்ள நம்பிக்கையின் அடிப்படையில் இச்சடங்கும் புனைகதைகளும் எழுந்தன. இதனைப் போலவே புராதன மக்கள் பாபிலோனியாவில் தம்மூஸ் - இஷ்டார் கதையையும் புனைந்தார்."

நாகரிகத் துவக்க காலத்துப் புனை கதையொன்றின் தன்மையை மேலே கண்டோம். இக்கதை நாகரிகம் முற்றிய காலத்திலேயே தோன்றியிருத்தல் வேண்டும். சமுதாய மாற்றங்களால் ஏற்பட்ட பண்பாட்டு மாற்றங்களால் கதை மாறியிருக்க வேண்டும்.

நாகரிக காலத்துக்கு முன்னர் எகிப்தை அரசிகள் ஆண்டனர். அவர்கள் மணம் செய்து கொள்வதில்லை. விரும்பிய ஆண்மகனோடு ஓராண்டு வாழ்ந்து பின்னர் அவனைப் பலியிட்டு விடுவாள். இது பெண்ணாதிக்க விவசாய சமுதாயத்தில் நடைபெற்றது. கலப்பை விவசாயம் தோன்றிய பின் ஆணாதிக்க சமுதாயம் படிப்படியாக எழுந்தது. அப்போது தனது காதலனைக் கொல்லுவது நின்றது. ஆனால் ஒரு நாள் அவள் அரச பதவியை இழந்து, வேறொருவனுக்கு அதனை அளித்து அவனைப் பலியிடும் வழக்கம் தோன்றியது. பின்னர் அதுவும் நின்று ஆஸிரிஸ் இறந்து உயிர்ப்பித்தலைப் பொம்மை இறந்து உயிர் பெறும் சடங்காக மக்கள் கொண்டாடியிருத்தல் வேண்டும். இம்மாறுதல்கள் நடந்த கால எல்லையில் தான் ஹோரஸ் ஆஸிரிஸ் கதை புனையப்பட்டிருத்தல் வேண்டும்.[4]

இப்புனைகதை போலவே, பல இயற்கை நிகழ்ச்சிகளைப் பற்றிய சடங்குகளும் அவற்றிலிருந்து தோன்றிய புனைகதைகளும் பண்டைய மக்களிடையே வழங்கி வந்தன. சூரியனைப் பற்றிய சடங்குகளும் கதைகளும், சந்திரனைப் பற்றிய சடங்குகளும் கதைகளும், அக்கினியைப் பற்றிய சடங்குகளும் கதைகளும் வழங்கி வந்தன. மூலக்கதை சமுதாய மாற்றத்திற்கேற்ப அவ்வச் சமுதாய மாற்ற கட்டத்தில் மாற்றப்பட்டிருக்கின்றது. எனவே புனை கதைகள் தற்காலப் படைப்புக் கதைகளைப் போன்றவையல்ல. அது ஒரு கால நிலை வாழ்க்கையேயாகும். அதாவது வாழ்க்கையை இயக்கும் நம்பிக்கைகளை அவை அடிப்படையாகக் கொண்டவை.

இதனால் தான் பேராசிரியர் மாலினாவ்ஸ்கி பின்வருமாறு கூறுகிறார்:

“காட்டுமிராண்டி சமுதாயத்தில் வழங்கிய புனை கதை அதாவது மூலநிலைப் புனைகதை சொல்லப்படுகிற ஒரு கதையன்று. அது வாழ்க்கையின் உண்மையாகும். இன்று நாம் படிக்கும் ஒரு நாவலின் தன்மையைப் பெற்றதன்று நாகரிக முற்காலப் புனைகதை அக்கதையின் நிகழ்ச்சிகள் உண்மையில் புராதான காலத்தில் நடைபெற்றதாக அக்கதையைச் சொல்லுபவர்கள் நம்புகிறார்கள். அது மட்டுமல்லாமல் அக்கதையின் சம்பவங்கள், நிகழ்ந்த காலத்திலிருந்து தம் காலம் வரை உலகையும், மனித விதியையும் இயக்கி வருவதாகவும் அவர்கள் நம்புகிறார்கள். ஒரு கிறிஸ்தவன் பைபிள் கதையான சிருஷ்டி, மனிதன் தாழ்வு,

சிலுவையில் மறித்த கிறிஸ்துவினால் மனிதன் மேன்மை பெறுவது ஆகிய சம்பவங்கள் எவ்வளவு உண்மையெனக் கருதுகிறானோ அவ்வளவுக்கு தான் கூறும் கதைகள் உண்மையெனப் பண்டை மனிதன் நம்பினான்.''[5]

அவனுடைய பண்பாட்டு வளர்ச்சி நிலையில் இருக்கும் தற்கால இனக்குழு மக்களும் அவ்வாறே நம்புவதை மானிடவியலாளர் கண்டுள்ளார்கள்.[6]

புனை கதைகள் இத்தன்மையன என்பதை அறிந்து கொண்டபின் நாம் உலக படைப்புக் கதைகளில் மிகப் பண்டைக்காலக் கதைகளை ஆராய்ந்து அவற்றின் தோற்றத்திற்கு அடிப்படையான சமுதாய அடித்தளத்தைக் கண்டு பிடித்து இரண்டையும் தொடர்புபடுத்திக் காண முயலுவோம்.

படைப்புக்கதைகளில் மிகப் பழமையானவை பாபிலோனிய சுமேரியக் கதை, கிரேக்கக் கதைகள் இவையிரண்டுமாகும்.[7] அதற்கடுத்த பண்பாட்டுக் கட்டத்தில் யூதர்களது யெஹோவா படைப்புக் கதையைக் கூறலாம். இதைப் பின்பற்றியே பைபிள் உலகப் படைப்பின் வரலாற்றைக் கூறுகிறது.

ஏறக்குறைய அதே பண்பாட்டு வளர்ச்சி நிலையில் ரிக் வேதத்தில் காணப்படும் புருஷ சூக்தக் கதைகளைக் கூறலாம். பின்னர் விஷ்ணு புராணத்தில் கூறப்படும் நாராயணன் உலகப் படைப்புக் கதை தோன்றியது.

கால நிர்ணயம் செய்ய முடியாத தந்திரீக நூல்களில் காணப்படும் படைப்புக் கருத்துக்கள் மிகப் பழமையானவை என்பதில் சந்தேகமில்லை[8].

முதலில் பாபிலோனிய - சுமேரியப் படைப்புக் கதையைக் காண்போம். பாபிலோனியாவின் பண்டையத் தலைநகரான நினிவேயை ஜார்ஜ் ஸ்மித் 1873-இல் அகழ்ந்து, ஆராய்ந்த பொழுது அஸுர்பானிபால் (சுமார் 2000 B.C) என்ற அரசனின் காலத்தில் எழுதப்பட்ட சுட்ட மண் ஓட்டுச் சாசனங்கள் கிடைத்தன. அவற்றில் படைப்புக் கதை எழுதப்பட்டுள்ளது. அச்சுட்டமண் ஓடுகளின் வாசகத்தை எல்.டபிள்யூ. கிங் என்ற ஆய்வாளர் படித்து படைப்பு பற்றிய ஏழு ஓடுகள்' என்ற நூலை எழுதியுள்ளார்[9]. அந்நூலில் காணப்படும் செய்திகளை அடிப்படையாகக் கொண்டே நாம் இக்கதையின் போக்கைக் கூறுவோம்.

இப்பிரபஞ்சத்தின் ஆரம்ப காலத்தில் கடல் மட்டுமே இருந்தது. மேலே இருக்கும் வானத்திற்கும், கீழே இருக்கும் பூமிக்கும் பெயர்களிடப்படவில்லை. இவற்றின் தந்தை 'அப்ஸு': தாய் 'தியாமத்'. தரை இன்னும் உருவாகவில்லை . சேறும் இல்லை. அவற்றின் விதியும் நிர்ணயிக்கப்படவில்லை. கடலில் ஓர் அசைவு உண்டாயிற்று. பல தேவதைகள் நீரிலிருந்து வெளிவந்தன. லச்மூ' தேவனும் , லச்சாமூ' தேவியும் வெளிவந்தனர். பின்னர் அன்ஷார்' தேவனும், 'கிஷார்' தேவியும் நீரினின்று எழுந்தனர். பின் 'அனு' என்னும் வானதேவன் உதித்தான். அவனுடைய மனைவி 'அனாது'.

'இயா' இதன் பின் தோன்றினான். அவனே எல்லாத் தேவர்களிலும் அறிவு மிக்கவனாகவும் வலிமை மிக்கவனாகவும் இருந்தான். அவனுக்குச் சமமானவன் இல்லை. அவன் சமுத்திர ராஜனாகவும், பூமியின் மன்னனாகவும் இருந்தான். அவனுடைய தேவி டாம்கினா பூமியின் தேவியாக இருந்தாள். இவ்வாறு தேவர்களும் தேவியர்களும் தோன்றி, வலிமையும் புகழும் பெற்றார்கள்.

அப்ஸூவும், தியாமத்தும் இருளடர்ந்த கடலில் குழப்பத்தினுள் வாழ்ந்தார்கள். தங்களின் வழித்தோன்றல்களான தேவர்கள் பிரபஞ்சத்தைத் தங்கள் ஆளுகைக்குட்படுத்தி குழப்பத்தில் ஒழுங்கை நிலைநாட்ட முயலுவதைக் கண்டு மூலப் பிதாவும், மூல மாதாவும் கவலையுற்றனர். தியாமத் தன்மீது அடித்துக்கொண்டு புயல்களைத் தோற்றுவித்தாள்.

அப்ஸுவும் அவனுடைய அமைச்சனும் தியாமத்தைப் போய்ப் பார்த்து அவளை வணங்கிவிட்டு, தேவர்களுடைய சூழ்ச்சி பலிக்காமல் இருப்பதற்கு என்ன செய்ய வேண்டுமென்று கேட்டார்கள்.

'ஒளி மிக்கவளே, தேவர்களின் சூழ்ச்சியை அறிந்து நான் கவலைப்படுகிறேன். இரவு பகலாக எனக்கு உறக்கமில்லை. அவர்களை அழித்து நிம்மதியாக ஓய்வு கொள்ள விரும்புகிறேன்' என்றான் அப்ஸு.

தியாமத் இதனைக் கேட்டு உறுமினாள். புயல்கள் வீசின. அப்ஸுவைப் பார்த்து அவள் விடை கூறினாள். "அவர்கள் பலசாலிகளாயினும் நம்மால் அவர்களை அழித்து விட முடியும்."

இதைப்பற்றி இயா அறிந்தான், தீய தேவதைகள், தேவர்களை அழிக்க எண்ணிச் சூழ்ச்சி செய்வதைப் பற்றித் தெரிந்துக் கொண்டான். ஒரு மந்திரத்தால் அப்ஸூவையும் மும்முவையும் அழிந்து விடச் செய்தான்.

அவர்களது நண்பனான கிங்கு தியாமத்தைப் பார்த்து "மும்முவையும் அப்ஸவையும் அழித்து விட்டார்கள். அதற்காக நீ பழிவாங்க வேண்டும், புயல் தேவியே" என்று கூறினான்.

"போர் துவங்கு" என்று தியாமத் கட்டளையிட்டாள்.

"சூபர் தாய்" என்ற மறுபெயர் கொண்ட தியாமத் பேய்களையும், மலை போன்ற விஷ ஜந்துக்களையும், தீயுமிழும் டிராகன்களையும், படைத்தாள். மலைப் பாம்புகளையும், நச்சரவங்களையும் புயல் வீசும் விலங்குகளையும், வேட்டை நாய்களையும், தேள் மனிதர்களையும், ராட்சஸ ஆடுகளையும் படைத்தாள். கிங்குவைப் படைத் தலைவனாக்கினாள். அவனை முதல் தேவன் என அறிவித்தாள். அவனை உயர்ந்த இருக்கையில் அமர்த்தி சிறந்த உடைகள் அணிவித்து அவனிடம் சொன்னாள்.

"உன்னுடைய ஆணையை தேவர்கள் நிறைவேற்ற வேண்டும். நீயே யாவரினும் வலியவன். உன்னை நான் கணவனாக ஏற்றுக்கொள்ளுகிறேன். மூன்றுலகிற்கும் நான் உன்னை அதிபதியாக்குகிறேன்." என்று கூறி அவனிடம் விதியின் கல்வெட்டையளித்தாள்.

இயா இதனையெல்லாம் அறிந்தான். தன் தந்தை அன்ஷாரிடம் சென்று "நமது தாய் தியாமத் நம் மீது கோபங் கொண்டுள்ளாள். தேவர்களை அவள் தன்னோடு சேர்த்துக் கொண்டதோடு தான் படைத்த உயிர்களையும் நம் மீது ஏவிவிட்டிருக்கிறாள். நீங்கள் அப்ஸூவையும், மும்முவையும் அழித்து விட்டீர்கள். இப்பொழுது நம்மையெல்லாம் அழிக்க கிங்குவை உலகத் தலைவனாக நியமித்திருக்கிறாள். தியாமத்தை எதிர்க்க யாருமில்லை என்றான்."

அவள் கோபத்தை தணித்து வரும்படி அவன் முதன் முதலில் 'அனு வை அனுப்பினான், அனு தியாமத்தின் உலகிற்கு போய் அவளைப் பார்க்க அஞ்சித் திரும்பி விட்டான். பின்னர் இயா' சென்றான். அவனும் அஞ்சித் திரும்பி விட்டான்.

பின் அன்ஷார் இயாவின் மகன் மெரோடாக்கை அழைத்து, "என் அன்பிற்குரிய மகனே நீ போருக்குப் போ. உன்னை யாராலும் ஜெயிக்க முடியாது" என்றான்.

“தங்கள் கட்டளைப்படியே நடக்கிறேன். எந்த மனிதன் தங்களைப் போருக்கு அழைக்கிறான்?” என்று அவன் கேட்டான்.

“மனிதனல்ல தியாமத் என்னும் பெண் நம்மை போருக்கு அழைக்கிறாள். பயப்படாதே, தியாமத்தின் மண்டையை நீ உடைப்பாய். மந்திரத்தால் நீ அவள் மீது வெற்றி கொள்வாய். அவசரமாகப் புறப்படு. அவளால் உன்னைக் காயப்படுத்த முடியாது. நீ திரும்பி வருவாய் போய் வா” என்று அன்ஷார் கூறினான்.

மெரோடாக், தேவர் மகாசபையைக் (உப்ஷினாகு கூட்டினான். அவர்களும் அன்ஷாரின் விருப்பத்தை ஆதரித்ததால், தானே தேவசேனாபதியாகி தியாமத் மீது படையெடுத்துச் செல்வதாகக் கூறினான். அவர்கள் மெரோடாக்கை தங்களது தலைவனாகவும், தேவசேனாபதியாகவும் நியமித்தனர், அவர்கள் கூறியதாவது:

“விண்ணவர் அனைவரினும் நீ மேலானவன். உன்னுடைய கட்டளை அனு”வின் கட்டளையாகும். தேவர்களைப் பதவியில் உயர்த்தவும், தாழ்த்தவும் உனக்கு அதிகாரம் உண்டு. உன்னுடைய அதிகாரத்திற்கு எதிராகத் தேவர்களாகிய நாங்கள் எதுவும் செய்யமாட்டோம். இப்பிரபஞ்ச முழுவதையும் அளும் உரிமையை உனக்கு நாங்கள் அளிக்கிறோம். உனது ஆயுதங்களை யாரும் எதிர்த்து நிற்க முடியாது. கலகம் செய்யும் தேவர்களை வீழ்த்து. உன் மீது நம்பிக்கை கொண்டு உன்னைப் பணிபவர்களைக் காப்பாற்று.

ஒரு துணியைக் கீழே விரித்து அவனை அதைப் பார்த்து வாயால் ஊதச் சொன்னார்கள். அவன் அவ்வாறே செய்தான். துணி மறைந்து போய்விட்டது. பின் ‘வா’ என்று கூப்பிட்டான். துணி தரையில் கிடந்தது.

இந்த அடையாளத்தைக் கண்டதும் தேவர்கள் “மன்னன் வாழ்க!” என்று ஆர்ப்பரித்தனர்.

மெரோடாக்கின் யுத்தத் தயாரிப்புகளை இனி மூலக்கதை மிக விரிவாகக் கூறுகிறது. அதனைச் சுருக்கமாகக் கூறுவோம். வில்லையும் அம்புறாத்தூணியையும் அவன் தோளில் மாட்டிக் கொண்டான். கையில் கதையை எடுத்துக் கொண்டான் அனு அவனுக்கு ஒரு வலையைக் கொடுத்தான். மெரோடாக் ஏழு காற்றுக்களை உண்டாக்கினான். அவை அவனைப் பின்தொடர்ந்து சென்றன. இடி மின்னலை ஆயுதமாகக் கையில் எடுத்துக் கொண்டான். விஷ மூச்சு வீசும் நான்கு குதிரைகள் கட்டிய தேரில்

குதித்தேறி அமர்ந்தான். அவன் தேரில் முன் செல்ல தேவர் படை பின் தொடர்ந்தது.

அவன் தியாமத்தின் மறைவிடத்திற்குப் போய்ச் சேர்ந்தான். கிங்குவும், தியாமத்தும் பேசிக்கொண்டிருந்தார்கள். ஒரு வினாடி அவன் தயங்கினான். இதற்குள் அவள் அவனைப் பார்த்து விட்டாள். உறுமிக் கொண்டே ஓடி வந்தாள்.

அவன் அவளைப் படைதிரட்டிக் கொண்டு போருக்கு வருமாறு அழைத்தான்.

ஆனால் அவள் நேரில் அவனை நோக்கி வந்தாள். மெரோடாக் அனு தனக்குக் கொடுத்த வலையை வீசினான். அவள் தன் வாயைப் பிளந்தாள். அது ஏழு மைல் அகலமிருக்கும். அவள் வாயை மூடிவிட முடியாமல் மெரோடாக் காற்றை அவள் வாயினுள் வீசுமாறு கட்டளையிட்டான். காற்று வீசியது. திறந்த வாயை அவளால் மூட முடியவில்லை. அவளது இதயம் வலிமை குன்றியது. அவள் மூச்சுத் திணறினாள். மெரோடெக் அவள் வயிற்றை நோக்கி ஓர் அம்பை எய்தான். அது அவள் வயிற்றைக் கிழித்து, இதயத்தையும் துண்டாக்கியது. தியாமத் இறந்து போனாள். அவளுடைய படைகள் சிதறியோடின.

மெரோடாக் இறந்து போன கிங்குவிடமிருந்து விதி ஓட்டை எடுத்துக் கொண்டான். அவன் தியாமத்தின் மண்டையை உடைத்து அவளுடைய இரத்தம் பூமியில் படாதபடி காற்றினால் மறைவிடங்களுக்குக் கொண்டு செல்லச் செய்தான்.

அவளுடைய உடலை இரு பகுதிகளாக வெட்டி, ஒரு பகுதியைப் பூமியாகவும் மற்றொரு பகுதியை வானமாகவும் படைத்தான். தேவர்களுக்குப் பதவிகள் அளித்து அவர்களைப் பதவியில் அமர்த்தினான். ஒவ்வொரு நூலுக்கும் ஒரு தேவனை அதி தேவதையாக்கினான். சந்திரனை நாள்களை அளக்கும்படி நியமித்தான் அவனது தந்தை இயா மனிதன் உலகில் தோன்ற வேண்டும் என்று எண்ணினான். இதையறிந்து மெரோடாக் அவனிடம் கூறினான். “எனது இரத்தத்தைச் சிந்தி எலும்பை உண்டாக்குவேன். இவ்வுலகை நிரப்ப மனிதனைப் படைப்பேன். தேவர்களை வணங்கவும் அவர்களுக்குக் கோவிலைக் கட்டவும் மனிதன் தேவையல்லவா?”

வேறோர் கதையில் சிப்பார் என்னும் தேவர்களின் அரசி மெரோடாக்கோடு சேர்ந்து ‘மனிதனது விதை’யைப் படைத்தாள் என்று கூறப்பட்டுள்ளது.

ஏழாவது சாசன ஏட்டில் அவன் ஐம்பத்தொரு பெயர்களால் தேவதேவன் என்றழைக்கப்படுகிறான். எல்லாத் தேவதைகளும் மெரோடோக்கின் அம்சமென அப்பகுதி கூறுகிறது.

இக்கதைக்கு முன்னர் சுமேரியக் கதையொன்றிருந்தது என்று சுமேரிய நாட்டுக் கதைகளை ஆராய்ந்த ஆய்வாளர்கள் கூறுகின்றனர்[10]. அதன் சுருக்கம் வருமாறு:

"காடுகளிலும், கடலிலும், பயங்கர ராட்சஸ மனித விலங்குகள் வாழ்ந்தன. அவை மலையில் வாழ்ந்த வீரர்களுடன் பகைமை கொண்டிருந்தன. வீரர்களின் மன்னனான இயா, மனிதர்களின் விரோதிகளான இவ்விலங்குக் கூட்டத்தின் மீது படையெடுத்துச் சென்று அவற்றின் தலைவனான அப்ஸூவையும், அவன் மகனான மும்முவையும் கொன்றான். ஆனால் மிகவும் சக்தி வாய்ந்த தியாமத் என்னும் உலக மாதா இன்னும் உயிரோடிருந்தாள்; தனது உறவினர்களின் சாவிற்காக அவள் பழிவாங்கத் துடித்தாள். இயா, அவளோடு போரிடத் தயாரிப்புச் செய்தான். சாதாரணமான ஆயுதங்களால் அவளைக் கொல்ல முடியாது. அவளுடைய மந்திர சக்தியும், தந்திரத் திறமையும் அவளை யாராலும் வெல்ல முடியாதவளாக்கியது. இயா மந்திர வசியங்களையும், செய்வினைச் செயல்களையும் அவளுக்கு எதிராகச் செய்து பார்த்தான். அவற்றால் அவளை எதுவும் செய்துவிட முடியவில்லை. அவளுடைய உயிர் நிலை அவளுடைய கல்லீரலில் இருந்தது. அவளுடைய வயிற்றில் குத்தி கல்லீரலைக் கிழித்தால் அவள் இறந்து போவாள். இதனைத் தான் பாபிலோனியக் கதையில் மெரோடாக் செய்ததாக நாம் கண்டோம்.

இக்கதையில் தியாமத் தனது கணவனையும், மகனையும் விட வலிமை மிக்கவள் என்பது கூறப்பட்டிருப்பது முக்கியமானது.

இக்கதை மெரோடாக் சிறு தெய்வமாயிருந்து தனிப் பெரும் தெய்வமானதைக் கூறுகிறது. அவனே தனிப்பெருங் கடவுளாக வழிபாடு செய்யப்பட்ட காலத்தில் இக்கதை எழுந்திருக்க வேண்டும். இது அரசும், அரசனும் பாபிலோனிய சமுதாயத்தில் தோன்றிய காலத்தில் தான் தோன்றியிருக்க முடியும், இக்கதையை ஆண் ஆதிக்கச் சமுதாயத்தில், ஆண் வலிமை போற்றப்பட்ட காலத்தில் அச்சமுதாயத்தின் கவிஞர்கள் உருவாக்கியிருத்தல் வேண்டும். மாரோடாக் மர்டாக் என்ற பெயரிலும், எல் என்ற பெயரிலும், பாபிலோனியாவிற்கு வெளியே உள்ள நாடுகளில் பிற்காலத்தில்

வழிபாடு செய்யப்பட்டான். இவன் ஏகநாயகன், தனிப்பெரும் தேவன் என்று கருதப் பட்டாலும், அவனுக்குத் தந்தையும் பாட்டனும் இருந்தார்கள். அப்பகைவர்கள் பெண்ணாதிக்க, பெண்ணுரிமைப் பண்பாட்டினை உடையவர்கள். தியாமத் தான் அவர்கள் எல்லோருக்கும் தாய். இவளை அன்ஷாராலும், இயாவாலும் கொல்ல முடியவில்லை. மெரோடாக் தான் அவளைக் கொல்லும் அளவுக்கு வலிமையும் வீரமும் உடையவனாக இருந்தான்.

மெரோடாக் உலகைப் படைத்தான். மனிதர்களைப் படைத்தான். ஆயினும் அவனுக்கு முன் கடலும், வானமும், தேவர்களும் இராட்சஸர்களும் இருந்தனர். கடலையும், வானையும், தேவர்களையும், இராட்சஸர்களையும் தியாமத் தான் படைத்தாள். அவளுக்கு அப்ஸூ என்ற கணவன் இருந்தான். தேவர்கள் அவனைக் கொன்ற பிறகு கிங்கு என்ற வேறோர் கணவனை அவள் நியமித்துக் கொண்டாள். அவனுக்கு அவளே உலகத் தலைமையை அளித்தாள். எனவே உலக ஆதிபத்திய உரிமை அவளிடமே இருந்தது.

அவளை அனு, அன்ஷார், இரா, மெரோடாக் முதலிய தேவர்கள் தாய் என்று அழைத்தார்கள். ஆயினும் தனது இரத்த பரம்பரையோடு அவள் ஏன் விரோதம் கொண்டாள் என்று அனு என்னும் வானதேவன் கேட்கிறான். நமக்கும் இக்கேள்வி தோன்றத்தான் செய்கிறது.

அவள் பிரபஞ்சத்தில், குழப்பத்தை விளைவிக்கப் புயல்களை உண்டாக்கினாள். தேவர்கள் அமைதியையும் ஒழுங்கையும் விரும்பினார்கள். அதனால் தான் மெரோடாக் அவள் மீது போர் தொடுத்து முடிவில் அவளைக் கொன்றான்.

அவள் உயிரோடிருக்கும் பொழுது வானையும், கடலையும், தேவர்களையும், ராட்சஸர்களையும் படைத்தாள். இறந்த பின் அவளுடைய உடலிலிருந்து பூமியையும், வான முகட்டையும் மெரோடாக் படைத்தான். அவன் தனிப் பெரும் தேவனான பின், தன்னையும் தனது பரிவார தேவர்களையும் வணங்க மனிதனைப் படைத்தான். கதையின் அடிப்படைக் கருத்துக்கள் இவை. இக்கருத்துக்கள் சமுதாயத்தின் வளர்ச்சிப் போக்கோடு வளர்ந்தவை. சமுதாயத்தின் வளர்ச்சிப் போக்கை அறிந்து கொள்ளாமல் அதன் மேற்கோப்பாகத் தோன்றி மாறுதல்களைடைந்து வளர்ந்த கருத்து வளர்ச்சியை அறிய முடியாது. உதாரணமாக உலகின் ஆதிப் படைப்பாளி ஏன் ஒரு பெண்ணாக எண்ணப்பட்டாள்? தாய் ஏன்

தன் மக்களைப் பகைத்தாள்? தாயைக் கொல்ல ஏன் மெரோடாக் முன் வந்தான்? பின் மனிதனைப் படைத்தவன் ஏன் ஆணாக எண்ணப்பட்டான்? என்ற வினாக்களுக்கு மெரோடாக் கால சமூக அமைப்பு, அதில் ஏற்பட்ட கருத்துக்கள், அதற்கு முன் இருந்த கருத்துக்கள், இவற்றின் இயங்கியல் முரண்பாடுகள், அதன் விளைவாகத் தோன்றிய கூட்டுக் கருத்து இவையனைத்தையும் நாம் ஆராய்தல் வேண்டும். ஆராய்ந்து விட்டால் பின்னர் கூறப்படும் படைப்புக் கதைகளுக்கும் அவை தோன்றி மாறி, வளர்ந்த முறைகளுக்கும் விளக்கம் காண்பது எளிதாகும்.

இக்கதைகள் வரலாற்றின் முற்காலத்தைக் குறித்தவை. இவற்றுள் வரலாற்று மனிதர்கள் எவரும் பங்கு கொள்ளுவதாகக் கூறப்படவில்லை. தியாமத் மனிதர் படைக்கப்படுமுன் கொல்லப்பட்டு விட்டாள். மெரோடாக்கின் கதை மனிதன் படைக்கப்படுமுன் முடிந்து விடுகிறது. ஆனால் இத்தகைய மெரோடாக்கை வழிபட்ட மனிதர்கள் தான் கற்பனைகளானாலும், தங்கள் காலத்திற்கு முன்பிருந்த கதைகளை இணைத்து மாற்றிப் படைத்தார்கள். அவர்கள் காலத்தில் எழுத்துத் தோன்றவில்லை. இது வாய்வழியாகப் பரம்பரை பரம்பரையாக வழிச் செலுத்தப்பட்டது. எழுத்து தோன்றிய பின் எழுதப்பட்டு, படைப்புக் கதையாக அஸுர்பானிபால் காலத்தில் பாதுகாக்கப்பட்டது.

அவ்வாறானால் இக்கதையின் முக்கிய கூறுகள் வரலாற்றுக்கு முற்காலத்தில் பல கட்டங்களில் தோன்றிக் காலப் போக்கிலும், சமுதாய மாற்றங்களின் போக்கிலும் மாறி வளர்ச்சியடைந்து மெரோடாக்கின் கதையாக முழுமை பெற்றிருத்தல் வேண்டும்.

இக்கதையின் கூறுகள் எந்நிலைமைகளில் தோன்றின என்ற வினாவிற்கு விடைகாண வரலாற்று முற்காலப் பண்டைச் சமுதாயங்களின் வளர்ச்சி முறையை அறிதல் வேண்டும்.

டார்வினது "உயிரினங்களின் தோற்றம்" என்ற நூல் வெளியான பின்னர் பல உயிரினங்கள் அவ்வவ்வாறே படைக்கப் பட்டன என்ற கருத்து தோல்வியடைந்தது. சிற்றுயிர்கள் சூழ்நிலைக்கேற்றபடி தம்மை மாற்றிக் கொள்வதால் அவை படிப்படி மாற்றம் அடைந்து பல்லுயிர்க்கணங்கள் தோன்றின என்ற பரிணாமக் கருத்து விஞ்ஞான ரீதியாக நிரூபிக்கப்பட்டது. அதிலிருந்து உயிரின வளர்ச்சிக் கருத்து விஞ்ஞானத்தில் ஆதிக்கம் பெற்றது. எல்லாத் துறைகளிலும் இப்பரிணாமம் அடிப்படை உண்மையாக ஏற்றுக் கொள்ளப்பட்டது.

இதுவரை மனிதனது சமுதாயங்களைத் தனித்தனியாகக் கருதி வந்த மானிடவியலும், சமூகவியலும் இக்கருத்தின் அடிப்படையில் ஆய்வுகள் தொடங்கின. உலகப் படைப்புப் போலவே சமூகப் படைப்பையும் கருதி வந்த அறிஞர்களின் கருத்துக்களோடு, சமுதாயப் பரிணாம வளர்ச்சி என்ற கருத்து மோதியது.

இது பற்றி கார்டன் சைல்டு பின்வருமாறு கூறுகிறார்: "18ஆம் நூற்றாண்டில் ஐரோப்பிய சமுதாயத்தில் இருந்து முற்றிலும் வேறுபட்ட சமுதாயங்களை ஆய்வாளர்கள் கண்டனர். அவர்களை நாகரிகமற்றவர் (Savages) என்றழைத்தனர். அவர்களுள்ளும், சமூக அமைப்பு, தொழில் நுணுக்கம், பொருளாதாரம் ஆகிய துறைகளில் பல வேறுபாடுகள் இருப்பதைக் கண்டனர். சில ஆய்வாளர்கள் ஸாவேஜ்களிலும் ஏற்றத் தாழ்வான நிலைகள் இருப்பதைக் கண்டு வேறுபட்ட நிலைகளை வரையறுத்தனர். 1768இல் பெர்குஸன்,[12] ஸாவேரி என்ற நிலையைப் பார்பரிசத்திலிருந்தும் இரண்டையும் நாகரிக நிலையினின்றும் வேறுபடுத்திக் கண்டார். இவை யாவும் தொடர்பற்ற தனித் தனியான அமைப்புகள் என்று அவர் கருதினார். உயிரினங்கள் தனித் தனியாகப் படைக்கப்பட்டன என்ற பைபிள் ஆதியாகமக் கருத்தையொத்து சமூகங்களும் தனித்தனியாக ஒன்றில் இருந்து ஒன்று தோன்றாமல் தனித் தனியாகத் தோன்றியவை என்பது தான் அவருடைய கருத்து. அவர் காலத்து மானிடவியல், சமூகவியல் அறிஞர்களும் அவ்வாறே கருதினர்."

பரிணாம வளர்ச்சிக் கொள்கை தோன்றிய பின் அறிவுலகம் சமுதாயங்களின் வேறுபாடுகளை அக்கொள்கையின் சிந்தனைகளின் அடிப்படையில் சிந்திக்கத் தொடங்கியது. இது சமூகவியலிலும், மானிடவியலிலும் ஏற்படாமல், தத்துவத்தில் தொடங்கியது. 1850இல் ஹெர்பர்ட் ஸ்பென்சர்[13] இச்சிந்தனை மாற்றத்தைத் தோற்றுவித்தார். அவர் அங்க ஜீவிகளுக்கும், சமூகங்களுக்கும் ஒரு பொருத்தப்பாட்டை (Analogy) எடுத்துக்காட்டினார். அங்கஜீவிகள் சூழ்நிலையின் தொடர்பாலும் மாற்றுச் செயல்களாலும் (Mutual interactions) வளர்கின்றன. அது போலவே சமுதாயங்களும் சூழ்நிலையோடு மாற்றுச் செயல் புரிவதால் வளர்கின்றன என்ற புரட்சிகரமான கருத்தை வெளியிட்டார். வளர்ச்சிக்குரிய காரணங்கள் இவ்விரண்டிற்கும் வேறு வேறானவை. தற்காலத்திலுள்ள ஸாவேஜ், பார்பரிசம் ஆகிய வளர்ச்சி நிலைகளிலுள்ள சமுதாயங்கள் அவ்வவ்வளர்ச்சிகளில் வளர்ச்சி தடைப்பட்டு நிற்கின்றன. முழுமையாக எல்லாச் சமுதாயங்களையும் கருத்தில் கொண்டால்

பரிணாமச் செயல்பாட்டை நாம் காணமுடியும். தனித்தனி சமுதாயத்தை மட்டும் ஆராய்ந்தால் இப்பரிணாம வளர்ச்சிப் போக்கைக் காண்பது இயலாது. இது ஸ்பென்சரின் கருத்து. எனவே சமூக மானிடவியல்களில் ஒப்பீட்டு ஆய்வு முறையின் தேவையை ஸ்பென்சர் வலியுறுத்தினார். பண்டைக்கால சமுதாயங்களைப் பற்றிக் கற்பனையான வளர்ச்சிக் கட்டங்களை வரையறுத்துக் கொண்டு தடம் புரண்டு வழி கண்டுபிடிக்கவியலாமல்

குழம்பி நின்ற மானிடவியலாளருக்கும், சமூகவியலாளருக்கும், அவர் தற்காலத்தில் சமூக வளர்ச்சியில் பின் தங்கி ஸாவேஜ் நிலையிலும், பார்பரிஸ நிலையிலுமுள்ள பழங்குடி மக்களது சமுதாயங்களை ஒப்பியல் ஆய்வு செய்து, அவற்றை முற்கால மக்களது தொல்பொருள் எச்சங்களோடு (அகழ்வாராய்ச்சி மூலம் கிடைக்கும்) ஒப்பிட்டு பழங்கால சமுதாயங்களின் வளர்ச்சி நிலை, சமுதாய அமைப்பு, பண்பாடு முதலியவற்றை அறிந்து கொள்ள வேண்டும் எனப் போதித்தார். இதன் மூலம் உலக சமுதாயங்களின் ஒற்றை வழி வளர்ச்சிப் போக்கில் வளர்ந்துள்ளதை அனுமானம் செய்வதற்குரிய ஆதாரங்கள் கிடைக்குமெனக் கூறினார். 1891இல் வெளியான பண்டைய சட்டம் (Ancient Law) என்ற ஹென்றி மெய்னியின் நூலிலும், ‘திருமண நிறுவனம்’ (The Institution of Marriage) என்ற மெக்லென்னானின் நூலிலும் ஸ்பென்சரின் கொள்கையைப் பின்பற்றி ஆய்வு முறைகள் அமைக்கப்பட்டுள்ளன.

பண்பாடு பற்றி ஸ்பென்சரின் கொள்கை வருமாறு:

“மனித இனத்தின் பல்வேறு சமுதாயங்களின் நிலைகளை பொதுக் கொள்கைகளின் வெளிச்சத்தில் ஆராய வேண்டுமானால், அது மனித சிந்தனை, மனித செயல்கள் ஆகியவற்றின் பொது விதிகளை ஆராய்வதாகவே முடியும். உலக முழுவதும் நாகரிகத்தின் ஒற்றுமைகளைக் கவனிக்கும் பொழுது பொதுவான செயல்களுக்குப் பொதுவான காரணங்கள் இருக்க வேண்டும் என்று அனுமானிக்கலாம். வேறுபட்ட பல நிலைப் பண்பாடுகள் ஒரு வழிப்போக்கான வளர்ச்சியின் பல கட்டங்களே என்பதையும், ஒவ்வொரு காலகட்டத்தின் பண்பாட்டு நிலை, பழமை வரலாற்றின் விளைவெனவும், அவ்வக் காலகட்டத்தின் செயல்கள் வருங்காலத்தை பாதிப்பவை எனவும் அறியலாம்.”

ஸ்பென்சர், சமுதாயங்களின் நம்பிக்கைகளையும் சமுதாயங் களின் நிறுவனங்களையும் ஒப்பிட்டார். ஆனால் அவற்றின்

பண்பாட்டையும், நிறுவனங்களையும் சமுதாயங்களின் வளர்ச்சியடைந்துள்ள நிலைகளோடு பொருத்திக் காட்டவில்லை; எந்தப் பண்பாடு எந்த வளர்ச்சி நிலையில் தோன்றியது என்பதையும் ஆராயவில்லை.

இத்தவறுகளை லீவிஸ் ஹென்றி மார்க்கன்[14] என்ற அறிஞர் தமது கொள்கைகளால் ஒருவாறு நீக்கினார். தனித் தனி நிறுவனங்களை, அவற்றின் சமூக வளர்ச்சியைக் கவனியாமல், ஆராயாமல் சமுதாயப்படி முறை வளர்ச்சியை முழுமையாக ஆராய்ந்தார். சமுதாயங்களை அவற்றின் வளர்ச்சி நிலைக்கேற்றபடி எண் வரிசையில் வரிசைப்படுத்த முயன்றார். மூன்று காலகட்டங்களாக அவற்றைப் பகுத்தார். 1. ஸாவேஜரிசம். 2. பார்பரிஸம். 3. நாகரிகம்.

இப்பகுப்பைச் செய்ய அவர் அடிப்படையாகக் கொண்டது அவ்வப்பண்பாட்டு மக்கள் கையாண்ட உற்பத்திக் கருவிகளே. இதனால் அவருடைய பகுப்புக்குரிய சான்றுகளை அகழ்வாராய்ச்சி அளிக்க முடியும். அவர் மானிடவியலையும், சமூகவியலையும் புறவய ஆராய்ச்சியாக மாற்றும் வழியைக் காண்பித்தார்.

பழைய பண்பாட்டை அறியக் கருவிகள் மற்றும் பண்டை மக்கள் பயன்படுத்திய பொருள்களைச் சான்றுகளாகக் கொண்டதால், சமுதாயவியலை ஒரு புறவியல் விஞ்ஞானமாக அவர் மாற்றி விட்டார். இக்கருவிகளின் வளர்ச்சியை அகழ்வாராய்ச்சிச் சான்றுகளின் மூலம் கண்டு, பொருளுற்பத்திச் சக்திகளின் பெருக்கத்தை உய்த்துணர்ந்து, அதன் உற்பத்தி விநியோகம் ஆகிய சமூகச் செயல்களுக்கான சமுதாய நிறுவனங்கள் எவ்வாறு அமைக்கப்பட்டிருந்தன என்பதையும் அவை பண்டைக்கால முதல் அடைந்த மாற்றங்களால் ஏற்பட்ட சமுதாய பரிணாமத்தையும் காணவேண்டும் என மார்கன் போதித்தார்.

இப்பரிணாமத்தின் அடிப்படையிலேயே கருத்துக்கள், நம்பிக்கைகள், சமயங்கள், சட்டங்கள் எல்லாம் தோன்றுகின்றன. எனவே கருத்துக்களின் உற்பத்தி, சமுதாய பொருளுற்பத்தி முறையோடும், அச்சமுதாயத்தில் மக்கள் ஒரு பிரிவினரோடு மற்றோர் பிரிவினர் கொள்ளும் உறவுகளிலிருந்தும் தோன்றுவதாகும்.

"கார்ல் மார்க்சும், பிரடரிக் ஏங்கல்சும் மார்கனுடைய பண்டைய சமுதாய திட்டத்தை ஏற்றுக்கொண்டதால் அவருடைய மானிடவியல் கொள்கைகள் பெரிதும் ஆற்றல் பெற்றன. இது தற்செயல் நிகழ்ச்சியன்று. 1859லேயே மார்க்ஸ் பொருள் முதல்வாத வரலாற்றுக் கொள்கையை வெளியிட்டார்[15]. இவ்வாண்டில்

தான் டார்வினது உயிரினங்களின் தோற்றம் வெளிவந்தது. அகழ்வாராய்ச்சியாளர்களான ஜான் இவான்ஸ், ஃபால்கோனர், ப்ரெஸ்ட்விச் ஆகியோர் பண்டைக்கால மனிதனது வாழ்க்கையை அறிய உதவும் அகழ்வாராய்ச்சிச் சான்றுகளை வெளியிட்டு பிளிஸ்டோஸீன் மனிதனைப் பற்றிய விவரங்களை எழுதினர்.''

இத்தகைய சான்றுகளிலிருந்து மார்க்சும் ஏங்கல்சும் தங்கள் சமுதாய வளர்ச்சி பற்றிய கருத்துக்களை உருவாக்கி வெளியிட்டனர். ஒரு சமுதாயத்தின் அமைப்பு, அடிப்படையில் அச்சமுதாயத்தின் உற்பத்தி முறையைப் பொறுத்திருக்கிறது. உற்பத்தி முறை , உற்பத்தியில் பயன்படும் உற்பத்திச் சாதனங்களைப் பொறுத்தது சமுதாயத்தில் ஒப்புக்கொள்ளப்பட்ட தேவைகளை நிறைவு செய்து கொள்ளுவதற்காக, சமுதாயத்தின் ஆளுகையில் இருக்கும் தொழில் நுணுக்க சாதனங்களையும், சக்திகளையும் பொறுத்தே உற்பத்தி முறை இருக்க முடியும். நாகரிக சமுதாயங்களின் வரலாற்றுச் சான்றுகளைக் கொண்டு இக்கொள்கையை அவர்கள் வரையறுத்துக் கூறினார்கள். மார்க்ஸ் எழுத்தறிவில்லாத வரலாற்று முற்கால சமுதாயங்களின் மாறுதல்களை ஆராயும் பொழுது மார்கனது கொள்கையை ஏற்றுக் கொண்டார்.[16] மார்கன், பொருள் முதல்வாத வரலாற்றுக் கொள்கையை வலியுறுத்தும் சான்றுகளைத் திரட்டித் தந்திருந்தார்.

மார்கனின் சமூகப் பரிணாமக் கொள்கை மார்க்ஸின் வரலாற்றுக் கொள்கையோடு நெருங்கியதாயிருந்தது. ஏங்கல்ஸ் ஒரு சமுதாயம் மற்றொரு சமுதாயமாக மாறுவதை மார்கனது திட்டத்தோடு, உற்பத்தி சக்திகளின் மாற்றம் என்னும் கருத்தை இணைத்தார். இவ்வாறு செய்யும் பொழுது மார்கனது திட்டத்தில் ஏங்கல்ஸ் சில திருத்தங்களைக் கொணர்ந்தார். இது தமது கொள்கைக்கேற்றபடி மார்கனது கொள்கையை மாற்றியதாக இல்லை. "ஐரோப்பாவில் வரலாற்று அகழ்வாராய்ச்சி முடிவுகளைப் பற்றிய அவருடைய ஆழ்ந்த அறிவின் ஒளியில் மார்கனது திட்டத்தை மாற்றினார். எனினும் மார்கனது திட்டத்தின் அடிப்படை அம்சங்களை அவர் ஏற்றுக் கொண்டார்[17]."

இவ்வாராய்ச்சிகளின் அடிப்படையில் தாம்ஸன் தற்கால இனக்குழு மக்களின் சமுதாயங்களின் வளர்ச்சி நிலைப்படிகளை வரையறுத்தார்.[18]

I. வேட்டைச் சமுதாயம்

1. கீழ்நிலை வேட்டைச் சமுதாயம் - தொழில்-உணவு சேகரித்தல், வேட்டையாடுதல்.

2. உயர்நிலை வேட்டைச் சமுதாயம்

தொழில் வேட்டையாடுதல், மீன் பிடித்தல்

II. மேய்த்தல்

1. ஆடுமாடுகளைப் பிடித்தல் - வளர்த்தல்

2. ஆடுமாடு வளர்ப்போடு, விவசாயம் செய்தல்.

III. விவசாயம்

1. கலப்பையின்றி விவசாயம்.

2. கலப்பை விவசாயம்.

3. கலப்பை விவசாயத்தோடு, ஆடு மாடு வளர்ப்பு.

"இவ்வளர்ச்சி முறைப்பற்றி ஏங்கல்ஸ் கூறுவதாவது, இந்தப் படிமுறை வளர்ச்சி குறிப்பிட்ட காலகட்ட வளர்ச்சியாக இருக்கவில்லை. உணவு சேகரித்தலும் வேட்டையும் எல்லா சமுதாயங்களிலும் முதலில் தோன்றின. ஆனால் அவற்றிற்கு உயர்ந்த வாழ்க்கை நிலைகள் தோன்றுவது குறிப்பிட்ட பகுதிகளின் தாவர நிலைகளையும், சூழ்நிலைக் கூறுகளையும் பொறுத்துள்ளது. முதல் கட்டத்திற்குப் பின் சில பகுதி மக்கள் மேய்ச்சல் (Pastrol) வாழ்க்கைக்கு மாறினர். சில பகுதி மக்கள் முதல் கட்டத்திற்குப் பின் விவசாயத்தைக் கண்டுபிடித்தனர். இவ்விரண்டு பாதைகளில் ஏற்பட்ட முன்னேற்றம் இனக்குழு வாழ்க்கையை அழித்தது. இரண்டு சமாந்தரப் பாதைகளில் பண்டைய இனக்குழு மக்கள் சமுதாயங்கள் நாகரிகத்தை நோக்கிச் சென்றன. தற்கால இனக்குழு மக்களின் சமுதாய மாற்றங்களை ஆராய்பவர்களும் இதனையே காண்கிறார்கள்.[19]

இதனிடையே நாம் பாபிலோனியப் படைப்புக் கதையை ஆராய்வோம்.

பாபிலோனிய பண்டைய நாகரிகத்தை ஆராய்ந்து கார்டன் சைல்டு[20] கூறுவது இங்குக் கவனிக்கத்தக்கது. "பார்பரிஸக் காலத்திலிருந்து நாகரிக காலத்திற்கு ஏற்பட்ட மாற்றத்தைக் காட்டும்

அகழ்வாராய்ச்சித் தலங்கள் பல கண்டுபிடிக்கப்பட்டுள்ளன. இரண்டு தலங்களை அகழ் வாராய்ச்சியாளர் மிஸோலிதிக் அல்லது நியோலிதிக் பண்பாட்டுக் காலத் தலங்களாகக் கருதுகின்றனர். அதன் பின்னர் நான்கு கால வரிசைப்படி முறையான பண்பாட்டுக் கட்டங்களைக் காட்டும் தலங்கள் உள்ளன."

தானியங்களைப் பயிரிடுதல், ஆடு மாடு வளர்த்தல் முதலிய தொழில்களில் வாழ்ந்த மக்களின் சுவடுகளை அகழ்வாய்வாளர்கள் கண்டுள்ளனர். உணவு சேகரிப்பும், மீன் பிடித்தலும் இங்கிருந்த மக்களின் தொழில்களாயிருந்தன. நிலைத்த கிராமங்களுக்கருகே ஆடு, மாடு மேய்த்த குழுக்களும் இருந்தன. இவையிரண்டும் நாகரிகத்தை நோக்கி முன்னேறின.

நாகரிகத் துவக்கக் காலத்தில் பாபிலோனியாவில் பல சிறு நகர ராஜ்யங்கள் இருந்தன. அவை ஒன்றோடு ஒன்று போரிட்டுக் கொண்டன. அந்த நகரங்களின் போர் வீரர்கள் செம்புக் கோடரிகள், ஈட்டிகள், கத்திகள், தலைக்கவசங்களைப் பயன்படுத்தினர்.

"ஹாலாபியன் காலகட்டத்தில் பெண்களின் உருவச் சிலைகள் காணப்படுகின்றன. சரித்திர காலகட்டத்தில் இவை இஷ்டாரின் உருவங்களாக இருக்கலாம். அதற்குப் பின்னுள்ள காலகட்டத்தில் ஆண் சிலைகள் அருகியே காணப்படுகின்றன".

இச்சான்றுகளிலிருந்து இக்கதைகளைப் புனைந்தவர்களது வாழ்க்கை நிலையை அறிகிறோம். முழுக்கதையையும் வழங்கி வந்த பண்டைய பாபிலோனிய மக்கள் நாகரிகமுற்ற காலத்தவர்.

மெரோடாக்கை ஏக தெய்வமாக வழிபட்டவர்கள் தங்கள் நகர ராஜ்யங்கள் ஒன்றாக இணைக்கப்பட்டு ஓரரசன் கீழ் வந்த பொழுது, பல தேவர்களுக்கும் மேலாக ஒரு தேவனை, ஒரு தேவ ராஜனை கற்பனை செய்தல் இயல்பே.

இந்த நாகரிகத் துவக்க காலத்துக்கு முன், மெரோடாக் தியாமத்தோடு போராடி அவளைக் கொன்றான். மெரோடாக் ஆணாதிக்கமுடைய சமுதாயத்தின் கற்பனையில் தோன்றிய ஒரு தேவன், "ஆணாதிக்கம் ஆடு மாடு மேய்க்கும் சமுதாயத்திலும், கலப்பை விவசாய சமுதாயத்திலும் தோன்றும்" [21] என்று சமூகவியலார் ஆய்வுகளின் முடிவுகள் தெளிவாக்குகின்றன. ஏனெனில் இச்சமுதாயங்களில் ஆண்களின் உழைப்பு பெண்களின் உழைப்பை விடச் சமுதாயத்திற்குத் தேவையான உற்பத்திச் சக்தியாகப் பயன்படுத்தி சமுதாயச் செல்வத்தின் பெரும் பகுதியையளிக்கிறது.

ஆனால் மெரோடாக்கும் அவனுடைய முன்னோர்களும் தியாமத்தின் வழித்தோன்றல்கள் என்ற கதை கூறுகிறது. அவளே தங்கத் தாய் என்றும் அழைக்கப்படுகிறாள். அப்படியானால் தியாமத்தை அவளுடைய வழித் தோன்றல்களே கொன்றுவிடப் போர் செய்வானேன்?

கார்டன் சைல்டின் கூற்றின் படி ஹாலாபியன் கட்டத்தில் பொறுருவச் சிலைகள் மிகுதியாகக் கிடைக்கின்றன.

மெரோடாக் ஏக தெய்வமான பிறகு ஆண் சிலைகளே அதிகமாகக் கிடைக்கின்றன. அக்காலத்திற்கு முந்தி, வாயையானா என்ற தலத்தில் இருபது ஆண் தெய்வங்களின் சிலைகள் அகப்பட்டன. இங்குப் பெண் சிலைகள் அகப்படவில்லை.

இதிலிருந்து பாபிலோனியாவில் தாய்வழிச் சமுதாயமும் தந்தை வழிச் சமுதாயமும் மெரோடாக் கதை தோன்று முன்னரே தனித்தனியாக வெவ்வேறு தலங்களில் இருந்திருக்க வேண்டுமென ஊகிக்கலாம்.

தாய் வழிச் சமுதாயத்திலிருந்து தாங்கள் தோன்றியவர்கள் என்று கருதிய தந்தை வழி மக்கள் தங்களுடைய பரம்பரையைத் தோற்றுவித்தவள் ஒரு பெண்ணென்னும் முந்திய சமுதாய நிலைமையை இனக்குழு நினைவாகக் கொண்டிருத்தல் (வேண்டும். எனவே தங்கள் சமுதாயத்தின் நிழலாகப் படைத்த முற்காலத் தேவருலகிலும் தாயையே மூல புருஷியாகக் பந்தினர்.

ஆனால் தியாமத்தை ஒருராட்சஸியாகவும் அவளை எதிர்த்துக் கொன்றவனைத் தேவனாகவும் ஏன் படைத்தார்கள்?

பாபிலோனியாவில், நாகரிகத் துவக்கத்துக்கான உற்பத்திச் சத்திகர் பெருகி, நாட்டை ஒன்றாக்கி அரசு தோன்றுவதற்கு இரு முறையான தாய்வழி, தந்தைவழிச் சமுதாயங்களை இணைக்க வேண்டும். தந்தை வழிச் சமுதாயம் மேய்த்தல், விவசாயம், உலோக உபயோகம் இவற்றால் வளர்ச்சி பெற்றுவிட்டதால் தேங்கி நின்று புராதன விவசாய நிலையிலும், விவசாய நிலையிலும், வேட்டை நிலையிலும் இருந்த தாய்வழிச் சமுதாயத்தை அழிக்கப் போர் செய்ய வேண்டும்.

தாய் வழிச் சமுதாயம் தங்கள் முன்னேற்றத்திற்கு இடையூறெனக் கருதிய தந்தை வழி மக்கள் அதனை அழிக்கச் செய்த போர்கள், இக்கதை தோன்றுவதற்கு முன்பே நடைப் பெற்றிருத்தல் கூடும்.

தியாமத் அதற்கு முன்னரே தாய்வழிச் சமுதாயத்தால் வணங்கப்பட்ட தெய்வம். அச் சமுதாயத்திலிருந்தே, உற்பத்திச் சாதன வளர்ச்சியால் பிரிந்து தந்தை வழி முறையைக் கொண்டு வளர்ச்சி பெற்று வலிமை பெற்ற சமுதாயத்தில் ஆண் தெய்வங்களைப் படைத்து மக்கள் வழிபட்டார்கள்.

இவ்விரு சமுதாயங்களின் பகைமை, தியாமத் - தேவர்களின் பகைமையாக வருணிக்கப்பட்டது.

தியாமத் மிகப் பழங்கால தெய்வமாதலால் அதற்குப் போர்க் கருவிகள் எதுவுமில்லை. அதுவே ஆளுகிற ஆண்களை நியமித்தது என்றால் அது சர்வல்லமையுடையது. அது உலகைப் படைக்க அப்ஸூ துணையாயிருந்தான். அவன் இறந்தபின் அவள் கிங்குவைத் துணையாக்கிக் கொண்டாள். இவையெல்லாம் தேவர்கள் - தாய்த் தெய்வம் என்ற கதை மாந்தர்களின் செயல்களாகக் கூறப்பட்ட போதிலும், தாய்வழிச் சமுதாயத்தில் நிகழ்கிற செயல்களே.

தியாமத் உலகையும், மக்களையும், உயிரினங்களையும் படைக்கவில்லை என்று இக்கதைக் கூறுகிறது. ஆனால் அவளிடமிருந்தே உலகம் தோன்றியதாக தாய்வழி மக்கள் நம்பினர். எனவே இக்கதை புனைந்தவர்கள் அவளை குழப்பத்திலிருந்து வானையும் கடலையும் படைக்கச் செய்தனர். தேவர்களையும் படைத்தவள் அவளே. முந்திய கதையின் படைப்புத் தாயை, அவளோடு பகைத்து நின்ற தேவர்களும் ஒப்புக்கொண்டனர். ஏனெனில் பாபிலோனியா முழுவதும் முதற் படைப்புத் தெய்வமாக இருந்த தியாமத்தை பிந்திய படைப்புக் கதையில் ஒதுக்கிவிட முடியாது. ஆனால் ஆணாதிக்கச் சமுதாயத்திற்கு பல நகர ராஜ்யங்களை இணைக்கிற வலிமை மிக்க ஒரு தேவன் தேவை. எனவே மெரோடாக் ஆயுதங்கள் தரித்தவன், தலைக்கவசம் தரித்தவன். புயல் போன்ற குதிரைகள் கட்டிய தேரில் போருக்குச் செல்லுகிறான். இது வளர்ச்சியடைந்து உலோக உபயோகம், சக்கர உபயோகம் விலங்கு பழக்கல் முதலியவற்றைத் தெரிந்துக் கொண்ட மக்களின் கற்பனை என்பதில் ஐயமில்லை. தியாமத் மெரோடாக் போரில், மெரோடாக் பயன்படுத்திய வலை, ஈட்டி, கத்தி ஆகியவை மீன் பிடித்தல், வேட்டையாடுதல் முதலியவற்றில் முன்னேறிய தொழில் நுணுக்கத்தைப் மக்களின் சிந்தனையைக் காணலாம்.

தியாமத் வாயைப் பிளந்ததும், மெரோடாக் காற்றை அவள் வாயினுள் புகும்படி ஆணையிட்டான். காற்றாடிகள் *(Wind lass)* மூலம் நீரிறைக்கும் தொழில் நுணுக்கம் தெரிந்தவர்கள் காற்றைத்

தங்கள் ஆணைக்குட்படுத்தலாம் என்று கருதினர். அதனால் தான் அவர்கள் கற்பனையில் மெரோடாக் காற்றைக் கட்டளையிட முடிந்ததைக் கருத முடிந்தது.

தியாமத்தின் உடலிலிருந்து பூமியையும் ஆகாயத்தையும் மெரோடாக் படைத்தான். இதிலிருந்து பூமியும், வானமும் தாயின் உடலிலிருந்து தோன்றியவை என்பது மெரோடாக்கை வணங்கியவர்களது கருத்து என்று தோன்றுகிறது.

மெரோடாக் மனிதனைப் படைத்ததாகக் கதை கூறவில்லை. ஆனால் அவனை எல்லாத் தெய்வங்களுக்கும் சக்தியளிக்கும் ஒரே தேவன் என்று ஒரே நாடாக பாபிலோனியா இணைந்த பின் கருதிய மக்கள் அவன் மனிதனைப் படைக்க எண்ணினான் என்று கதையை முடித்துவிட்டனர்.

தேவர்கள் இருந்தால் போதுமா? அவர்களுக்குக் கோவில் கட்டி வணங்க மனிதர்கள் வேண்டாமா? இதனால் தங்களை வணங்க மனிதனைப் படைக்க மெரோடாக் எண்ணினான் என்று கதை கூறுகிறது.

ஒரு குறிப்பிட்ட சமுதாய நிலைமையில் அதற்கு முன் நிலைப் பெற்றிருந்த சமுதாயங்களில் தோன்றியிருந்த மக்கள் நம்பிக்கைகளால் படைக்கப்பட்ட தெய்வங்களில் ஒன்றையொன்று கொன்ற பிறகு எஞ்சியிருந்த தெய்வம் மனிதனைப் படைக்க எண்ணியதாகத் தங்கள் கற்பனையில் வரலாற்று முற்காலச் சிந்தனைகளைப் பண்டைய பாபிலோனியர் தலைமாற்றிக் கொண்டார்கள். இதுவே மிகப் பழமையான படைப்புக் கதையின் மானிடவியல் சமூகவியல் - விளக்கமாகும். ஒரு கதையை இவ்வாறு விளக்கிவிட்டால் மற்றக் கதைகளை இவ்வளவு விரிவாக விளக்க வேண்டியதில்லை. அக்கதைகளைக் கூறி அவற்றைப் படைத்தவர்களின் சமுதாய வளர்ச்சி நிலையோடு இணைத்துக் காட்டினால் போதுமானது. எனவே இனிவரும் படைப்புக் கதைகளைச் சுருக்கமாகவே விளக்குவோம்.

கிரேக்கப் புனைக் கதைகளில் நான்கு வேறுபட்ட படைப்பு 'வரலாறு'கள் கூறப்படுகின்றன. இவற்றைக் காண்போம்.

1. ஆதியில் யூரிநோம் என்னும் உலக மாதா குழப்பத்திலிருந்து அம்மணமாக எழுந்தாள். தனது கால்களைப் பதிக்க இடமில்லாமல் கடலையும், வானையும் பிரித்தாள். கடலின் மீது தனியாகத்

தாண்டவமாடினாள். அவள் தெற்கு நோக்கி ஆடிக்கொண்டே போனாள். காற்று புதிதாக எழுந்து அவளைப் பின்பற்றி வீசியது. அவள் காற்றை இரு கைகளாலும் பிடித்துத் தேய்த்தாள். ஓபியான் என்ற பெரும் பாம்பு தோன்றியது. அவள் ஆட, ஆட ஓபியான் அவளுடலைச் சுற்றி வளைத்தான். அசைவில் காம உணர்வு கொண்டு அவளைப் புணர்ந்தான். போரியாஸ் என்ற வட காற்று அவளைக் கர்ப்பம் கொள்ளச் செய்தது. பெண் குதிரைகள் வட காற்றடிக்கும் பொழுது தங்கள் உடலின் பின்பாகத்தை அதனை நோக்கித் திருப்ப ஆண் குதிரையை புணராமலேயே கருவுறுகின்றன.

பின்னர் அவள் ஒரு புறாவின் உருவெடுத்து பிரபஞ்ச முட்டையிட்டாள். அவள் ஆணையை ஏற்று ஓபியான் அதனைச் சுற்றி ஒரு வளையமாகத் தனது உடலை வளைத்துக் கொண்டான். அந்த முட்டையிலிருந்து சூரியன், சந்திரன், கிரகங்கள், உடுக்கணங்கள், பூமி, பூமியிலுள்ள ஆறுகள், மரங்கள், தாவரங்கள், உயிரினங்கள் அனைத்தும் வெளிவந்தன.

ஒலிம்பஸ் மலையில் யூரிநோமும், ஓபியானும் வாழ்ந்தனர். "நான் தான் உலகைப் படைத்தேன்" என்று கூறி அவன் அவளைச் சீற்றமுறச் செய்தான். அவள் தனது குதிகாலால் அவன் தலையில் மிதித்துக் காயம் உண்டாக்கினாள். அவனை உலகின் இருண்ட குகையில் சென்று வாழும்படி விரட்டிவிட்டாள்.

அடுத்து அவள் ஏழு கிரகங்களையும் படைத்தாள். ஒவ்வொரு கிரகத்திலும் ஒரு ராட்சதியையும், ராட்சதனையும் வாழ அனுப்பினாள். கதை ஒவ்வொரு கிரகத்திற்கும் அனுப்பப்பட்ட ராட்சதி, ராட்சதர்களின் பெயர்களைக் கூறுகிறது) முதன் முதலில் படைக்கப்பட்ட மனிதன் பெலாஸ்கஸ், அர்க்காடியாவில் வாழ்ந்த பெலாஸ்கஸியர் என்ற இனத்தாரின் மூதாதை அவன். அவனுக்குப் பின் வேறு மனிதர்கள் படைக்கப்பட்டனர். எல்லோருக்கும் அவன் தோலை உடுக்கக் கற்று கொடுத்தான். குடிசை கட்டவும், தானியம் சேகரிக்கவும் கற்பித்தான்.

"இக்கதை பிஸினியின் இயற்கை வரலாறு ஹோமரின் பெலாஸ்ஜியர் வரலாறு கூறும் இலியாதின் பகுதி, அப்பலோனியஸ், ரோடியஸ் என்ற பழம் புலவரது ஆர்கோ நாடிகா என்ற நூல்கள், முந்தையர் செவி வழிக் கதைகளெனக் குறிப்பிடப்பட்டுள்ளன."

இந்தப் புனைக்தையைப் பல மூலங்களிலிருந்து புனர் நிர்மாணம் செய்து எழுதிய பேராசிரியர் கிரேவ்ஸ், இக்கதை தோன்றிய சமுதாய வரலாற்றுச் சூழ்நிலைகளைக் குறிப்பிடுகிறார்.

"இக்கதையின் சமய நம்பிக்கையில் தேவர்களும், பூசாரிகளும் காணப்படவில்லை. ஓர் உலக மாதா நம்பிக்கையும் அவளுடைய தேவராட்டிகளும் மட்டுமே இருந்த காலத்தில் இக்கதை பிறந்திருக்க வேண்டும். பெண்ணே வலிமையும் ஆதிக்கமும் உடையவள். ஆண் அவளுக்கு அஞ்சி வாழும் வலிமையற்ற ஜீவன். கருவுறுவதற்கு ஆண் தேவையில்லையென்றும், காற்று மட்டுமே போதும் என்றும், அக்கால மக்கள் கருதினர். தாய் வழித் தாய உரிமைதான் அக்காலத்தில் இருந்தது. பாம்பு முன்னோர்களின் உருவம் என்றெண்ணப்பட்டது. சந்திரன் என்னும் பெண் தெய்வமாக யூரினோம் கருதப்பட்டாள். இவளுடைய சுமேரியப் பெயர் இயாஹி. அம்மொழியில் இச்சொல்லுக்கு புறா என்பது பொருள். யூதர்களின் படைப்புத் தெய்வமான யஹோவா என்ற பெயர் இச்சொல்லிலிருந்து தான் தோன்றியது.

வசந்த கால விழாவின் போது பாபிலோனியாவில் மெரோடாக் ஒரு புறாவை இரண்டாக வெட்டினான் என்ற புனைகதையின் அடிப்படையில் ஒரு சடங்கு பண்டைய பாபிலோனியாவில் கொண்டாடப்பட்டது. அந்தப் புறா இயாஹூவைக் குறிக்கும் தியாமத்தின் உடலை இரண்டு கூறாக வெட்டி உலகையும், வானத்தையும் மெரோடாக் படைத்தான் என்ற புனைக்கதையோடு இச்சடங்கிற்கு தொடர்புள்ளது.

1. இக்கதை புனைந்தவர்களது சமூகநிலை தாய்வழிச் சமுதாய நிலையே என்பது உறுதி. கிரேவ்ஸ் கூறும் விளக்கத்தைக் கண்டோம். கார்டன் சைல்ட், நியோலிதிக் A, நியோலிதிக் B என்ற பண்பாட்டு நிலை முதலே கிரேக்கத்தின் பண்பாடு காணப்படுகிறது. பாலியோலிதிக் இல்லை என்கிறார்.[24] அது மட்டுமல்லாமல் நீண்டகாலமாக மேய்ச்சல் விவசாயப் பண்பாட்டு நிலைகள் பிரியவில்லை என்றும் கூறுகிறார். எனவே தாய்வழிச் சமுதாயம் வேறு சமுதாயங்களோடுப் போராடாமல் வாழ்ந்த காலத்தில் இக்கதை தோன்றியிருத்தல் வேண்டும்.
2. இரண்டாவது கிரேக்க படைப்புக் கதையொன்று ஹோமர், ஆர்பியூஸ் என்னும் கவிஞர்களால் இலியாதிலும் ஆர்பியூஸின் கவிதைகளிலும் குறிக்கப்படுகிறது.[25]

எல்லாத் தேவர்களும், வராசிகளும் ஓஷியானஸ் என்னும் உலகைச் சுற்றி ஓடும் நீரோட்டத்தில் தோன்றின என்றும் டெதிஸ் என்னும் தெய்வம், ஓஷியானஸ் என்னும் தேவனது குழந்தைகளின் தாயென்றும் கூறுகிறார்கள். ஆனால் ஆரிபியூஸின் கவிதைகளில் லியூல் என்னும் தேவர்க்கரசன் கூட அஞ்சி நடுங்கும் வல்லமையுடைய கறுப்புச் சிறகுடைய இருள் என்னும் தேவியைக் காற்று காதலிக்க அக்காதலின் விளைவாக ஒரு வெள்ளி முட்டையை அவளுடைய கருப்பையில் வைத்தான் என்றும், அம்முட்டையிலிருந்து ஈராஸ் என்னும் காதல் தேவன் பிறந்து உலக இயக்கத்தைத் துவக்கி வைத்தான் என்றும் அவர் கூறுகிறார். ஈராஸ் ஆணும் பெண்ணுமான உறுப்புடையவன்; தங்கச் சிறகுகள் உடையவன்; நான்கு தலைகளையுடையவன். சில வேளைகளில் காளையைப்போலவும், சில வேளைகளில் சிங்கத்தைப் போலவும் கர்ச்சிப்பான். சில வேளைகளில் ஆட்டைப் போலவும் கத்துவான். இரவுத் தேவி அவனுக்கு மூன்று பெயரிட்டாள். இரவில் மூன்று வடிவமாக அவள் அவனுக்குத் தோன்றுவாள். அவ்வடிவங்கள் இரவு, ஒழுங்கு, நீதி என்பன. அவர்களது குகையின் முன் ரீயா என்ற தேவி ஒரு வெண்கல முரசை முழக்கிக் கொண்டு காவல் காத்தாள். இத்தேவியின் சாலினிகள் இங்கிருக்கிறார்கள் என்பது முரசு முழக்கத்தின் பொருள். பானஸ் என்ற இருளின் மகன் உலகம், வானம், சூரியன், சந்திரன் முதலிய பொருள்களைப் படைத்தான். ஆயினும் மும்முகம் உடைய இருள் தேவி உலகையாண்டு வந்தாள். அவளுக்குப் பின் யூரானஸ் செங்கோல் செலுத்தினான்.

இக்கதையில் முதல் கதையின் வளர்ச்சியைக் காண்கிறோம். இருள்தேவி, யூரோ நோமை ஒத்திருக்கிறாள். ஆர்போன் என்ற பாம்பிற்குப் பதில் ஓஷியானல் அவளை அணைக்கிறான். ஓஷியானஸ் கடலாகும். மிகப் பிற்காலக் காதல் தெய்வம் மிகப் பழைய படைப்புத் தெய்வத்தின் மகனாக்கப்பட்டு அவனே உலகைப் படைப்பவனாகக் கூறப்பட்டுள்ளான். இருள்தேவியின் மும்முகமும் அதனுடைய பொருளும், வளர்ச்சியடைந்த ஒழுங்கு நீதிக் கருத்துக்கள் கொண்ட சமுதாயத்தில் வாழும் மனிதருடைய சிந்தனைகள். இரவின் வெள்ளி முட்டை சந்திரன், சந்திரனைப் பற்றிக் பல புனைக்கதைகள் தோன்றிவிட பழைய படைப்புக் கதையில் அவனைப் புகுத்தியுள்ளனர்.

இந்த வளர்ச்சியடைந்த கதையில் முதல் கதையைவிட படைப்பில் ஆணின் பங்கு அதிகமாக்கிக் காட்டப்பட்டுள்ளது.

ஆயினும் இருள்தேவியே உலகை ஆளுகிறாள். அவளுடைய காவல் தெய்வமும் சாலினிகளும் பெண்களே. ஆனால் கதைப் புனையப்படும் பொழுது யூரானஸ் என்ற ஆண் தெய்வம் உலகத்தை ஆளும் தெய்வமாகக் கருதப்பட்டது. எனவே அக்கருத்து தந்தை வழிச் சமுதாயமும் தாய்வழிச் சமுதாயமும் இணைந்ததையே குறிப்பிடுகிறது. ஆனால் போர்கள் எதுவும் நிகழவில்லை. முதல் கதையில் யூரிநோம், ஓபியோனைத் தலையில் மிதித்து ஒரு குகைக்கு விரட்டினாள் என்றிருக்கிறது. இக்காலத்தில் ஏற்பட்ட முரண்பாட்டிற்குப் பின் தாய் வழிச் சமுதாயமும், தந்தை வழிச் சமுதாயமும் சமாதானமாக இணைவதாகத் தோன்றுகிறது. இந்தச் சமுதாய மாற்ற நிலைமைகளில் கிரேக்கர்கள் இக்கற்பனைக் கதைகளைப் படைத்திருக்க வேண்டும்.

3. ஆதிக்காலத்தில் பூமித்தாய் குழப்பத்திலிருந்து தோன்றி உறங்கும் பொழுதே யூரானஸைப் பெற்றெடுத்தாள்.[26] அவன் வானத்திலிருந்து அவளை அன்போடு நோக்கி அவளுடைய ரகசியமான பள்ளத்தாக்குகளை நோக்கி மழை பொழியச் செய்தான். அவள் புல், மலர், மரம், விலங்குகள், பறவைகள் முதலியவற்றை இடத்திற்கேற்ப பெற்றெடுத்தாள். இம்மழையே ஆறுகளையும், கடல்களையும் உண்டாக்கியது.

அவளுடைய முதற் குழந்தைகள் அரைகுறை மனித உருவ முடையவர்களாக இருந்தனர். பிரையேரியஸ், கைகெஸ், காட்டுஸ் என்ற நூறு கைகளையுடைய அரக்கர்கள் பிறந்தனர். பின்னர் ஒற்றைக் கண்ணுடைய சைக்ளாப்ஸ் என்னும் அரக்கர்கள் பிறந்தனர்.

இவர்கள் பெரிய சுவர்களைக் கட்டினார்கள். இரும்பு வேலை செய்யும் கொல்லர்களாகவும் இருந்தார்கள். இவர்களைத் தான் ஓடி ஸீயூஸ் ஸிஸிலியில் பார்த்தான். அம்மூவரின் பெயர்கள் பிரான்டீஸ், ஸ்டீரோப்ஸ், ஆர்கெஸ். இவர்களுடைய ஆவிகள் எட்னா எரிமலையின் குகைகளில் இருந்தன. அப்போலோ அவைகளைக் கொன்றான்.

ஒலிம்பிய மலை சமயத்தில் தந்தை வழிச் சமுதாயப் புனைக் கதையான யூரானஸின் கதை புகுந்துவிட்டது. யூரானஸ் என்ற சொல்லுக்கு வானம் என்பது பொருள். வருணன் என்னும் ஆரிய தேவனோடு யூரானஸ் இணைக்கப்பட்டான். அவனே முதல் தந்தையென்று நம்பப்பட்டான். கிரேக்க மொழியில் யூரானஸ் என்னும் சொல் யூரானா என்னும் பெண்பால் பெயரின் ஆண்பால்

சொல்லாகும். யூரானா என்றால் மலைராணி, கோடையின் தேவி, காற்றுத் தேவி, காட்டு மாடுகளின் தெய்வம் என்பது பொருள். யூரான் என்ற பெண் தெய்வம் தான் ஆணாதிக்க சமுதாயத்தில் பால் மாற்றப்பட்டது. ஆண் தெய்வமாகக் கருதப்பட்டிருத்தல் வேண்டும். ஹெலனிக் நாகரிகமுடைய இனக்குழுக்கள் வட கிரேக்கத்தின் மீது படையெடுத்து வந்த நிகழ்ச்சியைக் குறிப்பிடும் ஒரு புனைக்கதை யூரானஸ் பூமா தேவியை மணந்து கொண்டான் என்று கூறுகிறது. அவனே முதல் தந்தையென்றும் கூறுகிறது. ஆனால் அவனே பூமாதேவியின் மகன் என்ற புனைகதை இதனோடு முரண்படுகிறது.

இது தாய் வழி இனக்குழு மக்களும் தந்தை வழி ஹெலனிக் இனக்குழு மக்களும் போராடிய காலத்திற்குப் பின், பண்பாட்டு இணைப்பாகத் தோன்றிய கதை. இதில் படைப்பின் முதல் தெய்வமாகப் பூமி தேவி கூறப்பட்ட போதிலும், அவளுடைய மகனே அவளது கணவனாகி, உலகில் தாவரங்களையும் உயிரினங்களையும் படைத்தான் என்று கூறப்படுகிறது. நூறு கையுடைய அரக்கர்கள் தாய்வழிச் சமுதாயத்தின் கைத்தொழிலாளர்கள் என்பதும் அவர்களால் வலிமை பெற்ற தாய் வழிச் சமுதாயத்தை அழிக்க அவர்களுடைய பகைவர்களின் கொலை செயல்கள் இப்புனை கதையில் அப்பால்லோ என்ற ஹெலனிக் ஆண் தெய்வத்தின் ஆண் செயலாகவும் கூறப்பட்டது.

4. நான்காவது கதை ஒரு தத்துவ ரீதியான படைப்புக் கதை.[27] இது புனைகதையாக இல்லாமல் வளர்ச்சியடைந்த தத்துவ - சமயக் கருத்தாக இருப்பதால் இதனை நாம் ஒதுக்கி விடலாம்.

இனி பைபிளில் கூறப்படும் யூதர்கள் அல்லது இஸ்ர வேலர்களின் படைப்பு வரலாற்றைக் கவனிப்போம்.[28]

இக்கதையின் தேவன் ஆவியாக அசைந்தாடி வானையும் கடலையும் பிரித்தார். சூரியன், சந்திரன் நட்சத்திரங்களைப் படைத்தார். தாவரங்களையும், விலங்குகளையும், பறவைகளையும் படைத்தார். கடைசியில் தன்னுருவத்தில் மனிதனைப் படைத்தார். மண்ணால் உருவம் செய்து அதில் தனது மூச்சை ஊதினார். முதல் மனிதன் ஆதாம் உயிர் பெற்றான்.

இக்கதையைப் புனைந்தவர்கள் தந்தை வழிச் சமுதாயத்தைச் சேர்ந்தவர்கள். இஸ்ர வேலர்கள் பைபிள் வருணணைப்படி மேய்த்தல் தொழில் உடையவர்கள். ஆணாதிக்க சமுதாயத்தின் கற்பனையின்படியே இவர்கள் பெண்ணின் பாத்திரமில்லாமல்

உலகு படைக்கப்பட்ட கதையைப் புனைந்தார்கள். அது மட்டுமல்ல ஒரே ராஜ்யமாக, ஓர் அரசனின் கீழ் ஒன்று திரண்டு பகைவர்களை எதிர்த்ததால் தான் இவர்கள் ஒரே கடவுள் என்ற சிந்தனையுடையவர்களாயிருந்தனர். இவர்களுடைய இனத்திற்கு தாய்வழிச் சமுதாயத்தின் முற்காலம் இல்லாததால் படைப்புக் கதையில் தாயின் தேவையே ஏற்படவில்லை.

வேதத்தில் முக்கியமாக கடவுளர்களே போற்றப்படுகிறார்கள் முக்கிய கடவுளர்கள் இந்திரன், மித்ரன், வருணன், ருத்ரன், அக்னி இவர்களனைவரும் ஆண் ஆற்றலுடைய தேவர்களே. சூரியனும் ஆண் தெய்வமே. பெண்கள் ஆண் தெய்வங்களின் மனைவிமார்களாகவே இரண்டாந்தர மதிப்புப் பெறுகிறார்கள். வேத கால ஆரிய கணங்களின் சமூகப் பண்பாட்டு நிலை பற்றியும், அந்நிலையில் எழுந்த தெய்வக் கருத்துக்கள் பற்றியும் பின்னர் காண்போம்.

அதற்கு முன் ரிக் வேதத்தில் புருஷ சூக்தத்தில் கூறப்படும் உலகப் படைப்பு பற்றிக் கூறுவோம்.

'புருஷன்' என்ற பெயரே ஆணைக் குறிக்கும். அவனைப் பற்றி ரிக் வேதம் கூறுவதாவது:

"புருஷனுக்கு ஆயிரம் தலைகள், ஆயிரம் கண்கள், ஆயிரம் கால்கள், உலக முழுவதிலும் பத்து விரற்கடை இடத்தை அவன் உருவம் அடைத்துக் கொள்ளும். இப்புருஷனே இப்பொழுது இருக்கும் எல்லாமாகவும் இனி வரப்போகும் எல்லாமாகவும் இருக்கிறான். அழிவில்லாத அவன் உணவால் பெருக்கமுற்று இருக்கிறான். அவனது பெருமை உயர்ந்தது. அதனினும் பெரியவன் புருஷன். முக்கால் பங்கு புருஷன் மேலே போய்விட்டான். கால் பங்கு இங்கேயிருக்கிறான். தின்பது, தின்னாதது எல்லாவற்றின் பக்கத்திலும் அவன் நடந்தான்."[29]

இவ்வாறு புருஷனை வருணித்து விட்டு, அவனைத் தேவர்கள் பலியிட்டதாகவும், அவனுடைய உடலின் ஒவ்வொரு பகுதியிலிருந்தும் சூரியன், சந்திரன் முதலிய கோளங்களும் உலகமும், விலங்குகளும், பிராம்மண, க்ஷத்திரிய, வைசிய, சூத்திரங்களும் தோன்றியதை இப்புருஷ சூக்தம் விவரிக்கிறது.

வேதத்தில் ஆணாதிக்கக் கருத்து வன்மையாகக் காணப் படுகிறது. பிரபஞ்ச முழுவதும் முதல் ஆணினின்றும் தோன்றியதாக இந்நூல் கூறுகிறது. இது ஏன்? "அவர்களுடைய பொருளாதார அமைப்பை

மீறி அவர்களுடைய கற்பனை செல்ல முடியாது. புருஷ சூக்தத்தில் சூசுட்ம சிந்தனை சிறிதளவு உள்ளது. ஆயினும் அச்சிந்தனை மாடு மேய்ப்பவர்களின் சமூகத்தில் வாழ்பவர்களது சிந்தனையாகவே உள்ளது. அவர்கள் ஆண்களின் உயர்வில் நம்பிக்கையுடையவர்கள்."[30] எனவே படைப்பிலும் ஆணைப் பலி கொடுத்து உலகம் உண்டாக்கப்பட்டதாகக் கருதி ஒரு கற்பனைப் புருஷனது புனைகதையை உலகப் படைப்பை விளக்கப் படைத்தார்கள்.

பிற்கால நாராயணப் படைப்புக் கதைகளும் ஆணாதிக்கக் கருத்தையே வெளியிடுகின்றன. "நாராயணன் வேத காலத்தில், முன் ஆரியர்கள், ஆரியரல்லாதவர்களிடமிருந்து ஏற்றுக்கொண்ட கடவுள் என்று விஷ்ணுவையும் நாராயணனையும் ஆராய்ச்சியாளர்கள் கருதுகிறார்கள். விஷ்ணு வேதத்தில் சிறு தெய்வம். நாராயணன் வேதக் கடவுளன்று. நாரா என்றால் நீர் என்பது சமஸ்கிருதத்தில் பொருள். நீரின் மீது உறங்குபவனாகப் பண்டைப் புனை கதைகள் அவனை சித்தரிக்கின்றன. அவன் பாம்பின் மீது உறங்குபவன். "பாம்பு பண்டைய இனங்களின் குலக்குறி"[31] நாராயணனைத் தெய்வமாகக் கொண்ட வளர்ச்சி பெற்ற இனக்குழுக்கள் ஏதோ ஒரு நாகக் குலக் குறியுடைய இனக்குழுவை வென்றதால் இது அவனுடைய படுக்கையாக ஆக்கப்பட்டது. நாராயணன் பாற்கடலில் பாம்பின் மீது உறங்குகிறான். அவனது நாபியிலிருந்து ஒரு தாமரை தோன்றுகிறது. அதிலிருந்து லட்சுமியும், பிரமனும், சந்திரனும் தோன்றுகிறார்கள். பிரமன் உலகைப் படைத்தான். இக்கதையில் பாற்கடலும், ஆண் உலகத்தைப் படைத்தலும், மாடு மேய்ப்பவர்களின் கற்பனைகளாகவும், கருத்துக்களாகவுமே தோன்றுகின்றன.

இனி இக்கதைகள் அனைத்திலும் உலகு

1. பெண்ணால் படைக்கப்பட்டது.
2. ஆணால் படைக்கப்பட்டது.
3. பெண் ஒரு பகுதியையும், ஆண் மற்றோர் பகுதியையும் படைத்தார்கள்.

என்ற மூன்று கருத்துக்கள் காணப்படுகின்றன ஒவ்வொன்றிலும் சமூக அமைப்பு எவ்வாறு இக்கருத்துக்கள் தோன்றக் காரணமாயிருந்தன என்பதைக் கூறியுள்ளோம். இங்குச் சமுதாய மாற்றங்கள் எப்படி படைப்புக் கருத்தையும், படைப்புத் தெய்வங்களின் ஆண் அல்லது பெண்பாலையும் தீர்மானிக்கின்றன என்று காண்போம்.

பண்டைய சமுதாயங்களிலும், இன்றைய பழங்குடிச் சமுதாயங்களிலும் ஆணாதிக்கம் அல்லது பெண்ணாதிக்கம் அல்லது தந்தை வழி அல்லது உரிமைகள் எவ்வாறு தோன்றுகின்றன என்பது பற்றி பல சமூகவியல் அறிஞர்கள் விளக்கியுள்ளனர். அவர்களுள் தாம்ஸன் கூறுவதை இங்கே கவனிப்போம்.

“ஈட்டி கண்டுபிடிக்கப்பட்ட பின் வேட்டையாடுதல் ஆண்களின் தொழிலாயிற்று. பெண்கள் உணவை சேகரிக்கும் செயலில் தொடர்ந்து ஈடுபட்டு வந்தனர். இவ்வாறு ஆண் பெண் பாலாரிடையே வேலைப் பிரிவினை இருந்து வருவதை எல்லா வேட்டைச் சமுதாயத்தினரிடையேயும் இன்றும் காணலாம். பெண்கள் கருவுற்றிருக்கும் காலத்தில் அலைய முடியாததால் இயற்கையிலேயே இத்தகைய வேலைப் பிரிவினை ஏற்பட்டது. வேட்டையிலிருந்து விலங்குகளைப் பழக்கி வளர்க்கும் தொழில் தோன்றியது. வேட்டையில் கொல்லுவதற்குப் பதில் விலங்குகளைப் பிடித்து கொணர்ந்து வளர்த்தார்கள். ஆடு, மாடு வளர்த்தல் வேட்டையாடிய ஆண்களின் தொழில்களாகவே இருக்கின்றன. உணவு தேடுதலிலிருந்து, குடியிருப்பின் அருகில் விதைத்துப் பயிரிடும் தொழில் தோன்றியது. எனவே தோட்டப் பயிர் செய்தல் பெண்களின் வேலையாகவே இருந்தது. கலப்பையை உழுவதற்குப் பயன்படுத்தத் தொடங்கிய காலத்தில் இருந்து விவசாயம் ஆண்களின் தொழிலாயிற்று. ஆப்பிரிக்காவில் கலப்பையைப் பயன்படுத்தியுள்ள இனக்குழு சமுதாயங்களில் இன்றும் இம்மாறுதல் நிகழ்ந்து வருவதைக் காணலாம்.

ஆண் பெண் சமூக உறவுகள் உற்பத்தி முறை மாற்றங்களுக்கு ஏற்றபடி மாறுகிற பொழுது தந்தை வழி உரிமை முறை வலுப்படுகிறது. இச்செயல்பாட்டு முறை வேட்டையாடுதலோடு தொடங்குகிறது. ஆடு மாடு வளர்த்தலோடு வலுப்படுகிறது. ஆனால் ஆரம்பகால விவசாயத்தோடு தாய் வழிக்குத் திரும்புகிறது.

ஆரம்பத்தில் தாய்வழி உரிமை இருந்ததென்றால் மிகவும் பின் தங்கிய மக்கள் தாய்வழி முறையையும், அவர்களை விட முன்னேறிய மக்கள் தந்தை வழி முறையையும் பின்பற்றுகிறார்களே, இது ஏன் என்று கேட்கலாம். இதற்கு விடையாவது: வேட்டைப் பொருளாதாரம் தந்தையுரிமையை ஏற்படுத்தும் தன்மை வாய்ந்தது. இன்றும் பல வேட்டைச் சமுதாய இனக்குழு மக்கள் தந்தை வழியினராக இருப்பதற்குக் காரணம் அவர்களுடைய சமுதாய வளர்ச்சி அந்நிலையில் தேங்கியிருப்பதேயாகும். வரலாற்று

முற்காலத்தில் விரைவாக வேட்டைச் சமுதாயத்திலிருந்து விவசாய சமுதாயத்திற்கு மாறிய குழுக்களில் தாய்வழி உரிமை, அச்சமுதாயம் மாற்றமடைந்த பின்னும் தொடர்ந்து நீடித்தது".[32]

இது குறித்து தேவி பிரசாத் சட்டோபாத்தியாயா கூறுவதாவது:

ஆண், பெண், உயர்வு தாழ்வுகளுக்குக் காரணம் பொருளாதார வாழ்க்கையின் வளர்ச்சியே. வேட்டைக்கு (ஈட்டியைப் பயன்படுத்துதல்) முற்கால சமுதாய நிலையில் தாயுரிமை இருந்தது. வேட்டை வளர்ச்சி பெற்றபோது ஆண்களுக்குச் சமூகத்தில் உயர்வு ஏற்பட்டது. வேட்டைச் சமுதாயம் ஆடு மாடு வளர்ப்பு சமுதாயமாக மாறிய பின் பெண்ணுக்குச் சமூகத்தில் உயர்வு ஏற்பட்டது. அதனால் தாய் வழி உரிமை மீண்டும் அவர்களிடையே தோன்றியது. காளைகள் இழுக்கும் கலப்பையைப் பயன்படுத்தி நிலத்தை உழும் பயிர் தொழில் தோன்றிய பின் தாயுரிமை முற்றிலும் மறைந்து விட்டது. ஆயினும் அதன் எச்சங்களைத் தந்தையுரிமைச் சமுதாயத்தில் காணலாம்".[33] "தேவர்களும், தேவிகளும் மனித உருவில் மனித சிந்தனையால் படைக்கப்பட்டவர்களே. ஆண் பெண் பாலரின் தராதர உயர்வு தாழ்வுகள் மாறின. வேட்டை, ஆடு மாடு வளர்த்தல் ஆகிய தொழில்களை அடிப்படையாகக் கொண்ட சமுதாயங்களில் ஆண் ஆதிக்கம் இருந்தது. அச்சமுதாயங்களில் மக்களால் வணங்கப்பட்ட தெய்வங்கள் ஆண்களாகவே இருந்தன. ஆரம்பகால விவசாய சமுதாயங்களில் பெண் ஆதிக்கம் இருந்ததால் அச்சமுதாயங்களில் பெண் தெய்வங்களே ஏற்றம் பெற்றன"[34]

இவ்வாறு சமுதாய மாற்றங்களால் ஏற்பட்ட சிந்தனை மாற்றங்களால் படைப்புக் கதைகளிலும் கதை மாந்தர்கள் ஆண் அல்லது பெண்ணாக இருப்பதைக் காணலாம். மேலே உதாரணங்களாகக் காட்டிய மிகப் பழைய வரலாற்று முற்கால கதை மூலங்கள் இவ்வுண்மையை விளக்குகின்றன.

இனிமுக்கியமற்ற சில கூறுகளைப்பற்றி ஆராய்வோம். படைப்புக் கதைகள் பலவற்றில் பாம்பிற்கு இடமளிக்கப்பட்டுள்ளது. இது ஏன்?

பாம்பு வணக்கம் என்ற நாக வணக்கம் உலகம் முழுவதிலும் காணப்படுவது. அது அச்சுறுத்தும் தெய்வமாகவும், செழிப்புத் தெய்வமாகவும், ஆண் உருவம் பெண் உருவம் ஆகிய இருபால் உருவங்களிலும் வழிபடப்படுகிறது. மிகப் பண்டைக் காலத்தில் நாக வழிபாடு இருந்ததென்பதற்கு சான்றுகள் உள்ளன.[35] பாபிலோனியக் கதையில் படைப்பு நிகழ்ச்சியைப் பற்றிக் கூறும்

கதையில் பாம்பிற்கு இடமில்லை. ஆனால் தியாமத் மெரோடாக்கை எதிர்த்துச் செல்லும் பொழுது பெரிய மலைப் பாம்புகளைப் படைத்தாள். இதனால் தியாமத் கதை தோன்றிய பொழுது பாபிலோனியாவில் நாக வணக்கம் முக்கியமானதாக இல்லை என்று அனுமானிக்கலாம். ஆனால் பல குழுக்கள் தோன்றி ஒன்றாக இணையும் நிலையில் நாக வணக்கம் இருந்ததென்பது தியாமத் படைத்த விலங்குகளில் நாகமும் ஒன்றென்று படைப்புக் கதை குறிப்பிடுவதால் புலனாகிறது. நாகர் குழு தியாமத் குழுவினரோடு சேர்ந்து கொண்டதையே இக்குறிப்பு காட்டுகிறது.

இது போலவே நாராயணன் - படைப்புக் கதையில் பாம்பு அவரது படுக்கையாக மட்டும் உள்ளது. இதுவும் நாராயணனை வழிபட்ட ஆடு மாடு வளர்த்த மக்கள், நாகர் வழிபாடுடையவர்களை வெற்றி கொண்டனர் என்பதைக் காட்டும். கிரேக்கக் கதையில் ஓஷியானஸ் கடல் நீரோட்டமாகும். தீவுகளில் வாழ்ந்த மக்கள் கடலையே தெய்வமாக்கி வழிபட்டதால் படைப்புக் கதையில் ஓஷியானஸ் இடம் பெறுகிறான். பலியிடுதலால் நன்மை உண்டாகும் என்று கருதி போலி மந்திரச் சடங்குகள் *(Sympathetic Magic)* செய்தல் பண்டைக்கால இனக்குழு மக்களின் சமயத்தில் முக்கிய காரணமான அம்சமாகும்.[36]

இதனால் தான் தியாமத்தின் உடலைப் பிளந்து வானையும், உலகையும் மெரோடாக் படைத்ததாகப் புனைகதையில் கற்பனை செய்யப்பட்டுள்ளது. அது தாய் வழி மக்கள் சமுதாயத்தில் தோன்றிய கற்பனை. புருஷனைப் பலியிட்டு உலகம் படைக்கப்பட்டதாகக் கூறும் புருஷ சூக்தக் கதை, வேதகால மாடு மேய்க்கும் சமுதாயத்தில் வாழ்ந்த தந்தை வழிச் சமுதாயத்து மக்களின் கற்பனை.

இவ்வாறாக பலியிடும் சடங்கு, செழிப்புச் சடங்குகள், இனக்குறி விலங்கு வழிபாட்டுச் சடங்குகள், படைப்புக் கதை தோன்றிய காலத்தில் வளர்ச்சியடையாத மக்களிடையே பரந்திருந்ததால், அரசை நோக்கியும் ஒன்றுபட்ட நாட்டை நோக்கியும் முன்னேறுகிற பெரிய இனக்குழு மக்களின் படைப்புக் கதைகளில் இவைகளும் இடம் பெற்றன.

இவையனைத்தையும் ஒருங்கிணைத்துப் புதிய படைப்புக் கதைகள் முற்கால மக்கள் புனைந்தது அவர்களுடைய சமுதாயம் ஒற்றுமைப்படவும் சிறு குழுக்கள் ஒன்றாகி நாடும், அரசும் தோன்றுவதற்கு உதவுவதற்காகவே.

BIBLIOGRAPHY

1. *Lang - Myth, Ritual and Religion (Lord 1899) Vol. p.162.*
2. *E.O. James, Comparative Religion. p.99*
3. *E Budge - Osiris and Egyptian Resurrection (Lord). 1911 p.21.*
4. *Greek myths - Graves. Introduction.*
5. *Malinovsky - Myth in primitive psychology. (Lord) 1926, p.21*
6. *Religion of a tribe, Introduction, verrier Elwin.*
7. *Graves, Greek myth, Creation myths.*
8. *Debiprasad chattopadyaya, Lokayata, Chapter on Gowri.*
9. *E.O. King - Seven tablets of creation myths.*
10. *Babylon the great has fallen, watch Tower Bible Society, New York, 1963.*
11. *Charles Darwin - Origin of the species.*
12. *Fergusson - History of civil society Edinburgh (1768).*
13. *Herbert Spencer-Social statics. Radeliff Brown American Anthropology-(1946) Page-233*
14. *Morgan - Ancient Society (1871).*
15. *A contribution to the critique of political economy, preface.*
16. *Gorden child - social Evoluation. Chapter - 2.*
17. *Gorden child - social Evoluation. Chapter - 2.*
18. *Thomson - Quoted in Lokayatha chapter on Gowri.*
19. *Engels - Origin of Property Family and State (1884).*
20. *Gorden Child - Social evolution. P. 153.*
21. *Thomson, Quoted in Lokayata chapter on Gowri.*
22. *Graves - Greek Myths - comment on 1st myth. Page - 28.*
23. *Ibid. p.29*
24. *Gorden Child - Social Evoluation. Page-124-127.*
25. *Graves - Greek myths. Page - 30.*
26. *Graves - Greek myths. Page - 31.*
27. *Graves - Greek myths Page - 132.*
28. *The Bible-Genesis - summary of the creation of story.*
29. *Rig Veda - 10, 90.*

30. Debi Prasad chattopadya - Lokayata. Page - 245.
31. D.D. Kosambi - Myth and Reality. Page - 20.
32. Thomson - Quoted Lokayata. Page - 241.
33. Debi Prasad chattopadya - Lokayata. Page - 242.
34. Manasa Devi & Naga Worship - Indian publications - Calcutta
35. Cultual Anthropology - Kroeber Chapter on Rituals & Magic.
36. Cultural Anthropology, Kroeber, Chapter on rituals & magic.

தத்துவம்

மணிமேகலையின் பௌத்தம்

மணிமேகலை பௌத்த காவியம், தருக்க நூலோ, தத்துவ அன்று. ஆயினும் அந்நூல் எழுந்த காலத்தின் பௌத்த சமய, தத்துவமும் தருக்கவியலும் அடைந்திருந்த வளர்ச்சி நிலையை அது காட்டுகிறது. இவ்வளர்ச்சியை மணிமேகலையின் இறுதிக் காதைகள் இரண்டிலும் காணலாம்.

இவற்றை விரிவாக ஆராய்ந்து மணிமேகலையில் விளக்கப்படும் பௌத்தம் எப்பிரிவைச் சேர்ந்தது என்று விளக்க நமது ஆராய்ச்சியாளர்கள் முயன்றுள்ளனர். சமய வழிபாட்டு முறைகளையும், வழக்கங்களையும், சடங்காசாரங்களையும் சான்றுகளாகக் கொண்டு மணிமேகலையின் பௌத்தப் பிரிவு எதுவென்பதை முடிவு கட்ட நமது புகழ்பெற்ற ஆராய்ச்சியாளர்கள் முயன்றுள்ளனர். அவர்களுள் முக்கியமானவர் தெ.பொ.மீனாட்சி சுந்தரனார், வையாபுரிப்பிள்ளை, மயிலை. சீனி வேங்கிடசாமி, உ.வே.சாமிநாதய்யர் ஆகியவர்கள். மேற்குறித்த சான்றுகள் பௌத்த சமயத்தைப் பொறுத்தமட்டில் முக்கியமானவை அல்ல. பல பிரிவுகளுக்கும் பொதுவான வணக்க முறைகள் உள்ளன. தத்துவங்களிலும், சமயக் கோட்பாடுகளிலும் இவற்றிடையே முக்கியமான வேறுபாடுகள் உள்ளன. தத்துவ வேறுபாடுகளையும், சமயக் கோட்பாட்டு வேறுபாடுகளையும் கூர்ந்து நோக்கி, அவை எப்பிரிவுகளைச் சார்ந்த கருத்துக்களைத் தழுவியவை என்பதை அவர்கள் ஆராயவில்லை.

இவ்வாராய்ச்சியாளர்களது கருத்துக்களின் ஆதாரங்களை விமர்சித்து, தத்துவம், தருக்கம், சமயக் கோட்பாடுகள் ஆகிய சான்றுகளின் அடிப்படையில் மணிமேகலையில் விளக்கப்படும் பௌத்தத்தின் பிரிவு எது, எந்த வளர்ச்சிக் கட்டத்தில் அவை இந்நூலில் விளக்கப்பட்டுள்ளன என்ற முடிவுக்கு வர இக்கட்டுரையில் முயலுவேன்.

தெ.பொ. மீனாட்சிசுந்தரனார் மணிமேகலையின் பௌத்தம், "தேரவாத பௌத்தம்" என்று கருதுகிறார்கள். இதற்கு அவர்கள் காட்டும் சான்றுகள் வருமாறு:

"மஹாயன பௌத்தம் எழுவதற்கு முன்னர் புத்தருக்குக் கோயில் கட்டி வழிபடாமல் அவருடைய திருவடி நிலைகளை மட்டும் வணங்கிய காலத்தில் எழுந்தது மணிமேகலை. அதில் காணும் மந்திர தந்திரங்கள் மகாயான பௌத்தம் தோன்றுவதற்கு வழிகோலுகின்றன எனக் கூறலாம்"[1]

"பௌத்த மதம் தமிழ் நாட்டில் மறைந்து விட்ட போதிலும் அக்கொள்கை தமிழோடு தமிழாய்ப் போய்விட்டது. புத்தர் திருமாலின் அவதாரமாகி விடுகிறார். சாத்தனார், ஐயனார், தர்மராசர், போதிதாசர் என்று தமிழ்நாடு வழிபடுவது பழைய புத்தரையே எனலாம்.[2]

ஆனால் தமிழ்நாட்டில் தேரவாதமன்றி வேறு பல பிரிவுகள் இருந்தன என்பதையும் தெ.பொ.மீ. அவர்கள் ஒப்புக் கொள்ளுகிறார்கள்.

"பிற மதத்தினரோடன்றி தம்முள் தாமே பௌத்தர்கள் வாதாடினர். பலப்பல பிரிவுகள் தோன்றின எனப் பௌத்த நூல்கள் விளக்குகின்றன. பின் வந்த தமிழ் நூல்களில் இச்சிறு பிரிவுகளைக் காணோம். சௌந்திராந்திகர், வைபாஷிகர், யோகாசரர், மாத்யாத்மிகர் என்ற நான்கு பிரிவுகளைப் பற்றி மட்டுமே பேசக் கேட்கிறோம். நான்காம் நூற்றாண்டில் புத்த நந்தியோடும், சாரி புத்தரோடும் வாதிட்டு வென்ற ஞானசம்பந்தர் அறுவகைத் தேரர்' என்று கூறுகிறார். அவர் காலத்திலும் பலப்பல பிரிவுகள் இருந்தமை புலனாகிறது".[3]

இக்கூற்றின்படி தேரவாதத்தில் ஆறு பிரிவுகளும், அவை தவிர வேறு பல பிரிவுகளும் தமிழ் நாட்டில் நான் காம் நூற்றாண்டிற்கு முன்னரே இருந்தனவென்று தெ.பொ.மீ அவர்கள் கூறுகிறார்கள். அவர்கள் குறிப்பிடும், வைபாஷிகம், சௌந்திராந்திகம் இரண்டும் தேரவாதத்தின் பிரிவுகள். மற்றவையனைத்தும் அதனை எதிர்க்கும் மஹாயனப் பிரிவுகள்.

தமிழ்நாட்டில் பண்டைக் காலத்தில் வாழ்ந்து பௌத்த நூல்கள் எழுதிய சில ஆசிரியர்களின் பெயர்களை தெ.பொ. மீ. குறிப்பிடுகிறார்கள். திக்நாகர், தருமபாலர், போதி தருமர்

போன்றோர் காஞ்சியில் வாழ்ந்ததையும் பின்னர் நாலந்தாவில் அறம் போதித்ததையும் குறிப்பிடுகிறார்கள். ஆனால் இவர்கள் எப்பிரிவைச் சார்ந்தவர்கள் என்பதை அவர்கள் குறிப்பிடவில்லை. மணிமேகலையின் பௌத்தப் பிரிவு தேரவாதம் என்பதற்கு வணக்கமுறை ஒன்றைத்தான் அவர்கள் சான்றாகக் காட்டியுள்ளார்கள். தமிழ்நாட்டில் தத்துவப் போராட்டத்தில் ஈடுபட்ட மஹாயான, தேரவாத பௌத்தப் பிரிவுகளின் கொள்கைகளில் எதனைச் சார்ந்து மணிமேகலையின் பௌத்தக் கொள்கைகள் இருக்கின்றன என்று அவர்கள் முடிவு கூறவில்லை.

மயிலை. சீனி வேங்கட சாமி அவர்கள் தமிழ்நாட்டினுள் பௌத்தம் வந்த வரலாற்றை ஆராய்ந்துள்ளார்கள்.[4] அசோகன் சாசனங்களிலிருந்து, தனது ஆட்சிக்கப்பாலுள்ள நாடுகளிலும் தன் அறவெற்றி பரவியிருந்ததாகக் கூறும் செய்தியை அவர்கள் சான்று காட்டி, அப்பேரரசன் காலத்தில் தமிழ் நாட்டிற்கு முதன் முதலாகப் பௌத்த பிக்குகள் வந்து அறம் போதித்தனர் என்று கூறுகிறார். அவர்கள் மேற்கோள் காட்டும் சாசனம் வருமாறு:

"தரும விஜயம் (அறவெற்றி) என்னும் வெற்றியே மாட்சிமிக்க அரசரால் (அசோகனால்) முதல் தரமான வெற்றியென்று கருதப்படுகின்றது. இந்த வெற்றி இந்த ராச்சியத்திலும் இதற்கப்பாற்பட்ட அறுநூறு யோசனைத் தூரத்திலுள்ள அன்டியோக்கஸ், என்னும் யவன அரசனுடைய தேசத்திலும், அதற்கும் அப்பால், டாலமி, ஆன்டிகோனஸ், மகஸ், அலெக்ஸாந்தர் என்னும் பெயருள்ள நான்கு அரசர்களின் தேசங்களிலும், இப்பால் தெற்கேயுள்ள சோழ, பாண்டிய, தாம்பிரபன்னி (இலங்கை) வரையிலும் இந்த வெற்றி அரசரால் கைப்பற்றப்பட்டது."[5]

மேலும் "சோழ, பாண்டிய, சத்திய புத்திர, கேரள புத்திர தேசங்களிலும் "அரசன் மக்களுக்கும், விலங்குகளுக்கும் மருத்துவச் சிகிச்சைக்கு, ஆதுலர் சாலைகளை அமைத்த செய்தியை அசோகனது மற்றோர் சாசனம் கூறுகிறது என்பதை எடுத்துக்காட்டி இச்சாசன காலமான கி.மு. 358க்கு முன்னரே பௌத்த பிக்குகள் தமிழ்நாட்டில் அறத்தொண்டிலும் மருத்துவத் தொண்டிலும் ஈடுபட்டிருந்தார்கள் எனக் கூறுகிறார்கள்.

வேறு பல சான்றுகளையும் நிரல்படக் காட்டி கீழ்வரும் முடிவுக்கு அவர்கள் வருகிறார்கள்.

"தமிழ் நாட்டில் பௌத்தம் எக்காலத்தில் வந்தது? இம்மதத்தைக் கொண்டுவந்து இங்கு புகுத்தியவர் யார்? என்னும் வினாக்களுக்கு, கி.மு. மூன்றாம் நூற்றாண்டில் இந்த மதம் தமிழ்நாட்டிற்கு வந்ததென்றும், இதனை இங்குக் கொண்டு வந்து புகுத்தியவர்கள் அசோக மன்னரும் அவரது உறவினரான மகேந்திரரும் மற்றும் அவரைச் சார்ந்த பிக்குகளும் ஆவர் என்று விடை கண்டோம்."[6]

இம்முடிவு எனக்கும் உடன்பாடே. அவ்வாறாயின் தமிழ் நாட்டில் முதன் முதலில் புகுந்த பௌத்தம் அசோகன் ஆதரித்த தேரவாதமே. அக்காலத்தில் தேரவாதத்தை எதிர்க்கும் மஹாசங்கிகம் என்ற பிரிவு இருந்த போதிலும், அசோகன் ஆதரித்த பிரிவினரே அவனது ஆதரவோடு தமிழ் நாட்டில் பரவினர். பிற்காலத்தில் பலவகைப் பிரிவினரும் பரவியிருந்தனர் என்பதற்குச் சான்றுகள் உள்ளன. 'பௌத்தமும் தமிழும்' என்ற நூலில் மணிமேகலையின் காலம் என்ற பகுதியில் இந்நூலில் கூறப்பட்டுள்ள பௌத்தம் தேரவாதமே என்று முடிவு கூறுகிறார்கள்.[7]

"மணிமேகலையில் கூறப்பட்டுள்ளது ஈனாயன பௌத்த மதம். மகாயான பௌத்த மதத்தைப் பற்றி அதில் கூறப்படவில்லை. எனவே மணிமேகலை பௌத்தக் கொள்கைகள் பரவுவதற்கு முன்பு எழுதப்பட்ட நூல் என்று விளங்குகிறது".

"மகாயான பௌத்த மதத்தை உண்டாக்கியவர் நாகார்ச்சுனர். இவரும் இவருடைய மாணவராகிய ஆரிய தேவரும் மகாயான மத நூல்களை இயற்றி அந்த மதத்தைப் பரவச் செய்தனர். நாகார்ச்சுனர் கி.பி. மூன்றாம் நூற்றாண்டின் முற்பகுதியில் இருந்தவர். எப்படியெனில் கூறுவோம்: குமாரஜீவர் என்னும் ஆசிரியர் கி.பி. 399 முதல் 417 வரையில் பௌத்த நூல்களை எழுதினார் என்று சீன தேசத்து நூல்களினின்றும் தெரிகின்றது. இந்த குமாரஜீவர் கி.பி.400இல் நாகார்ச்சுனர் சரிதத்தையும் எழுதியிருக்கிறார். எனவே இவரது காலத்துக்கு ஒன்றிரண்டு நூற்றாண்டுக்கு முன் நாகார்ச்சுனர் வாழ்ந்தவராதல் வேண்டும். நாகார்ச்சுனர் சாதவாகன அரசர்களின் காலத்தில் இருந்தவர் என்று தெரிகின்றபடியாலும், சாதவாகன அரசாட்சி கி.பி. மூன்றாம் நூற்றாண்டின் முற்பகுதியில் மங்கிவிட்டபடியாலும் அவர் அந்நூற்றாண்டின் முற்பகுதியில் அஃதாவது கி.பி. 250 இல் வாழ்ந்தவராதல் வேண்டும்.[8] ஆசிரியர் கீத் என்பவர், நாகார்ச்சுனர் 200 - 250 ஆண்டுகளுக்கு இடைப்பட்ட காலத்தில் வாழ்ந்திருந்தவர் என்று கூறுகிறார்.

மணிமேகலையில் சமயக் கணக்கர் தம் திறங்கேட்ட காதையில் தமிழ் நாட்டிலிருந்த பல்வகைச் சமயங்களைப் பற்றிக் கூறுகின்ற சீத்தலை சாத்தனார் ஈனாயனத்துக்கு மாறுபட்ட கொள்கைகளையும், தத்துவங்களையும் உடைய மகாயான மதத்தைப் பற்றிக் கூறாதிருப்பது நாகார்ச்சுனரது கொள்கைகள் பரவுவதற்கு முன்னே மணிமேகலை இயற்றப்பட்டதாதல் வேண்டும்''.

அதே நூலில் ம.சீ.வே. அவர்கள் மணிமேகலையின் காலத்தை நிறுவப் பல ஆதாரங்கள் கூறியுள்ளார்கள். அவற்றுள் மேற்கூறிய கருத்து மட்டும் நமது ஆராய்ச்சிப் பொருளோடு நேரடித் தொடர்புடையது. எனவேதான் பிற சான்றுகளை நீக்கி இதனை மட்டும் குறிப்பிட்டேன்.

எனவே வேங்கடசாமி அவர்கள் மணிமேகலையின் பௌத்தம் ஈனாயனம் அல்லது தேரவாதம் என்றே கூறுகிறார்கள்.

இனி வையாபுரிப் பிள்ளையவர்கள் கருத்தை அறிந்து கொள்வோம். அவர்கள் 'காவியகாலம்'[9] என்ற நூலில் மணிமேகலையின் காலத்தை ஆராயும் பொழுது அந்நூலில் மஹாயானக் கொள்கைகளான 'எண்ணில் புத்தர்கள்' என்ற கருத்தும், தின்னாகர், தர்ம பாலர் முதலிய அளவை நூலாசிரியர்களது கருத்துக்களும் அறவணர் அறவுரையில் காணப்படுவதால் அது பிற்கால நூலென்றும், இது மஹாயன கொள்கைகளோடு உடன்படுகிறது என்றும் கூறுகிறார்கள்.

உ.வே.சாமிநாதய்யர் அவர்கள்[10] மணிமேகலையின் காலத்தை இரண்டாம் நூற்றாண்டு என்று முடிவு செய்து அப்பொழுது மஹாயானம் தோன்றவில்லை என்றும், எனவே மணிமேகலையில் காணப்படும் பௌத்த சமயக் கருத்துக்கள் தேரவாதக் கருத்துக்களே என்றும் கூறுகிறார்கள்.

மேற்காட்டப்பட்டுள்ள ஆராய்ச்சியாளர்களது முடிவுகளோடு உடன்படுவது அல்லது மாறுபடுவதற்கு முன்னால், இப்பிரிவுகள் ஏற்பட்ட வரலாறு பற்றி இவ்விரு பிரிவினரும் கூறுவது என்னவென்பதை நாம் அறிந்துகொள்ள வேண்டும். அதன் பின்னர் இவ்விரண்டு பிரிவினரின் அடிப்படையான தத்துவ வேறுபாடுகளைத் தெரிந்துகொள்ள வேண்டும். பிறகு சமய நடைமுறை வழக்கங்கள் எவ்வாறு இரு பிரிவினரிடையேயும் வேறுபட்டிருந்தன, அன்றி ஒன்றுபட்டிருந்தன என்று காண வேண்டும். தமிழகத்தில் இரு பிரிவினரும் இருந்தனர் என்பதற்கு சான்றுகள் உள்ளமையால் இவ்விருவரும் கொள்கைகளிலும், பழக்க வழக்கங்களிலும்

மாறுபட்டும், இணைந்தும் நின்றது எவ்வாறு என்பதையும் நோக்க வேண்டும்.

இவ்வாறு காண்பதில் இரண்டு சமயங்களையும் அவற்றின் வரலாற்று வளர்ச்சிப் போக்கில் அறிந்து, தமிழ்நாட்டிற்கு வந்தபின் அவை மாறிய போக்குகளையும் அறிதல் வேண்டும். இத்துணை பெரிய ஆராய்ச்சியை நிகழ்த்த, ஒருவருக்குப் பௌத்த நூல்களில் சிறந்த புலமை இருத்தல் வேண்டும். மணிமேகலையின் காலத்திற்கு முன்னர் தோன்றிய தேரவாத, மஹாயான நூல்களையும், அவற்றின் உரைகளையும் அறிந்திருக்க வேண்டும். அந்நூல்களைக் கற்க வடமொழி, பாலி, சிங்கள, திபெத்திய, சீன, சயாமீய, பர்மீய மொழிகள் தெரிந்திருக்க வேண்டும். சில ஆதி பாலி நூல்கள் வழக்கொழிந்து பிற்கால மொழிப் பெயர்ப்புகளாக மேற்குறித்த கிழக்காசிய நாட்டு மொழிகளில் இருக்கின்றன. இவற்றில் பெரும்பாலான நூல்கள் ஆங்கிலத்தில் மொழி பெயர்க்கப்படவில்லை. எனவே ஆங்கிலத்தில் மொழி பெயர்க்கப்பட்டுள்ள சில நூல்களையும், நூல் சுருக்கங்களையும் கற்றறிந்தே நாம் இவ்வாராய்ச்சிக் கட்டுரையை எழுத முடியும்.

பௌத்த தத்துவம், சமயம், ஒழுக்கம், வரலாறு போன்ற துறைகளிலுள்ள பண்டைய நூல்களின் பரப்பு எவ்வளவு விரிவானது என்பதைக் காட்ட எட்வர்டு கான்ஸ் என்ற பௌத்த தத்துவ ஆராய்ச்சியாளர் கூறுவதைச் சுட்டிக் காட்டுவேன்.[11]

"பண்டைய பௌத்த நூல்கள் ஏராளமானவை. லட்சக்கணக்கான பக்கங்களுக்கு அவை நீளும். பாலி மொழி நூல்கள் ஒரே ஒரு பிரிவினருடையவை. அவை மட்டும் சயாமிய மொழியில் 45 பெரிய புத்தகங்களாக அச்சிடப்பட்டுள்ளன. இவற்றுள் உரைகள் சேர்க்கப்படவில்லை. மூலம் மட்டுமேயுள்ளன. சீனாவிலும் திபெத்திலும் பல்வேறு பௌத்தப் பிரிவினர் சமய போதனை செய்துள்ளனர். அவர்கள் எழுதியவை சீன, திபெத்திய மொழிகளில் உள்ளன. சீன மொழியிலுள்ள நூல்கள் 1000 பக்கங்கள் அடங்கிய 100 புத்தகங்களாகவும், திபெத்திய மொழியிலுள்ளவை அதே அளவில் 325 புத்தகங்களாகவும் உள்ளன. இவற்றில் தேர்ந்தெடுக்கப்பட்ட சில நூல்களின் பகுதிகளே 17 புத்தகங்களாக ஆங்கிலத்தில் வெளிவந்துள்ளன."

மேற்கூறிய பக்கங்களின் அளவு இரண்டு நாடுகளின் நூல்களையே குறிப்பிட்டன. பாலியிலும், வடமொழியிலும், பிற்கால மாகதி

மொழியிலும் வேறு இந்திய மொழிகளிலும், சிங்களத்திலும் தோன்றிய நூல்கள் இவ்வளவிலும் மிக மிக அதிகம். எனவே இவ்வாராய்ச்சி, ஆங்கிலத்தில் வெளிவந்த சில சான்றுகளை அடிப்படையாகக் கொண்டே நிகழ்த்தப்படும்.

ஆயினும்,

பௌத்த நூல்களின் சாரம் இந்நூல்களில் காணப்படுவதால், அடிப்படையான விவாதங்கள் குறித்து மாறுபாடுகளும், திரபுகளும் இராதெனக் கருதுகிறேன்.

முதன் முதலில் மஹாயானம், ஹீனாயானம் (தேரவாதம்) ஆகிய பிரிவுகள், பிரிவற்ற பௌத்தத்திலிருந்து எவ்வாறு தோன்றின என்பதைத் தேரவாதிகள் எவ்வாறு கூறுகிறார்கள் என்று காண்போம்.

மஹாவம்சம்[12] என்னும் ஹீனாயன நூல் பௌத்த சங்கத்தில் முதன் முதலில் தோன்றிய பிரிவினையை 4வது அத்தியாயம் 8 முதல் 65 வரை சுலோகங்களிலும் 5வது அத்தியாயம் பத்து சுலோகங்களிலும் கூறுகிறது.

“காலசோகன் ஆட்சியின் பத்தாவது வருட முடிவில் சம்புத்தர் (கௌதம புத்தர் அல்லது சாக்கிய முனி எனப்படும் வரலாற்று புத்தர்) பரிநிர்வாணம் அடைந்து நூறாண்டுகள் கழிந்திருந்தன. *(8)*

அச்சமயம் வைசாலியில் வஜ்ஜிப் பிரிவைச் சேர்ந்த பிக்குகள் பத்து அம்சங்கள்[13] நியாயமானவை என்று வெட்கமின்றிப் பிரசாரம் செய்தனர். *(9)*

அதாவது கொலம்பில் உப்பு, இரண்டு விரல் அகலம்’, ‘கிராம் விஜயம்’, ‘வாசம்’, ‘சம்மதம்’, ‘கடையாத பால்’, ‘புளிக்காத கள்’ *(10)*

நூல் இல்லாத ‘ஆசனம்’, ‘தங்கம்’, ஆகியவை. இனி நடந்தது என்னவென்பதை மகாவம்சம் எவ்வாறு கூறுகிறதென்பதைச் சுருக்கமாகப் பார்ப்போம். யாசதேரர் இப்பிரச்சினைக்கு முடிவு காண இந்தியா முழுவதிலுமுள்ள தேரர்களுக்கு அறிவித்து பிக்குகளின் மகா சங்கமொன்றை அகோகங்க மலையில் கூட்டினார். அவர்களனைவரும் தம்முள் முதன்மையான ரேவத தேரரிடம் சென்றனர். அவர்களனைவரும் ரேவத தேரரோடு வைசாலிக்குச் சென்றனர். அங்கு யாச தேரர், இப்பத்து ஒழுக்க முறைகள் சமயக் கோட்பாடுகளுக்கு உடன்பட்டவையா என்று அவரை வினவினர்.

அவர் அவை தவறானவை எனக்கூறி அதனைப் பிக்கு சங்கம் முடிவு செய்தல் வேண்டும் என்று தெரிவித்தார்.

தவறான வழியைப் புகுத்திய வஜ்ஜிய பிக்குகள் இதையறிந்து ரேவத தேரரைத் தங்கள் பக்கத்தில் சேர்த்துக் கொள்ளும் முயற்சியில் ஈடுபட்டனர். அவருக்குக் காணிக்கையாகத் துறவிகளுக்குத் தேவையான பல பொருள்களைச் சேகரித்துக் கொண்டு வைசாலிக்குப் புறப்பட்டு வந்தனர். வரும் வழியில் புருஷபுரம் சென்று காலசோக மன்னனைச்[14] சந்தித்து, தங்கள் விகாரையைக் கைப்பற்றிக் கொள்ள ஆயிரக்கணக்கான பிக்குகள் திரண்டு வருவதாகவும், தங்கள் விகாரையைப் பாதுகாத்துக் கொடுக்கும்படியாகவும் வேண்டினர். அரசன் அதனை நம்பி அவர்களுக்குப் பாதுகாப்பு அளிக்கச் சம்மதித்தான். ஆனால் அன்றிரவு துறவியான தேரிநந்தா என்னும் அவனுடைய சகோதரி அரசனது கனவில் தோன்றி ரேவத தேரரின் தலைமையில் இருக்கும் பிக்குகளே உண்மையான வழியைப் பின்பற்றுபவர்கள் என்றும், அவர்களை அரசன் ஆதரிக்க வேண்டுமென்றும் சொன்னாள். அரசன் மறுநாள் காலையில் ரேவத தேரரிடம் சென்று அவர்களுடைய கொள்கைக்கும் சங்கத்திற்கும் தான் பாதுகாவலனாக இருக்கப் போவதாக வாக்களித்து விட்டு தலைநகருக்குத் திரும்பினான்.

இதற்குப் பிறகு இப்பத்து அம்சங்கள் குறித்து முடிவு செய்யப் பிக்குகள் சபை கூடியது. உபாஹிக முறையில்[15] இவற்றை முடிவு செய்ய எட்டு பிக்குகளை அவர் தேர்ந்தெடுத்தார். அவர் களனைவரும் திரிபிடகத்தைக் கற்றுத் தேர்ந்து தசசீலத்தைக் கடைப்பிடித்து வாழ்ந்தவர்கள். அவர்கள் சப்தகாமி தேரரைத் தலைவராகத் தேர்ந்தெடுத்தார்கள். அவர் பத்து அம்சங்கள் பற்றியும் உபாஹிக உறுப்பினர்களைக் கேள்விகள் கேட்டார். முடிவில் “இப்பத்து அம்சங்களும் பௌத்த சங்க மரபுக்கும், பிக்குகளின் ஒழுக்க விதிகளுக்கும் புறம்பானவை” என்று தீர்ப்பளித்தார். இதன் பிறகு பிக்குகள் மகாசபை கூட்டி இத்தீர்ப்பை உறுதி செய்தனர். இவ்வாறு பத்து ஒழுக்க விதிகளைப் பின் பற்றிய பிக்குகளின் போதனைகளை இம்மகாசபை மறுத்தது.

இதன் பின்னர் ரேவத தேரர் பிக்குகளின் மகாசபையிலிருந்து 700 பிக்குகளைத் தேர்ந்தெடுத்தார். இவர்கள் கால சோகனது பாதுகாப்பில் ரேவத தேரர் தலைமையில் கூடி தர்மக் கோட்பாடுகளைத் தொகுத்தனர். ஏற்கனவே நிர்ணயிக்கப்பட்டுப் பின்னர் பரப்பப்பட்ட தர்மக் கோட்பாடுகளை இவர்கள் ஏற்றுக்

கொண்டவர்கள் ஆகையால் இவர்கள் எட்டு மாதங்களில் அனைத்து நூல்களையும் தொகுத்து விட்டார்கள்.

ஆரம்ப காலத்தில் புத்தரின் தேரரும் மற்றவர்களும் கூடித் தொகுத்த தர்மக் கோட்பாடுகள் தேரவாதம் எனப்பட்டது. இத்தேரவாத மரபு முதல் நூறு வருடத்தில் ஒன்றாகவும், ஒன்றுபட்டதாகவும் இருந்தது. ஆனால் அதன் பின்னர் பிற தர்மக் கோட்பாடுகள் எழுந்தன.

இரண்டாவது மகாசபையை நடத்திய தேரர்களால் அடக்கப்பட்ட தவறான வழிகளில் சென்ற பத்தாயிரம் பிக்குகளும் மஹாசம்ஹிகை என்ற ஒரு பிரிவை நிறுவினர். இதிலிருந்து பல பிரிவுகள் பின்னர் தோன்றின. அவை பின்வரும் அட்டவணையில் காணப்படும்.

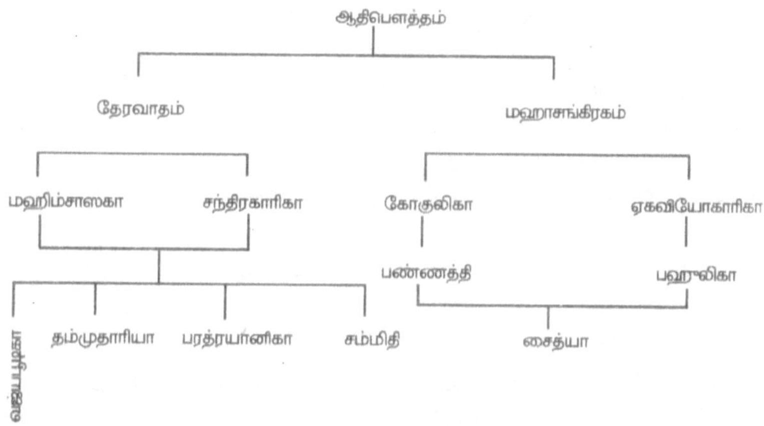

இவ்வாறு புத்தர் மறைவிற்குப்பின் 200 ஆண்டுகளில் மொத்தம் பதினெட்டுப் பிரிவுகள் தோன்றிவிட்டன. இவர்களிடமிருந்து இன்னும் ஆறு பிரிவுகள் தோன்றின.

இவ்விவரம் இலங்கையில் 4 முதல் 6ஆம் நூற்றாண்டு வரையில் எழுதப்பட்ட மகாவம்சத்திலிருந்து கிடைக்கிறது. எழுதப்படுவதற்கு முன்பே ஆசாரியப் பரம்பரை என்று செவிவழிக் கதைகள் வழங்கியிருந்தன. அவற்றை ஆதாரமாகக் கொண்டே தேரிகதை, தேரகதை என்ற ஆசார்ய வரலாற்று நூல்கள் பிற்காலத்தில் தோன்றின. எனவே இக்கதையில் காணப்படும் இயற்கைக்கு அதீதமான நிகழ்ச்சிகளை விட்டு விட்டுப் பார்த்தால் தேரவாத நோக்கில் சங்கம் இரண்டாகப் பிரிந்த நிகழ்ச்சியை இவை விரிவாகவே கூறுகின்றன. அசோகனுடைய காலத்துக்கு முன்னாலேயே காலசோகன் காலத்தில்

சங்கத்தில் முதல் கருத்து வேற்றுமை ஏற்பட்டது. அது பௌத்த பிக்குகளிடையே பெரும் பரபரப்பை ஏற்படுத்தியது என்பதை மேற்கூறிய குறிக்கோள் பகுதி தெளிவாகக் கூறுகிறது.

எதற்காகக் கருத்து வேற்றுமை ஏற்பட்டது என்பதை மேற்கோள் பகுதி தெளிவாக்கவில்லை. மேற்பார்வைக்கு புத்த பிக்குகளின் நடைமுறை வாழ்க்கையில் பத்து விதமான கட்டுப்பாடுகள் இருத்தல் வேண்டுமா, வேண்டாமா என்பது பற்றி விவாதம் எழுந்ததாகத் தோன்றுகிறது. இரு கட்சியினரும் பிக்குகளைத் தம் பக்கம் திரட்டுவதிலும் அரசன் ஆதரவைப் பெறுவதிலும் முனைந்து நின்றனர் என்பது விளக்கமாகத் தெரிகிறது. பிக்கு வாழ்க்கையின் கட்டுப்பாடு பற்றி அரசனுக்கும் மக்களுக்கும் அவ்வளவு ஆர்வம் ஏற்பட்டு விட முடியாது. ஆகவே அடிப்படையில் ஏதாவது வேறுபாடு இருந்திருத்தல் வேண்டும். இதனை 63வது சுலோகம் குறிப்பிடுகிறது. தர்ம போதனையிலேயே அவர்களிடையே வேறுபாடு தோன்றிவிட்டது. அதாவது தத்துவக் கருத்துக்களில் மாறுபாடு காணப்பட்டது. தேரவாதிகள் தங்கள் சங்கத்தைப் பற்றியே கவலைப்பட்டனரென்றும், பிற்கால மஹாசங்கிகர்கள் அரசனோடும் மக்களோடும் நெருங்கிய உறவு கொண்டு வாழ முனைந்தனரென்றும், அதனாலேயே மக்களிடம் பல பொருள்களை வாங்கிக் கொண்டு அவர்களோடு பழகலாம் என்ற விதிகளை அவர்கள் தங்கள் சங்கங்களில் கடைப்பிடித்தார்களென்றும் தெரிகிறது. இதனை எதிர்த்துத்தான் தேரவாதிகள் அவர்களைச் சங்கத்திலிருந்து விலக்கினர். ஆயினும் அவர்கள் பணிந்து போகவில்லை. தனியான சங்கம் அமைத்து மஹாசங்கிகர்கள் என்று தங்களுக்குப் பெயர் வைத்துக் கொண்டார்கள். இப்பிரிவிலிருந்து தான் பிற்காலத்தில் மஹாயான பௌத்தப் பிரிவுகள் தோன்றின.

இதனைக் குறித்து தேவிப்பிரசாத் சட்டோபாத்யாயா தமது 'ஆன்மீக வாதம் - ஓர் அறிமுகம்'[16] என்ற கட்டுரையில் விளக்கம் கூறுகிறார்கள். மஹாயன பௌத்தம் தேரவாதத்தினின்றும் அடிப்படைத் தத்துவத்தில் வேறுபட்டது. ஆயினும் புத்தருடைய போதனைகளிலிருந்து தான் இத்தத்துவம் தோன்றியது என்பதைக் காட்ட மஹாயான பௌத்தத்தை நிறுவிய நாகார்ச்சுனர் கையாண்ட முறைகளை தேவிப் பிரசாத் சுட்டிக் காட்டுகிறார்கள். அவரது விளக்கத்தை இங்குக் காண்போம்.

"ஆன்மீக தத்துவவாதிகள் என்ற முறையில் பௌத்தர்களும் கடைசியில் தமது சொந்தக் கொள்கைக்கு ஒரு விதமான தெய்வீக

அங்கீகாரத்தையோ அல்லது முன்னோர் நூல் முடிவையோ சான்று காட்ட வேண்டியதாயிற்று. அவர்களைப் (மஹாயனிகள்) பொறுத்த மட்டில் இது ஒரு தனித் தன்மையான கடினமான பிரச்சினையாக இருந்தது. ஏனெனில் அவர்களின் சமய ஸ்தாபகர் வரலாற்றுக் காலத்தில் வாழ்ந்த மனிதர். தன் பக்கத்திலிருப்பவன் துன்பத்தைப் பார்க்க பொறாதவர். அதனால் மனம் நெகிழ்ந்து, மனத்திற்கு ஒரு சாந்தியை ஏற்படுத்த" உபதேசித்த மனிதர். எனவே அவர் உபயோகமற்ற அப்பாலைத் தத்துவம் எதையும் உபதேசிக்காத அல்லது ஊக்குவிக்காத எதார்த்தவாதியாக இருந்தார். ஆண்டவனிடம் அவர் நம்பிக்கை வைக்கவில்லை. அவருக்குச் செலுத்துகிற பிரார்த்தனைகளும், வேள்விகளும் மனித குலத்துன்பத்துயரங்களுக்கு ஒரு மாற்றாக ஆக முடியாதென்று அவர் உபதேசித்தார். புத்தர் வற்புறுத்திச் சொன்னதெல்லாம் சரியான முறையில் பிறப்பிறப்பைப் பற்றிப் புரிந்துக் கொள்வதைப் பற்றியும் அதிலிருந்து விடுதலை பெறுவதைப் பற்றியும் தான். அந்த வழி குறிப்பிட்ட ஒரு ஒழுக்க நெறியைப் பின்பற்றுவதன் மூலம் சாத்தியம் ஆகும். மேலும் மஹாயன பௌத்தர்களின் கொள்கைக்கு நேர் விரோதமான முறையில் சந்தேகத்துக்கிடமில்லாதபடி புத்தர் அப்பாலைத் தத்துவங்களை வெறுத்துப் பேசியிருந்தது அவர்களுக்கு மிகவும் விரோதமாக இருந்தது. இந்த நிலை வரலாற்றின் நினைவிலிருந்து புத்தர் ஒரு வரலாற்று மனிதர் என்ற உண்மை மறைந்து போகும் வரை நீடித்தது."

"இத்தகைய சூழ்நிலைகளில், மஹாயானர்கள் தமது ஆன்மீக அப்பாலைத் தத்துவத்திற்கு தெய்வீக அங்கீகாரத்தை - அதுவும் புத்தரின் கொள்கை ரீதியான அங்கீகாரத்தைப் பெறுவது எப்படிச் சாத்தியமாகும்?"

"மஹாயானக் கொள்கையின் உண்மையான தோற்றத்தைப் பற்றி இன்னும் ஆராய வேண்டியது இன்று கூட முக்கியமான விஷயமாகவே இருக்கிறது. ஆனால் பௌத்தர்களின் மரபுப்படி சொல்லப்படுகின்ற ஒன்றை நாம் முழுமையா மறுத்துவிட முடியாது. புத்தரின் மறைவுக்குப் பின்னால் நூறாண்டுகள் கழித்துப் பழைய மதத்திலிருந்து வெளியேறிய பிக்குகளாகிய மஹா சங்கிகர்கள் எனப்படுவோர் தாம் மஹாயானத்தின் முன்னோடிகள். அவர்களது மத நூல்களின்படி பார்த்தால் லோகோத்தார புத்தர் என்று அவர்கள் ஏற்படுத்திக் கொண்ட கொள்கையே பிரிவு ஏற்பட்ட இடம் எனலாம். புத்தரை ஒரு வரலாற்று மனிதராக ஒப்புக்கொள்ள அவர்கள் தயாராக

இல்லை , மாறாக அவர் அமானுஷிய சக்தி உடையவர் என்றும் வழிபாட்டுக்குரியவர் என்றும் எண்ணப்பட்டார். மஹாயானர்கள் இந்த உணர்வை மேலும் விரிவாக்கிப் புத்தரைத் தெய்வமென்றே ஆக்கும் அளவிற்குக் கொண்டு சென்று விட்டார்கள். புத்தரின் சரித்திர பூர்வமான தன்மையை ஒதுக்கித் தள்ளும் அளவிற்கு மாயங்களும், மூட நம்பிக்கைகளும் மலிந்த புதிய வாழ்க்கை வரலாறுகள் அதற்குத் தகுந்த முறையில் எழுதப்பட வேண்டியதாயிற்று. மஹா வஸ்து என்ற நூலிலும், லலித விஸ்தாரம் என்ற நூலிலும் இவ்வாறு செய்யப்பட்டிருக்கிறது. முதல் நூல் மஹா சங்கிகர்களுடையது. இரண்டாவது அவர்களது கொள்கைக்கு ஒப்ப மஹாயானர்கள் எழுதியது...

...புத்தரின் மூலக்கொள்கையோடு மஹாயானம் தொடர் புடையது என்று உரிமை கொண்டாட இரண்டு விஷயங்கள் தேவைப்பட்டன. நம்ப முடியாத புராணக் கதைகளை உருவாக்க வேண்டும். சாஸ்திரிய நூல்களைப் போலியாகத் தயாரித்தாக வேண்டும். மஹாயானர்கள் இரண்டையுமே செய்தார்கள். "மஹாயானம் என்பது புத்தரின் கொள்கையைத் தவிர வேறொன்றும் இல்லை. அது முக்கியத்துவம் வாய்ந்ததாகவும் மறைபொருள் கொண்டதாகவும் இருந்ததால்தான் புத்தரால் வெளிப்படுத்தப்படாமல் இருந்தது. இக்காரணத்தால் தான் பாலி மொழித் தத்துவ சாஸ்திரங்களில் அது இடம் பெறவில்லை. ஒப்பிட்டுப் பார்க்கும் பொழுது பிரபலமடையாமல் இருந்ததற்கு அதுவே காரணம்" என்று அவர்கள் கூறினார்கள். "தேர்ந்தெடுக்கப்பட்ட ஒரு சிலருக்கு மட்டுமே புத்தர் இந்த மேலான உண்மையைப் போதித்தார். இந்த உண்மை வேண்டும் அவரது நிர்வாணத்திற்குப் பிறகு 500 ஆண்டுகள் கழித்து வெளியிடப்பட வேண்டும். அதாவது அந்தச் சமயத்தார் எல்லோரும் தாழ்ந்த உண்மையைக் கடைபிடித்து ஒழுகிய பின்னரே இந்த மேலான உண்மை பிரசாரம் செய்யப்பட வேண்டும்" என்ற ஒரு வதந்தியையும் அவர்கள் பரப்பினார்கள்.

இந்த ஐநூறு ஆண்டுகள் என்ற கணக்கே வேண்டுமென்று சொல்லப்பட்டதாகும். ஏனெனில் கிட்டத்தட்ட இந்தக் கால கட்டத்திலேதான் - மர்மமாக இருக்கிறதென்றாலும் - மஹாயானக் கொள்கையை ஆதரித்துப் பல நூல்கள் வெளிவந்தன. கலப்பான சமஸ்கிருதத்தில் எழுதப்பட்ட இவை மஹாயான சூத்திரங்கள் என்று அழைக்கப்பட்டன. இவற்றில் முக்கியத்துவம் வாய்ந்தவை, பிரக்ஞாபராமிதை, சமாதிராஜ்யம், லங்காவதாரம், ஸத்தர்ம புண்டரீகம் போன்றவையாகும்.

“இவைகளின் அடிப்படை நோக்கம் புத்தரின் வழிபாட்டை ஏற்படுத்துவதும், அவரைக் கருணையும் போதியும் (ஞானம்) கொண்ட கடவுளாக ஆக்குவதுமேயாகும். இப்படித்தான் புத்தரின் கொள்கையான கடவுள் மறுப்புக் கொள்கை முதுகில் குத்துண்டது. மஹாயானம் எல்லாவிதமான மூடநம்பிக்கை களுக்கும் இருப்பிடமாகத் திகழ ஆரம்பித்தது.

“இந்தப் பிற்காலத்திய நூல்களுக்கு அத்தகைய உயர்ந்த சாஸ்திரிய சம்மதத்தைத் தந்ததால் உண்டான தர்ம சங்கடமான உணர்ச்சியைச் சமனப்படுத்த மஹாயான பௌத்தர்கள் இந்நூல்கள் திடுதிப்பென்று வந்து விடவில்லை என்று நம்ப ஆரம்பித்தார்கள்.

நாகார்ச்சுனர் மஹா சங்கிகையின் ஒரு பிரிவான சர்வாஸ்தி வாதியாக இருந்த போது நாகர் இன மக்களிடையே பிரக்ஞா பராமிதை என்னும் நூலைக் கண்டுபிடித்தார் என்று ஒரு கதையை உருவாக்கிப் பரப்பினார்கள். உண்மையில் நாகாச்சுனரே இந்நூலின் ஆசிரியர். “நாகார்ச்சுனர் எந்தக் கொள்கைக்காக தமக்கே உரிய முறையில் போராடி வந்தாரோ, அதே கொள்கை பிரக்ஞாபராமிதையில் மந்திரச் சொற்களில் அழகாகப் பொதியப்பட்டு புத்தரின் அங்கீகாரத்தோடு கொள்கை ரீதியாக வழங்கப்பட்டிருக்கிறது.”

“மஹாயான சூத்திரத்தில் பலவிதமான சமயக் கருத்துக் களுக்கிடையே முன் நிலை அப்பாலைத்தத்துவம் (Proto meta physics) ஊடுருவி நிற்கிறது. இது பெரும்பாலும் உபநிஷதத்தில் காணப்படும் உலக வாழ்வின் ஸ்தூலமான உண்மையான இயல்பைக் குறைத்துக் காட்டக்கூடிய தன்மையை எதிரொலிக்கும் விதமாக இருக்கிறது ‘ஸம் விருத்தி சத்யம்’ என்று வழங்கப்படும் அனுபவரீதியான யதார்த்த உண்மையானது நமது உலக வாழ்வைப் பொறுத்த மட்டிலுமே உண்மை. முழுமையான சிரேஷ்டமான உண்மையல்ல; பரமார்த்திக சத்யமல்ல. உலகைப் பொய்யென்று கூறும் மஹாயானக் கொள்கையிலிருந்து மாத்யமிகம், யோகாச்சாரம் என்ற இரண்டு கொள்கைகள் தோன்றின.”

மேற்கூறியவற்றிலிருந்து பௌத்தத்தின் முக்கிய பிரிவுகள் தோன்றிய வரலாறு தெளிவாகிறது. இவற்றின் தத்துவக் கொள்கை களும், சமய நம்பிக்கைகளும் எவ்வாறு வேறுபடுகின்றன என்று அறிந்து கொண்டால் தான் மணிமேகலையில் விளக்கப்படும் பௌத்தக் கொள்கைகளின் சார்புத் தன்மையை நாம் இனங்காண முடியும். எனவே, தேரவாதம், மஹா சங்கிகம், மஹாயானம்

இவற்றின் தத்துவ, சமயக் கோட்பாடுகளின் வேறு பாடுகளைச் சுருக்கமாகக் காண்போம்.

புத்தரது போதனைகள் மிகப் பழமையான வடிவத்தில் பாலி மொழியில் எழுதப்பட்ட சமய நூல்களில் காணப்படுகின்றன. இவை தேரவாதிகளுக்குப் பிரமாணமானவை. இவற்றின்படி புத்தர் மனித இயல்புடையவர். மனிதனது குறைபாடுகள் கூட அவரிடம் இருந்தன. மனிதரினும் மேம்பட்ட உயர்ந்த பண்புகளும் அவரிடம் இருந்தன; இவர்களது கொள்கைப்படி புத்தரது கொள்கைகள் எளிமையானவை. தீயனவற்றை விலக்கி நல்லனவற்றைக் கடைப்பிடித்து மனத்தைத் தூய்மையானதாகச் செய்து கொள்ள வேண்டும். இதனைச் செயல்படுத்த சீலம், சமாதி, பிரக்ஞை என்ற முறைகளைப் பின்பற்றுதல் வேண்டும். இல்லறத்தாருக்குப் பஞ்ச சீலமும்,[17] இல்லறத்தாரில் சிறந்தவர் களுக்கு அஷ்ட சீலமும்[17] விதிக்கப்பட்டன. துறவிகள் தசசீலத்தை[19] அனுஷ்டிக்க வேண்டும். இச்செயல்கள் மூலம் மனத்தின் உள்காட்சியை கூர்மையாக்குதல் பிரக்ஞையாகும். பிரக்ஞை வளரும் பொழுது நான்கு உயர்ந்த உண்மைகள் புலப்படும். அவையாவன: 1. நோய் (துக்கம்) 2. நோய்க் காரணம் துக்கோற்பத்தி) 3. நீங்கும் வாய் துக்க நிவாரணம்) 4. நோய் நீங்கும் வழி துக்க நிவாரண மார்க்கம்)

புலன்களால் உண்டாகும் பற்றுகள் துன்பம் தருவன. இதையறிவது முதல் உண்மை. துன்பம் விளைவதற்குக் காரணமாக இருப்பனவற்றை உணர்வது இரண்டாவது உண்மை. துன்பத்தையும், அதற்கு எது காரணமென்பதையும் அறிந்து அதனின்றும் விடுதலையடைவதற்குரிய வழியை அறிவது மூன்றாவது உண்மை. துன்பத்தைப் போக்கி துன்பமற்ற நிர்வாண நிலையை அடைவதற்குரிய வழியைப் பின்பற்றி ஒழுகுவது நோய் நீக்கும் வழியாகும். இது எட்டு உறுப்புகளைக் கொண்டது. 1. நற்சாட்சி 2. நல்லூற்றம் அல்லது நற்கருத்து 3. நல்வாய்மை 4. நற்செய்கை 5. நல்வாழ்க்கை 6. நல்லூக்கம் (நன்முயற்சி) 7. நற்கடைப்பிடி 8. நல்லமைதி (சமாதி). இவற்றுள் மேற்கூரிய சீலம், பிரக்ஞை, சமாதி மூன்றும் அடங்கும். இதுவே வாழ்க்கை முறை பற்றிய தேரவாதிகளின் கருத்து.

இனி, அவர்களது தத்துவமும் எவ்விதச் சிக்கலுமில்லாது எளிமையாகவே இருக்கிறது. உலக நிகழ்ச்சிகளனைத்தும் மூன்று தன்மைகளுடையன. அவை, 1. அநித்தியம், 2. துக்கம், 3 அனாத்மம்

என்பவை. இதன் பொருள் யாவும் நிலையற்றவை. மாறும் தன்மையுடையவை. 2. அனைத்தும் துன்பமயம். 3. இவ்வுலகில் யான் எனது என்றழைக்க எதுவுமில்லை; எனவே ஆன்மா என்றதொரு அழியாத வஸ்துவில்லை. 4. கூட்டுப் பொருள்களனைத்தும் ஜடமற்ற வஸ்துவாலும், ஜட வஸ்துவாலும் ஆகியவை. முதலாவது நாமம் என்றும், இரண்டாவது ரூபம் என்றும் அழைக்கப்படும்.

ஜடமற்ற மூலங்கள் பஞ்சஸ்கந்தங்கள் என்றழைக்கப்படும்.[20] அவை 1. ரூபம் (apperarance) 2. வேதனை (sensation) 3. ஸஞ்ஜ்ஞா (perception) 4. ஸமஸ்காரம் (mental formatives) 5. விஞ்ஞானம் (consciousness) ஐவகை ஸ்கந்தங்கள் 12 உறுப்புகளாகவும்[21] புலன்களாகவும் 18 தாதுக்களாகவும்[22] பிரிக்கப்பட்டு வகைப்படுத்தப்பட்டுள்ளன. பிற்காலத் தேரவாதிகள் புலனுணர்வுகளைத் தனியாக 6 உறுப்புக்களாகச் சேர்த்து 18 உறுப்புகளாகக் கூறுவர். மேற்கூறிய கருத்துக்களில் நாம் காணும் தத்துவக் கொள்கை பிரபஞ் சத்தையும், அதன் நிகழ்ச்சியையும் உருவாக்கும் பொருள்கள் பன்மையானவை (Pluralistic) என்பதாகும்.

இவ்வாறு உலகை அறிந்து, அதன் நிலையாமையை உணர்ந்து, நான்கு உண்மைகளை அறிந்து சீலம், பிரக்ஞை, தியானம், மூன்றையும் அனுஷ்டித்து, நிர்வாண நிலையை அடைதல் தேரவாதிகளின் உயர்ந்த இலட்சியமாகும்.

இந்த இலட்சியத்தோடு பயிற்சி தொடங்குபவன் சிராவகன் எனப்படுவான். இறுதிக் கட்டத்தை எய்தியவன் ஆர்ஹத் (ஆருகதன்) எனப்படுவான். அவன் பிறப் பிறப்பாகிய சங்கிலித் தொடரை அறுத்தவன். அவனுக்கு மறுபிறப்பில்லை.

இக்கொள்கையில் அப்பாலைத் தத்துவங்கள் அதிகமாக இல்லை. புத்தர் தருக்கவியலையும் அப்பாலைக் கொள்கை களையும் விரும்பவில்லை என்று தேவிபிரசாத் சொல்லியதை முன்னர் காட்டிய மேற்கோளில் கண்டோம், வையாபுரிப் பிள்ளையவர்களும் இதற்கோர் உதாரணம் காட்டி இதே கூற்றை விளக்குகிறார்கள்.[23]

மாலுங்கியர் என்பவரது புதல்வர்கள் புத்தரிடம் பிறப்பு, இறப்பு, இறப்பின் பின் மனிதன் நிலை, ஆன்மா முதலிய பொருள்களைப் பற்றிப் பல கேள்விகள் கேட்டனர். இதற்கு விடையாகப் புத்தர் கூறியது வருமாறு:

“ஒருவன் விஷமூட்டிய அம்பினால் எய்யப்பட்டு வருந்திக் கொண்டிருக்கிறான். அவனுடைய நண்பர் ஒருவர் ஒரு வைத்தியரிடம்

விரைந்து சென்று அவரை அழைத்து வருகிறார். வைத்தியர் அம்பை வெளியே உருவி எடுக்கப்போகும் சமயத்தில் காயமுற்றவன், 'நிறுத்துங்கள் நான் கேட்கிற கேள்விகளுக்கெல்லாம் விடை சொன்னதற்கு அப்புறம் தான் அம்பை நீங்கள் எடுத்து விடலாம். யார் இந்த அம்பை எய்தது? க்ஷத்திரியனா, பிராம்மணனா, வைசியனா, சூத்திரனா? அவன் எந்தக் குலத்தைச் சார்ந்தவன்? அவன் நெடியவனா அல்லது குறுகியவனா? அம்பு எவ்வகையைச் சார்ந்தது? அதன் இயல்பு என்ன? என்று பல கேள்விகள் கேட்கிறான். அப்பொழுது என்ன, நேரிடும் என்று கேட்க வேண்டுமா? இந்தக் கேள்விகளுக்கெல்லாம் விடை சொல்லி முடிக்குமுன் அவன் இறந்து விடுவான். இதைப் போலவேதான் உலகத்திற்கு அப்பாற்பட்ட விஷயங்களைக் குறித்து கேள்விகள் கேட்கும் மாணாக்கனும் துக்கம், துக்கோற்பத்தி, துக்க நிவாரணம், துக்க நிவாரண மார்க்கம் என்பனவற்றின் உண்மைகளைத் தெரிந்துகொள்வதற்கு முன் இறந்து விடுவான் என்பது நிச்சயம்''.[24]

இனி, மஹாசங்கிகர்கள் எனப்படும் பிரிவினரின் தத்துவத்தையும், சமயக் கோட்பாடுகளையும் சுருக்கமாகக் கவனிப்போம். இவர்கள் தான் முதன் முதலில் பிரிவற்ற பௌத்த சங்கத்திலிருந்து விலகியவர்கள். இவர்களது தத்துவமும், கோட்பாடுகளும் பிற்கால மஹாயானம் தோன்றுவதற்கு இடைப்பட்ட கருத்துக்களாக இருந்தன. இவர்கள் பிரிந்து சென்ற வரலாற்றை மஹாவம்சம் கூறும் விதத்தில் நாம் முன்னரே கண்டோம். இவர்கள் தேரவாதிகளோடு சில அடிப்படைக் கருத்துக்களில் உடன்படுகிறார்கள். நான்கு உண்மைகள், அஷ்டாங்கப்பாதை, ஆனாத்மா, கருமம் அல்லது காரண காரியத் தொடர்ச்சி, 36 விதமான உலக மூலங்கள், படிப்படியான வளர்ச்சியால் முழு நிறைவான நிருவாண மெய்துதல் போன்ற கொள்கைகள் இவர்களுக்கு உடன்பாடே. ஆனால் இவர்கள் எங்கு தேரவாதத்தினின்றும் வேறுபடுகிறார்கள்?

இவர்கள் புத்தர்கள் லோகோத்தாரத் தன்மையுடையவர்களென [24] நம்பினார்கள். அதாவது அசுத்தத் தன்மை எதுவும் அவர்களிடம் இல்லை . அவர்களுடைய உடலும், ஆற்றலும் எல்லையற்றவை. அவர்களுக்குத் தீர்க்க ஆயுள் உண்டு. அவர்கள் உறங்குவதோ கனவு காண்பதோ இல்லை. அவசங்களை வென்றதால் மனம் நிலைத்த அமைதியில் இருக்கும். ஒரு கணத்தில் அனைத்தையும் அறியும் ஆற்றல் அவர்களுக்கு இருக்கும். புத்தர்கள் மனிதத் தன்மைகளுக்கு அப்பாற்பட்டவர்கள். புத்தர்கள் எண்ணற்றவர்கள்,

அவர்கள் சாதாரண மனிதர்களைப் போலப் பிறப்பதில்லை. கருவில் வளர்ச்சியுறும் அவஸ்தை அவர்களுக்கு இல்லை. ஆசை, கோபம், குரோதம் முதலிய உணர்ச்சிகள் அவர்களிடம் தோன்றமாட்டா. புத்தராகப் போகும் அவதார புருஷர்கள் போதி சத்துவர்கள் எனப்படுவர்.[26]

இது தான் முக்கியமான வேறுபாடு புத்தரைத் தெய்வமாக்கி, அவருடைய போதனைகளைப் புனிதமானவை என்று நம்பச் செய்து, பௌத்தத்தை ஒரு வெகுஜன மதமாக்கும் அம்சங்கள் இவை.

இதைத் தவிர மஹாசங்கிகர்கள் தேரவாதத்தினின்றும் சில தத்துவ அம்சங்களிலும் வேறுபட்டனர்.[27]

ரூபம் என்றழைக்கப்படும் ஐம்பொறிகளும் மனமும் அப்பொறிகளின் விஞ்ஞானம் என்னும் உணர்வின்றி அறியப்படமாட்டா.

பிரக்ஞை (அறிவுணர்ச்சியால் மட்டும் உயர்ந்த நிர்வாண நிலையை அடையலாம்.

ஐந்து விஞ்ஞானங்கள் பற்றையும் விளைவிக்கலாம். பற்றின்மையையும் விளைவிக்கலாம். சிராவகன், முன்னேறிய நிலையிலிருந்து பின்னடையலாம். ஆருகதர் முன்னேறிய நிலையிலிருந்து பின்னடைய முடியாது. முன்னேறிய நிலையில் கூட அவன் தீய கர்மங்களைச் செய்யக்கூடும்.

மனத்தின் இயற்கை நிலை தூய்மையானது. உபகிலேசங்களால் (உணர்ச்சிகள்) தான் அவை கறைப்படுகின்றன.

இவற்றினின்றும் முக்கியமாகச் செயல்களை விட உணர் விலும், அறிவிலும் தான் நிருவாணத்தை அடையும் வழி இருக்கிறது என்ற கொள்கையை நோக்கி இவர்கள் தத்துவம் சென்றது. இதன் வளர்ச்சியாகவே மஹாயானத்தின் பல பிரிவுகளின் தத்துவங்களும் வளர்ச்சிபெற்றன.

மஹாயானத்தின் தோற்றத்தைப் பற்றி தேவிப்பிரசாத் அவர்களின் விளக்கத்தை முன்னர் கண்டோம். இங்கு இவ்விரண்டு தத்துவங்களினின்றும் வேறுபடும் அம்சங்களைக் காண்போம். அதற்கு முன்னர், மஹாயானம் ஒரே ஒரு கொள்கையுடைய தத்துவமென்றோ, ஒரே சங்கமான நிறுவனமென்றோ கருதுதல்

தவறாகும். மஹா சங்கிகர்களிலிருந்து கீழ்வரும் அட்டவணையில் காட்டியபடி கி.பி. முதல் நூற்றாண்டிற்கு முன்னரே பல உட்பிரிவுகள் தோன்றிவிட்டன.[26]

மஹாசங்கிகர்களிலிருந்து தோன்றிய இப்பிரிவுகளில் ஏறக்குறைய கி.பி. இரண்டாம் நூற்றாண்டில் இப்பிரிவுகளின் முக்கியமான தத்துவப் போக்குகளை இணைத்து இரண்டு பிரிவுகள் தோன்றின. அவை நாகார்ச்சுனர் தோற்றுவித்த மாத்யமிகமும் (சூன்யவாதம்) மைத்ரயே நாதர் தோற்றுவித்த யோகாச்சாரமும் (விஞ்ஞானவாதமும்) ஆகும். இவை பிற்காலத்தில் செல்வாக்குப் பெற்று இந்தியாவிலும் சீனம், கொரியா, ஜப்பான் முதலிய நாடுகளுக்கும் பரவியது. இவற்றுள் முந்தியது கி.பி. 2-ஆம் நூற்றாண்டிலும், பிந்தியது கிபி. 3-ஆம் நூற்றாண்டிலும் தோன்றியவை.

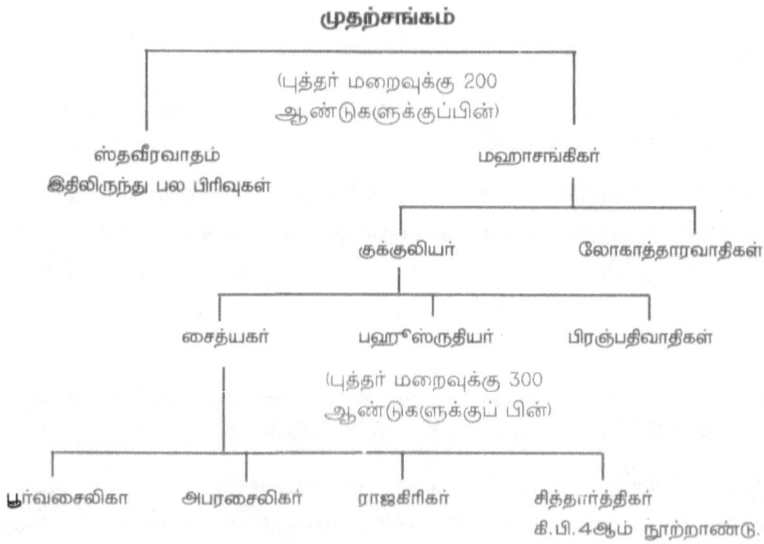

நாகார்ச்சுனர் எழுதிய மாத்யமிகக் காரிகை என்னும் நூலில் மாத்யமிகப் பிரிவினரின் தத்துவக் கோட்பாடுகள், வரையறுத்துத் தர்க்க ரீதியாக விளக்கப்பட்டுள்ளன. இது தேரவாதத்திற்கு முற்றிலும் மாறுபட்டது. தேரவாத நூல்களான பாலிப் பிடகங்களில் கூறப்படும் ஒழுக்க முறையான மாத்யமிகத்தை இது தத்துவ இயலாக மாற்றி விளக்குகிறது. தேரவாதம் வாழ்க்கையின் இரண்டு மாறுபட்ட எல்லைகளான புலன் இன்பம் துய்த்தலையும், அதனை

முற்றிலும் வெறுத்து கடுந்துறவு வாழ்க்கை வாழ்தலையும் விட்டு நடுப்பாதையாக புலனடக்கத்தையும், தீயனவற்றை விலக்கி நல்லனவற்றை மேற்கொண்டொழுகும் அஷ்டாங்கப் பாதையையும் போதிக்கிறது. ஆனால் மாத்யமிகம் இத்தகைய நடுப்பாதையை முற்றிலும் வேறான பொருளில் தத்துவ ரீதியில் விளக்குகிறது.[29] (1) ஆத்மா, அனாத்மா, (2) உலகமுண்மை , உலகமின்மை (3) நிலைத்தல், நிலையாமை போன்ற முரண்பட்ட கோட்பாடுகளை நிராகரிக்கிறது. உலகம் உண்மை என்றோ உண்மையல்ல என்றோ மாத்யமிகர்கள் ஒப்புக்கொள்வதில்லை. ஆனால் உண்மைகள் தராதரமானதென்றும், ஒன்று கீழானதென்றும், மற்றொன்று மேலானதென்றும், கீழான உண்மை சம்விருத்தி சத்யமென்றும், மேலான உண்மை பரமார்த்திக சத்யமென்றும் கூறுவர்; இவற்றுள் அனுபவ ரீதியான உண்மை சம்விருத்தி சத்யம்; அனுபவ எல்லைக்கப்பாற்பட்ட அப்பாலை--உண்மை பரமார்த்திக சத்யம். இல்லாததை உள்ளதென மயங்கும் பேதமையின் படைப்பே சம்விருத்தி சத்யம். உலகனைத்தும் எதிரொலி போல் உண்மையில்லாதது என்பதை அறிகின்ற அறிவே பரமார்த்திக சத்தியம். சம் விருத்தி சத்தியத்தின் வழியாகவே பரமார்த்திக சத்யத்தை அறிதல் வேண்டும். முதலாவது பாதையாகும். இரண்டாவது அடைய வேண்டிய குறிக்கோளாகும். முதலாவது பாதையின் மூலம் உலகை அறிந்து, இரண்டாவது பாதையின் மூலம் உலகை சூன்யம் என்றறிதல் வேண்டும். இக்கொள்கை எதிர்மறையாகவே விளக்கப்படும். எட்டு வகை எதிர்மறைகளால் நாகார்ச்சுனர் தமது தராதர சத்யப் பாதையை விளக்குகிறார்.[30]

“தோற்றமுமில்லை, முடிவுமில்லை. நிலைத்தலுமில்லை. நிலையாமையுமில்லை. ஒருமையுமில்லை, பன்மையுமில்லை. உருவாதலுமில்லை, மறைதலுமில்லை. இவற்றைக் கடந்து நிற்பது சூன்யம்.

‘சூன்யுதா’ அல்லது சூன்யம் எல்லையற்றது நாம ரூபமற்றது. அது ஒன்றே உள்ளது. மற்றவை பேதமையால் சம்விருத்தி சத்யமாக நமக்குப் புலனாகிறது.

இதுவே உயர்ந்த உண்மை என்று நிலைநாட்ட நாகார்ச்சுனர் தர்க்க முறைகளைக் கையாண்டர். அவை, புத்தரால் அருளிய மொழிகள்’ என்று கருதப்பட்டு வந்த பாலி போதனைகளுக்கு முரணாக இருந்ததால் இக்கொள்கைகளை புத்தரோடு இணைக்க வேண்டியிருந்தது. எனவே முன்னர் மேற்கோள் காட்டிய பகுதிகளில்

தேவிப்பிரசாத் விளக்கியது போல் புத்தர் கூறிய உயர்ந்த, உண்மையாகவே இதனைப் பரப்ப நாகார்ச்சுனர் ஒரு கதையைத் திரித்துவிட்டார். அக்கதை வருமாறு:

புத்தர் ஒரு சமயம் தமது சிஷ்யர்களுக்கு உபதேசம் செய்து கொண்டிருந்தார்.[31] அப்பொழுது புத்தத் தன்மை அல்லது நிர்வாண நிலையடைவது எவ்வளவு கடினமானது என்று அவர் குறிப்பிட்டு இதனைச் சிஷ்யர்களும், பிரத்யேக புத்தர்களும் உணர்வதில்லை என்றும் கூறினார். புத்தர்கள் தங்களுக்கு முன்னால் அறத்தைப் போதித் எண்ணில்லாத புத்ததர்களின் போதனைகளைக் கற்றறிந்து தங்கள் விடுதலை மார்க்கத்தை வகுத்துக் கொள்ளுகிறார்கள்.

இந்த தர்மத்தை அறிவதும் கடினம். போதிப்பதும் கடினம். இவ்வாறு சொல்லிவிட்டு அவர் தமது சிஷ்யர் சாரிபுத்தரைப் பார்த்துக் கூறினார். "புத்தர்களின் போதனையின் உட்பொருளை அறிவது மிகவும் கடினம். ஏனெனில் அவர்கள் திறமையான முறையினால் அறிதலையும் காட்சியையும் போதிக்கிறார்கள். காரணங்கள், விளக்கங்கள், வரையறைகள், உதாரணங்கள் மூலம் தர்ம வழியில் நின்று விட்டவர்களுக்கு அவர்கள் உபதேசம் செய்கிறார்கள். அவர்கள் எளிதில் அறியக் கூடியதை பிற சிராவகர்கள் மிகவும் முயன்றுதான் அறிய வேண்டு மென்றும் கூறினார்.

புத்தருடைய முந்தைய போதனைகளைக் கேட்ட சிஷ்யர்கள் நமக்குத்தான் எல்லாம் விளங்கிவிட்டதே என்றெண்ணிக் கொண்டு எழுந்து போய்விட்டார்கள். சிலர் மட்டும் புத்தரது அறிவுரையைக் கேட்டுச் சந்தேகம் கொண்டு அதனைப் போக்கிக் கொள்ள விரும்பினார்கள். அவர்கள் புத்தரை நோக்கி, "ததாகதர்களது (புத்தர்கள்) போதிக்கும் திறமையை இவ்வாறு வியந்து கூறியதற்குக் காரணம் என்ன? தான் கண்ட உண்மை மகத்தானதென்றும் சிஷ்யர்களுக்கும் பிரத்யேக புத்தர்களுக்கும் அதனை அறிவது கடினமென்றும் சொல்லியது ஏன்? இதுவரை பெருமனாடிகள் ஒரே ஒருவகை விடுதலை வழியைத்தானே போதித்து வந்திருக்கிறீர்கள்? நிர்வாணம் பெற்ற பின்னரும் புத்த தருமத்தை அடைய வேண்டிய அவசியமுண்டா? இது எங்களுக்கு விளங்கவில்லை. விளக்கியருள வேண்டும்." என வேண்டிக் கொண்டார்கள்.

சாதாரண அறிவுடையவர்களுக்காக உவமைக்கதைகளாகவும், நீதிக்கதைகளாகவும், ஜாதகக் கதைகளாகவும் மாயா ஜாலங்களாகவும், தனியாகத் தர்மத்தை உபதேசித்ததாகவும், தூய்மையானவர்களும் சத்யத்தைக் கடைபிடிப்பவர்களும், தர்மப் பாதையில்

முன்னேறியவர்களும் ஆன பிக்குகளுக்குப் பழைய கீழான தர்மத்தை விட முன்னேறிய தர்மத்தைப் போதிக்கப் போவதாகவும் புத்தர் கூறினார்.

இவ்வாறு தர்மப் பாதையில் முன்னேறியவர்களுக்காக உபதேசிக்கப்பட்ட உண்மையே தங்களுடைய மாத்மியகம் என்று நாகார்ச்சுனர் கூறுகிறார். இந்தக் கதையில் தான் எல்லோரும் புத்தர்களாகும் பாதையில் முன்னேறும் போதிசத்துவர் களாகாமென்றும், இறுதியில் புத்தகர்களாகலாம் என்றும் புத்தர் சொல்லுவதாக நாகார்ச்சுனர் சொல்லுகிறார்.

இதற்குமேல் புத்தர் இருவகை உண்மைகளை (ஒன்றை மந்த அறிவு படைத்தவர்களுக்கும் மற்றொன்றைக் கூர்மையான அறிவுடையோருக்கும்) போதித்ததற்கு என்ன காரணம் என்பதைக் காட்ட ஓர் உவமைக்கதையை புத்தரே சொன்னதாகச் சொல்லுகிறார்.

இதற்குமேல் புத்தர் இருவகை உண்மைகளை (ஒன்றை மந்த அறிவு படைத்தவர்களுக்கும் மற்றொன்றைக் கூர்மையான அறிவுடையோருக்கு போதித்ததற்கு என்ன காரணம் என்பதைக் காட்ட ஓர் உவமைக் கதையை புத்தரே சொன்னதாகச் சொல்கிறார்.
[32]ஒரு வீடு எரிந்து கொண்டிருந்தது. தந்தை வீட்டிற்கு வெளியில் இருந்தான். குழந்தைகள் வீட்டினுள் இருந்தன. தந்தை "தீ உங்களைப் பொசுக்கிவிடும் இந்தச் சன்னல் வழியாக வாருங்கள்" என்று அழைத்தான். அவர்கள் விளையாட்டில் கண்ணாயிருந்ததால் தந்தையின் பேச்சைக் கேட்கவில்லை. அவன் அவர்கள் மனத்தை வெளியே திருப்ப, "இங்கே வாருங்கள் மூன்று தேர்கள் இருக்கின்றன. விளையாடலாம்" என்றான். அவர்கள் வெளியே வந்துவிட்டார்கள். அவர்கள் விளையாடத் தேரையும் வாங்கிக் கொடுத்தான். பின்னர் எரிந்த வீட்டினுள் இருந்தால் என்ன நிகழும் என்பதை எரிந்த பொருள்களைக் காட்டி விளக்கி, வெளியே வரவேண்டியதன் அவசியத்தையும் சொன்னான். பின்னர் அவர்கள் வெளியே வந்தது எப்படிச் சரியானது என்பதைத் தெரிந்து கொண்டார்கள்.

தேரை விளையாடக் கொடுத்தது போலத்தான் முன்னேறா தவர்களுக்குக் கீழான ஒரு பாதையையும், பக்குவம் பெற்று அறிந்து கொள்ளுபவர்களுக்கு மேலான ஒரு பாதையையும் புத்தர் வகுத்ததாக நாகார்ச்சுனர் கூறுகிறார். ஆயினும் இரண்டும் ஒரே பாதைதான். முதல் பாதையில் செல்லாமல் இரண்டாவது பாதைக்கு வந்து விடலாம். ஆனால் முதல் பாதையில் செல்லுபவர்கள்

இரண்டாவது பாதைக்கு வந்தே தீரவேண்டும். இவற்றைத் தான் ஹீனாயானம் (கீழ்பாதை) மஹாயானம் (மேல்பாதை) என்று மஹாயானிகள் அழைத்துக் கொண்டார்கள்.

மேற்கூறியவற்றிலிருந்து சில உண்மைகள் வெளியாகின்றன. தத்துவக் கொள்கைகளிலும், சமயக் கொள்கைகளிலும் புத்தரது பழமையான கொள்கைகள் எனப்பட்டவைகளிலிருந்து முற்றிலும் மாறானவற்றிற்குப் புத்தரது அங்கீகாரம் பெற நாகார்ச்சுனர் இக்கதையைப் புனைந்தார்.

புத்தர்கள் பலரென்றும், அவர்களுள் சாக்கிய முனி ஒருவரென்றும் கூறினார். அவர் முதன் முதலில் போதித்த எளிய நான்கு உண்மைகளும், எட்டுறுப்புப் பாதையும் மந்த புத்தியுடையவர்களுக்கும், பக்குவமில்லாதவர்களுக்கும் என்றும், தம்முடைய சூன்யக் கொள்கையும், அப்பாலைத் தத்துவமும், தருக்க நெறியும், கூர்மையான அறிவுடையவர்களுக்கெனவும் எழுதினார்.

போதிசத்துவர் என்ற கருத்தை மஹாசங்கிகர்களது லோகோத்தார புத்தர் என்ற கருத்திலிருந்து வளர்த்துக் கொண்டார். மஹாயானத்தின் மற்றோர் பிரிவினரான யோகாச்சாரரும், தமது கொள்கைகளைப் புத்தரோடு இணைத்துவிட நாகார்ச் சுனரது வழியையே பின் பற்றினர். நிர்வாண நிலையடைய யோகமே (தியானம், சிந்தனை) சிறந்த வழியென்று நடைமுறை ஒழுக்கத்திற்கு அவர்கள் பாதை காட்டினர். இது நடைமுறை வழி. சிந்தனை வழிக்கு அல்லது அப்பாலை அம்சத்திற்கு அவர்கள் விஞ்ஞானம் ஒன்று மட்டுமே உண்மை, மற்றவை தோற்றமென வாதித்தனர். விஞ்ஞானம் என்பது சித்தம் (மனம்). இதுவே உண்மை . உலகமும் உலக நிகழ்ச்சிகளும் தோற்றம் என்பது இவர்களது கொள்கை. அடிப்படை உண்மை சூன்யமென்ற மாத்யமிகர்கள் கொள்கைக்கு எதிராக இவர்கள் சித்தம் அல்லது விஞ்ஞானம் மட்டுமே உண்மையென்று கூறுகிறார்கள்.[33]

தேரவாதம், மஹாசங்கிதம், மஹாயானப் பிரிவுகளான மாத்யமிகம், யோகாச்சாரம் ஆகிய பௌத்த தத்துவவாதிகள் தமிழ் நாட்டில் சமயப் பிரச்சாரம் செய்து வந்திருக்கின்றனர். இவற்றுள் தேரவாதமே முதன் முதலில் தமிழ் நாட்டில் நுழைந்தது. இதனை ம.சீ.வே. அவர்களுடைய கருத்துக்களோடு உடன்பட்டு முன்னரே குறிப்பிட்டேன்.

இதனை உறுதிப்படுத்தும் சான்றுகளை மயிலை சீனி வேங்கடசாமி அவர்கள் தொகுத்துக் கூறுகிறார்கள்.[34]

1. அசோகர் காலத்திய அறவெற்றி பற்றிக் கூறும் பாறைச் சாசனங்களை முன்னரே குறிப்பிட்டோம். எனவே கி.மு. 32-க்கு முன்னரே தேரவாத பௌத்த பிக்குகள் தமிழ்நாட்டிற்கு வந்துவிட்டனர்.

2. மகாவம்சம், அசோகரது மகன் அல்லது தம்பியாகிய மகிந்தரும், அவரது சகோதரி சங்கமித்திரையும் பாடலிபுரத்திலிருந்து இலங்கைக்கு வந்த வரலாற்றைக் கூறுகிறது. அவர்கள் தமிழ் நாட்டின் வழியாகச் சென்றிருக்க வேண்டும் என்ற அனுமானத்தைக் காவிரிப்பூம்பட்டினத்தில் இந்திர விகாரம் இருந்ததென்பதும், அது மகிந்த தேரரால் கட்டப்பட்டது என்ற பாலி மொழி நூலில் காணப்படும் சான்றுகளும் உறுதிப்படுத்துகின்றன.

3. பாண்டி நாட்டில் மலைக் குகைகளில் பிராமிச் சாசனங்கள் காணப்படுகின்றன. அவை பௌத்த பிக்குகளுக்கு அரசர்களும் தலைவர்களும் அமைத்துக் கொடுத்த கற்படுக்கை தானங்களைப் பற்றிக் குறிப்பிடுகின்றன. ம.சீ.வே. காட்டும் சான்றுகள் போக இன்னும் சில அண்மையில் கிடைத்துள்ளன.

கி.மு. 2- ஆம், 1- ஆம் நூற்றாண்டில் செதுக்கப்பட்டவை என ஆராய்ச்சியாளர் கருதும் கல்வெட்டுகளில் [35] சில தவீரர், தவீரை என்ற பெயர்களைக் குறிப்பிடுகின்றன.

"மா தவரை கே" (அழகர்மலை 33)
"காசபன் தவீர அ" (அழகர்மலை 12)

தவீர என்ற தமிழ்ச் சொல் வடமொழி ஸ்தவீரன் என்பதன் திரிபு. தவீரை என்றது அது போலவே ஸ்தவீரை என்ற வடசொல்லுக்குச் சமமானது. இவை புத்த சங்க முதியவனையும் முதியவர்களையும் குறிக்கும். பிற்கால வழக்கில் இவையே தேரன், தேரி என வழங்கப்பட்டன. எனவே மதுரையைச் சூழ்ந்த இடங்களில் தேரவாத பிக்குகள் இருந்தனரென்பது புலனாகிறது. புத்தரது சீடர்களான மகாகாஸிபன், அரிட்டன் முதலியவர்களது பெயர்களைக் கொண்டிருந்தவர்கள் குகைகளில் வாழ்ந்தமையை இது காட்டும்.

உதாரணங்கள் :

"எளையூர் அரிட்டன் பாழி" (கருங்காலக்குடி28)
"காசபன் அ தவீர அ" (அழகர்மலை 12)

இக்காலத்தில் குறுநில மன்னர்களும், வாணிபர்களும் கற்படுக்கை அமைத்துக் கொடுத்ததையும், இயற்கைக் குகைகளை உறையுளாகச்

செய்து கொடுத்த செய்திகளையுமே பிராமிச் சாசனங்கள் கூறுகின்றன. அப்படியானால் பெரிய விகாரங்கள் கட்டப்படவில்லை என்றே தோன்றுகிறது.

பிராமிச் சாசனங்களில் பிற்பட்ட சாசனங்களில் பண்ணகன். பாணித்தி என்ற சொற்கள் காணப்படுகின்றன. இவை மஹா சங்கிகர்களால் தங்கள் சமயத்தைச் சார்ந்தோரைக் குறிப்பிடப் பயன்பட்ட சொற்கள். இவற்றிற்கு எடுத்துக்காட்டு.

சபாமிதா - பாணித்தி

பாழி, பள்ளி இரண்டும் ஒரே பொருளில் அக்காலத்தில் வழங்கியிருத்தலால், பௌத்தப் படிமங்களோ, திருவடி நிலைகளோ வணக்கத்திற்குரியனவாகவில்லை என்று தோன்று கிறது. ஞானசம்பந்தர், பௌத்தர்களை அறுவகைத் தேரர் என்று குறிப்பிடுகிறார். எனவே தேரவாதம் அக்காலத்தில் இருந்ததெனக் கொள்ளலாம். மதுரைக்காஞ்சியில் கடவுளர் பள்ளியைப் பற்றிக் கேள்விப் படுகிறோம். பிக்குணிகள் வணங்கச் சென்றதையும் அந்நூல் விவரிக்கிறது. இங்குத் திருவடி நிலை இருந்ததா , படிம வணக்கம் இருந்ததா என்பது தெரியவில்லை . ஆனால் நகர்களில் விகாரங்களும், பள்ளிகளும் தோன்றிவிட்டன என்பதையே இது காட்டுகிறது. சிலப்பதிகாரத்திலும் மணிமேகலையிலும் விகாரங்களும் குறிப்பிடப்படுகின்றன. கச்சியின் பௌத்தப் பள்ளி செல்வச் சிறுப்புற்று விளங்கியிருத்தல் வேண்டும். ஆயிரக்கணக்கான பிக்குகளுக்கு வாழ்விடமாகவும், சமயப்பணி செய்வதற்கேற்ற களனாகவும் விளங்கியிருத்தல் வேண்டும். மணிமேகலை சென்றதாகக் கூறப்படும் இடங்களில் எல்லாம் பௌத்தப் பள்ளிகள் இருந்தன.[36] பௌத்த தெய்வங்களுக்குக் கோயில்களும் இருந்தன. முக்கியமாக மணிமேகலை பிற்காலப் பௌத்த சமயச் சிறு தெய்வங்களுள் ஒன்று, கதை முழுவதிலும் மணிமேகலையில் காவல் தேவதையாகச் செயல் புரிகிறது. இவை யாவும் பிற்கால வளர்ச்சிப் போக்கினைக் காட்டுகின்றன.[37]

ஆனால் நமது நோக்கம் தருக்கவியல், தத்துவவியல், சமயக் கோட்பாடுகள் ஆகியவற்றில் எவை மணிமேகலையில் காணப் படுகின்றன என்று கண்டு அதன் பௌத்தப் பிரிவு எது என்பதை இனம் காண்பதாகும். எனவே முன்னர் விவரித்த தத்துவ வேறுபாடுகளை மனத்தில் கொண்டு மணிமேகலையின் பௌத்தச் சார்பு எது என்பதைக் காண முயலுவோம்.

அறவணவடிகள் மணிமேகலைக்குப் பௌத்த தர்மத்தின் அடிப்படைக் கொள்கைகளை உபதேசிக்கிறார். நான்கு வாய்மைகள், பன்னிரண்டு நிதானங்கள், அஷ்டாங்கப் பாதை ஆகிய உண்மைகளை அவளுக்குக் கூறுகிறார். நான்கு வாய்மைகள் நோய், நோய் காரணம், நோய் நீக்கும் வாய், நோய் நீக்கும் வழி என்பனவாம். அவற்றைப் பின்வருமாறு மணிமேகலை கூறுகிறது.

நோய்

உணர்வே அருவுரு வாயில் ஊறே
நுகர்வே பிறப்பே பிணிமூப்புச் சாவே
அவலம் அரற்றுக் கவலை கையாறென
நுவலப் படுவன நோயாகும்மே.[38]

ஐம்புலன்களால் உண்டாகும் பற்றுகள் துன்பம் தருவன.

நோய்க் காரணம்

அந்நோய் தனக்குப்
பேதைமை செய்கை அவாவே பற்றுக்
கரும வீட்டமிவை காரணம் ஆகும்.[39]

துன்பத்திற்கு நான்கு காரணங்கள் உள்ளன.

நோய் நீக்கும் வாய்

துன்பம் தோற்றம், பற்றே காரணம்
இன்பம் வீடே, பற்றிலி காரணம்.[40]

துன்பத்திற்குக் காரணம் பற்று, பற்றின்மை இன்பத்திற்குக் காரணம். அது விடுதலை அளிக்கும்.

நோய் நீக்கும் வழி

தீவினையென்பது யாதென வினவின்
கொலையே களவே காமத் தீவினை
உலையா உடம்பில் தோன்றுவ மூன்றும்;
பொய்யே குறளை கடுஞ்சொல் பயனிலை
சொல்லென சொல்லில் தோன்றுவ நான்கும்;
வெஃகல் வெருளல் பொல்லாக் காட்சியென்
றுள்ளந்த தன்னின் உருப்பன மூன்றும் எனப்
பத்துவகையால் பயன்தெரி புலவர்
இத்திறம் படரார், படர்குவ ராயில்
விலங்கும் பேயும் நரகரு மாகிக்
கலங்கிய வுள்ளக் கவலையிற்றோன்றுவர்.[41]

இவை தீவினையை விளக்கின. இதன் மறுதலையாகவோ நல்வினையைக் கூறுகிறார்.

நல்வினை யென்பது யாதென வினவின்
சொல்லிய பத்தின் தொகுதி யினீங்கிச்
சீலந் தாங்கித் தானம் தலைநின்று
மேலென வகுத்த ஒரு மூன்று திறத்துத்
தேவரும் மக்களும் பிரமருமமாகி
மேவிய மகிழ்ச்சி வினைப்பயனுண்ணுவர்.[42]

இவை தசசீலம் என்ற கொள்கையேயாகும். இதனை முன்னர் குறிப்பிட்டுள்ளோம்.

பிறப்பிறப்புச் சுழற்சி அல்லது மண்டிலம் என்பதற்குக் காரணமாகப் பன்னிரண்டு நிதானங்கள் கூறப்படுகின்றன. அவற்றைச் சார்புகள் என்று சாத்தனார் மொழி பெயர்த்து அழைக்கிறார்.

பேதைமை செய்கை உணர்வே அருவுரு
வாயில் ஊறே நுகர்வே வேட்கை
பற்றே பவமே தோற்றம் வினைப்பயன்,
இற்றென வகுத்த இயல்பீராறும்
பிறந்தோ ரறியிற் பெரும்பே றறிகுவர்.
அறியார் ஆயின் ஆழ்நர கறிகுவர். [43]

இவ்வடிப்படைக் கருத்துக்கள், பாலி மொழிப்பிடகங்களில் உள்ளனவே. அவற்றைச் சாத்தனார் மொழி பெயர்த்துக் கூறுகிறார் என்று ம.சீ.வே. அவர்கள் தெளிவாக எடுத்துக் காட்டியுள்ளார்கள். மண்டிலச் சுழற்சி பற்றிய அடிகள் திரிபிடகத்தின் ஒரு பகுதியான விநயபிடகத்தின் மஹாவக்கம் என்னும் பிரிவில் முதல் காண்டத்தில் உள்ளது. நான்கு வாய்மைகளும் திரிபிடகத்தில் காணப்படுபவையே.

பன்னிரண்டு நிதானங்களில் பொறிகளை இவர் ஐந்தென்றே கூறுகிறார். இவற்றை இவர் வாயில் என்று கருதி, உள்ளம் வாயில்களைச் சார்தலால் அருவுரு என்ற உலகத்தோற்றம் புலப்படுகிறது என்கிறார். மஹாயனிகளில் யோகாசாரர் வாயில்களைச் சடாயாதனம் என்று ஆறாகக் கூறுவர். பஞ்சேந்திரியங்களோடு அவர்கள் மனத்தையும் கூட்டிக்கொள்ளுவர். அவர்களிடமிருந்து சாத்தனார் இக்கருத்தில் வேறுபடுகிறார்.[45]

இவையனைத்திலும் சாத்தனார் தேரவாதப் பாலிப் பிடகங்களையே பின்பற்றுகிறார். இக்காரணங்களால் இவரைத் தேரவாதி என்று கூறமுடியுமா?

பாலிமொழித் திரிபிடகங்களைப் பௌத்தப் பிரிவினர் எவருமே மறுக்கவில்லை. தங்கள் நூல்களிலும் இவற்றை அவர்கள் ஒப்புக்கொண்டே பேசுகிறார்கள். இந்தியத் தத்துவ வரலாற்றில் பழைய கொள்கைகளுக்கு மாறான கொள்கைகளைப் பழைய கொள்கைகளைக் கூறும் நூல்களுக்கு உரையாகவே சேர்த்து விடுவதுதான் மரபு, பகவத் கீதைக்கும், பிரம்ம சூத்திரத்திற்கும் உரைகளாகவே, தங்களது புதிய தத்துவங்களைச் சங்கரரும், ராமானுஜரும் மத்வரும் எழுதினார்கள். தாங்கள் புதிய மதங்களின் ஸ்தாபகர்களென்று கூறிக்கொள்வதை விட, அநாதிகாலமாக இருக்கும் தத்துவங்களின் உண்மையான விளக்கம் தந்தவர்கள் என்று சொல்லிக் கொள்வதே பயனுடையது என்று நமது தத்துவ ஸ்தாபகர்கள் கருதினர். அது போலவே எல்லாப் பௌத்தப் பிரிவின் ஸ்தாபகர்களும் புத்தர் போதனைகளென்று திரிபிடகத்தில் அடங்கியுள்ள கொள்கைகளை ஒப்புக் கொண்டுதான் அதற்கு மாறான கோட்பாடுகளையும், அவற்றில் காணப்படும் புதிய விளக்கங்களையும் உரைகளாக எழுதி வைத்தனர். தேரவாதிகள் பிரமாணமாகக் கொள்ளும் பாலித் திரிபிடகத்தை அவர்கள் மறுக்கவில்லை. எனவே சாத்தனார் அறவணர் அறவுரையில் திரிபிடகத்தைப் பின்பற்றுவதால் மட்டும் தேரவாதி என்று கூறிவிட முடியாது.

இனித்தேரவாதிகளின் பிரமாண நூல்களான திரிபிடகத்திற்கு மாறாக, பின் வந்த பிரிவினரின் கொள்கைகளோடு சிற்சில தத்துவ அம்சங்களில் சாத்தனார் உடன்படுவதைக் காண்கிறோம். அவற்றைச் சுருக்கமாகக் காண்போம். பேதைமை என்ற தத்துவ வரையறை பற்றிச் சாத்தனார்,

"பேதைமை என்பது யாதென வினவின்
ஓதிய இவற்றை உணராது மயங்கி
இயற்படு பொருளால் கண்டது மறந்து
முயற்கோ டுண்டெனத் தெளிதல்".[46]

திக்நிகாயத்தின் மகாநியாய சுத்தத்தில் (பாலி திரிபிடகத்தின் பகுதி) பேதைமை நிதானங்களுள் ஒன்றாகக் குறிப்பிடப் படவில்லை. பிற்கால நூல், தம்மசங்கணி என்பது "பேதைமையாவது நால்வகை வாய்மைகளையும் அறியாமை" என்று வரையறை கூறுகிறது. இதைக் குறிப்பிட்ட பின்னும் ந.மு. வேங்கடசாமி நாட்டார். இக்கொள்கை வைதிக சமயத்திலிருந்து மேற்கொள்ளப்பட்டதெனக் கூறுகிறார். இது தேரவாத நூலல்ல. மஹா சங்கிகர் தோன்றிய காலத்திற்கும் நாகார்ச்சுனருக்கும் இடைப்பட்ட காலத்தது.

மஹா சங்கிகர்களது நூலான இலங்காவதாரத்தைப் பின்பற்றித்தான், நுகர்வு, வேட்கை, பற்று என்ற சார்புகளைச் சாத்தனார் வரையறுக்கிறார்.

"நுகர்வே புலன்களை உணர்வு நுகர்தல்
வேட்கை விரும்பி நுகர்ச்சியா ராமை,
பற்றெனப்படுவது பசைஇய அறிவே"[47]

புலன்கள் ஐந்தென்பதும், உணர்வு நுகர்வதென்பதும் அது வேறென்பதும் சாத்தனார் கொள்கை. மகாயன பௌத்தர்கள் உணர்வையும் புலன்களோடு சேர்த்துச் சடாயனம் என்பர்.

நிதானங்கள் பன்னிரெண்டின் தோற்றமுறை அல்லது 'ஊழின் மண்டிலம்' என்பது பௌத்தப் பிரிவினர் அனைவருக்கும் முக்கியமானதோர் கோட்பாடு. இதனைச் சாத்தனார் பின்வருமாறு கூறுகிறார்:

பேதமை சார்வாச் செய்கையாகும்
செய்கை சார்வா உணர்ச்சியாகும்
உணர்ச்சி சார்வா அருவுருவாகும்
அருவுரு சார்வா வாயிலாகும்
வாயில் சார்வா ஊறாகும்மே
ஊறு சார்ந்து நுகர்ச்சியாகும்
நுகர்ச்சி சார்ந்து வேட்கையாகும்
வேட்கை சார்ந்து பற்றாகும்மே
பற்றிற் றேன்றும் கருமத் தொகுதி
கருமத் தொகுதி காரணமாக
வருமே ஏனை வழிமுறைத் தோற்றம்.
தோற்ற சார்பின் மூப்புப்பிணி சாக்காடு
அவல மரற்றுக் கவலை கையாறெனத்
தவலில் துன்பந் தலைவருமென்ப
ஊழின் மண்டிலமர்ச் சூழுமிந் நுகர்ச்சி[48]

மஹா சங்கிகர்களின் நூலான மஹாவஸ்துவிலும், மஹா யானர்களின் நூலான லலித விஸ்தாரத்திலும் இதே முறையில் மண்டில வகை கூறப்பட்டுள்ளது. ந.மு.வெ. நாட்டார் மணிமேகலையுரையில் இதனைச் சுட்டிக் காட்டியுள்ளார்.

"அவிச்சையைக் காரணமாகக் கொண்டு சம்ஸ்காரமும், சம்ஸ்காரத்தைக் காரணமாகக் கொண்டு விஞ்ஞானமும், விஞ்ஞானத்தைக் காரணமாகக் கொண்டு நாமரூபமும், நாம

ரூபத்தைக் காரணமாகக் கொண்டு சடாயதனமும், சடாயதனத்தைக் காரணமாகக் கொண்டு திருஷ்ணையும், திருஷ்ணையைக் காரணமாகக் கொண்டு உபாதானமும் உபாதானத்தைக் காரணமாகக் கொண்டு பவமும், பவத்தைக் காரணமாகக் கொண்டு ஜாதியும், ஜாதியைக் காரணமாகக் கொண்டு பிணிமூப்பு முதலிய துன்பங்களும் தோன்றும்.

ந.மு.வெ.பௌத்தர்களின் வடநூல்களிலும் இம்முறை வைப்பே காணப்படும் என்று கூறுகிறார். தேரவாத நூல்கள் பாலி மொழி நூல்கள் மஹா சங்கிகர்கள் தனியே பிரிந்த பின்பே வடமொழியில் பௌத்த நூல்கள் எழுதப்பட்டன. இதை இரு பிரிவினரும் பிற்காலத்தில் பின்பற்றினர். மகாவஸ்து, லலித விஸ்தாரம் தவிர வேறு தேரவாதத்தை எதிர்த்த நூல்களிலும் ஏறக்குறைய இம்முறை வைப்பே காணப்படுகிறது என்பது அவர் கருத்து. இக்கருத்து எனக்கும் உடன்பாடே.

அனாத்மா அல்லது ஆன்மா இல்லை என்ற கருத்து தேரவாதிகளுக்கும், மஹா சங்கிகர்களுக்கும் உடன்பாடே. ஆனால் ஆத்மா, அனாத்மா என்ற இரண்டு நிலைகளையும் நாகார்ச்சுனர் எதிர்க்கிறார்.

சாத்தனார், "எப்பொருளுக்கும் ஆன்மா இல்லை"[49] என்று தெளிவாகக் கூறுகிறார். எனவே முக்கியமானதோர் தத்துவக் கோட்பாட்டில் இவர் நாகார்ச்சுனரோடு முரண்படுகிறார்.

எனவே தத்துவப் போக்கில் பெரும்பாலும் சாத்தனார் மஹாசங்கிக நூல்களைப் பின்பற்றுகிறார். மஹாயனத்தின் முன் நிலைக் கொள்கைகள் சிலவற்றோடும் ஒன்றுபடுகிறார். ஆனால் நாகார்ச்சுனர் கூறும் மாத்யமிகம் என்னும் நடுநிலைப் பாதையையோ, முழுமையான உண்மை சூன்யம் மட்டும் தான் என்பதையோ இவர் ஒப்புக்கொள்ளவில்லை. ஆனால் ந மு.வே. தமது உரையில் நிதானங்களின் தன்மையைப் பொறுத்த மட்டில் சாத்தனார் நாகார்ச்சுனர் கொள்கையோடு உடன்பட்டுக் கூறுவதாகக் கூறுகிறார். நாகார்ச்சுனர் கூறுவது இரண்டு முரண்பட்ட ஓர நிலைகளையும் மறுப்பதாகும்.

"No destruction, no production, no discontinuity no unity, nodiversity, nocom - ing, no going."

இது நாகார்ச்சுனர் கூற்று. இது உலகின் இயற்கையைப் பற்றிய இரு மாறுபட்ட கருத்துக்களையும் மறுப்பதாகும். ஆனால் நிதானங்கள்

மாற்றங்களுட்படும். இயங்கியல் நெறிக்கு இந்நிதானங்களே காரணம் என்றும், மாற்றங்கள் இயக்கு சக்தியாகக் கடவுள் போன்ற தொன்று தேவை இல்லை என்று கூறிப்படைக்கப்படுதலும், கெடுதலில்லாததும் என்று தொடங்கி வீடுபேற்றுக்குக் காரணமாகத் தானே முதலாகியுமுள்ள இந்நிதானங்கள் என்று தாம் கூறுகிறார். எனவே இருவர் கருத்துக்களும் வெவ்வேறு பொருள்களைப் பற்றிக் கூறுவன. சொல்லொற்றுமையைக் கருத்தொற்றுமையைக் கொள்ளுதல் கூடாது. எனவே மஹா சங்கிகர்களோடும் அதற்குப் பின்னர் தோன்றிய முன்னிலை மஹாயானத்தோடும் ஒன்றுபட்ட தத்துவக் கருத்துக்களைச் சாத்தனார் கூறுகிறார் என்பதை நாம் பார்க்கிறோம்.

இனி, சமயக் கோட்பாடுகளை அடிப்படையாகக் கொண்டு மணிமேகலையின் பௌத்தத்தை ஆராய்வோம்.

பாலி மொழிப் பிடகங்கள் எளிமையான ஒழுக்கமுறையையும் தத்துவத்தையும் போதிக்கின்றன. இது ஒரு சமயமாக வளருவதற்குப் போதாது. தெய்வாம்சமான ஒரு ஸ்தாபகரும், அவரது கட்டளைகளும் அவசியம். அவர் மீதும், அவரது கட்டளைகள் மீதும் விசுவாசத்தையும், பக்தியையும் ஏற்படுத்த வேண்டும். பௌத்த சமயத்திற்கு முன்னரே இந்தியாவில் வேத சமயம் இருந்ததால் அதனோடு போட்டியிட்டுத் தங்கள் சமயத்திற்கு மனிதனது உலக ஆசைகளை நிறைவேற்றுவதற்கு உதவி புரியும் சில சக்திகளுடைய தெய்வங்களைக் கற்பனை செய்ய வேண்டும். தெய்வீக சக்திகளுடையவராக மத ஸ்தாபகர்களைப் பற்றிய கதைகளைப் புனைய வேண்டும். இவை யாவும் மக்களை இணைத்து சமுதாய முரண்பாடுகளைப் பொதிந்து மூடுவதற்குப் பயன்படும்.

இந்த அம்சங்கள் எதுவும் தேரவாதத்தின் ஆரம்பக் கட்டத்தில் இல்லை. இவற்றுள் ஒவ்வொன்றாகப் பிற்கால பௌத்தர்களின் கோட்பாடுகளில் இடம் பெறத் தொடங்கின. மஹாசங்கிகர்களின் மஹாவஸ்து என்ற நூலில் புத்தரைப் பல பிறவிகளில் நற்செயல்கள் புரிந்து தெய்வாம்சம் பெற்ற போதிசத்துவராக வருணித்தார்கள். இருபத்து மூன்று புத்தர்களுக்குப் பின்னர் வரலாற்றுப் புத்தர் தோன்றியதாகக் கூறினார்கள். இவர்களைத் தவிர எண்ணற்ற புத்தர்கள் போதி (ஞானம் பெற்று அறம் போதிக்காமல் பிறப்பு இறப்பு மண்டிலத்தை ஒழித்ததாகவும் கூறினார்கள். தேரவாதமும் இக்கதைகளில் சிலவற்றை ஏற்றுக்கொள்ள வேண்டி வந்தது. அக்கொள்கையை ஏற்றுக்கொண்ட தேரவாதிகள் சர்வாஸ்திவாதிகள்

எனப் பிரிந்தனர். சாக்கிய முனிக்குப் பின் மைத்ரேய புத்தர் என்பவர் உலகில் அவதரிப்பார் என்றும் அவர் துஷித உலகத்தில் இப்பொழுது வாழ்கிறார் என்றும் கூறும் மைத்ரேய வாதிகள் தனியாக ஒரு சமயத்தை ஏற்படுத்திக் கொண்டார்கள். புத்தரது முற்பிறப்புக் கதைகள் பல தோன்றின. பல நாட்டுக் கதைகளைப் புத்தரது முற்பிறப்போடு தொடர்புபடுத்தி ஜாதகக் கதைகளாகத் தொகுத்தனர். இவ்வாறு புத்தர் பலிக்கு உணவாகத் தம் உடலைக் கொடுத்த கதையும், புறாவின் உயிர் காக்க, புத்தர் உயிர் கொடுத்த கதையும், யானைக் கன்றாகப் பிறந்து வாழ்ந்த கதையும் இவை போன்ற பிற கதைகளும் தொகுக்கப்பட்டு ஜாதக மாலை[50] என்ற பெயரில் கி.பி. 200க்கு அண்மையில் வெளியிடப்பட்டன. வரலாற்று மனிதர் என்ற நினைவு மறந்து போகும்படி செய்யவும், எல்லையற்ற அறிவுடைய புத்தர் ஒரு ஜன்மத்தில் அந்நிலையை அடைய முடியாதென்றும், பல கோடி ஜன்மங்களில் நல்வினை செய்து முயன்று முடிவில் அந்நிலையை அடைவார் என்றும் காட்ட இக்கதைகள் பயன்பட்டன. புத்தரது பிறப்பும், மனிதர் பிறப்புப் போல கருவாகக் கருப்பையில் வளரும் நிலைகள் இல்லாத தென்றும், இயற்கைக்கு அதீதமான நிகழ்ச்சியென்றும் கூறப்பட்டது. மேலும் புத்தரை வணங்கச் சைத்யங்கள் கட்டுவதும் தானம் செய்வதும் நன்னெறிக்கு உய்க்குமென மஹாசங்கிகர்களில் ஒரு பிரிவினரான சைத்யகர்கள் போதித்தனர்.[51] இவர்கள் பௌத்தத்தை மக்களின் செல்வாக்குப் பெற்ற சமயமாக்குவதில் தென்னிந்தியாவில் பெரிதும் வெற்றி பெற்றனர்.

புத்தரைப் பற்றி மணிமேகலைக் கருத்துக்கள் மேற்கூறிய பின்னணியில் தேரவாதக் கருத்துக்களை ஒத்திருக்கின்றனவா அல்லது மஹாசங்கிகர் துவக்கி வைத்து, மஹாயனர் வளர்த்து, பிற்காலத்தில் தேரவாதிகளும் ஒத்துக்கொண்ட கருத்துக்களாகப் புலனாகின்றனவா என்று காண்போம்.

புத்தர் தோற்றம் பற்றி மணிமேகலை கூறுவது:

"அறிவு வறிதா உயிர்நிறை காலத்து
முடிதயங் கமரர் முறைமுறை இரப்ப
துடித லோகம் ஒழியத் தோன்றி
போதி மூலம் பொருந்தி யிருந்து
மாரனை வென்று வீர னாகி
குற்றம் மூன்றும் முற்ற வறுக்கும்
வாமன் வாய்மை ஏமக் கட்டுரை"[52]

துடிதலோகத்தில் வாழ்ந்த போதி சாத்துவர், தேவர்கள் உலகில் அறிவு குன்றி விட்டது என்று கூறி உலகில் தோன்ற வேண்டுமெனக் குறையிரப்ப, புத்தர் தோன்றி தீமை புரியத் தூண்டும் மாரனை வென்று போதி மரத்தடியில் ஞானம் பெற்றவராகப் புத்தரை வருணிக்கிறது. இனி இவர் நீண்ட புத்த பரம்பரையில் கடைசியாகத் தோன்றியவர் என்பதை,

"இறந்த காலத்தெண்ணில் புத்தர்களும்
சிறந்தருள் கூர்ந்து திருவாய் மொழிந்தது" [53]

பௌத்தம் எண்ணில் காலத்துச் சமயம் என்று காட்டுவதற்காக இறந்த காலத்தில் எண்ணில் புத்தர்கள் தோன்றினார்கள் என்ற மஹாயனக் கருத்து இதில் காணப்படுகிறது.

தேரவாத பிடகங்கள், தானே முயன்றுதான் மண்டிலச் சுழற்சியான பிறப்பு இறப்புச் சுழலினின்று விடுபட வேண்டும் என்ற கருத்தில் தான் நான்கு வாய்மைகளையும், அஷ்டாங்கப் பாதையையும் உபதேசிக்கின்றன. யாருடைய அருளும் முயற்சியும் நாம் விடுதலை பெற நமக்கு உதவாது. வழிகாட்ட மட்டும் புத்தரால் முடியுமேயன்றி, நமது முன்னேற்றத்திற்கும் நிர்வாணத்திற்கும் நாமே தான் பொறுப்பாவோம்.[54] ஆனால் மஹாயானப் பிரிவுகளில் பல புத்தரைத் தெய்வத் தன்மையுடையவராவும் அவரிடம் சரணடைந்து நாம் உதவி பெறலாம் என்றும் கூறுகின்றன. மணிமேகலையில் புத்தரைப் பற்றி இக்கருத்தில் கூறப்படும் பகுதிகள் பலவாகும். ஒரு சில உதாரணங்களைக் காண்போம்.[55]

"அருளும் அன்பும் ஆருயி ரோம்பும்
ஒருபெரும் பூட்கையு மொழியா நோன்பிற்
பகவன்" (மணிமேகலை 3.596)

"இன்பச் செவ்வி மன்பதை யெய்த
அருளறம் பூண்ட ஒரு பெரும் பூட்கையின்
அறக்கதி ராழி திறப்பட வுருட்டிக்
காமற் கடந்த வாமன்" (மணி.5. 7477)

"ஆதி முதல்வன் அறவாழி யாள்வோன்" (மணி. 611)

"பிறவிப் பிணி மருத்துவன்" (மணி. 961)
"தருமத் தலைவன்" (மணி. 1130)

"பிறர்க்கறம் முயலும் பேரியோய் நின்னடி

துறக்கம் வேண்டாத் தொல்லோய் நின்னடி
எண்பிறக் கொழிய விறத்தாய் நின்னடி
கண்பிறர்க் களிக்கும் கண்ணோய் நின்னடி" ***(மணி 11. 6172)***

வரலாற்றுப் புத்தராக பாலி மொழி நூல்களில் காட்சியளிக்கும் புத்தர், புத்த பகவனாக, உலகத்திற்கு அருளும் தெய்வீக சக்தி படைத்தவராக, லோகோத்தாரராக இம்மேற்கோள்களில் மாற்றிச் சித்தரிக்கப்படுவதைக் காண்கிறோம். இவை புத்தரைப் பற்றி மஹாசங்கிகர்களால் துவங்கப்பெற்று, மஹாயானர்களால் வளர்க்கப்பட்ட போதிசத்துவ, லோகோத்தார, புத்த உருவமே யாகும்.

மனித சக்திக்கு அப்பாற்பட்ட தெய்வீக சக்தியுடைய பல தெய்வங்களை மக்கள் வணங்கிய செய்திகளை மணிமேகலையில் காணலாம். கந்தில்பாவை, சம்பாபதி, சிந்தாதேவி, மணிமேகலை முதலியவை அவற்றுள் சில. இத்தெய்வங்களுக்கு ஆரம்பகால தேரவாதத்தில் இடமில்லை.

மணிமேகலை தோன்றிய காலத்தில், துவக்க காலத்தில் கடவுள் மறுப்பைக் கொள்கையாகக் கொண்டிருந்த சாங்கியம், நியாயம், வைசேடிகம் முதலிய தத்துவங்களில் கூட ஆன்மீக வாதமும், தெய்வக் கொள்கையும் புகுந்துவிட்டன. அவற்றின் தாக்குதலுக்கு இடையே பௌத்தத்தில் அவற்றிற்கு ஏற்றதொரு சமயக் கொள்கை அவசியமான காலத்தில் மஹாசங்கிகக் கொள்கையும், மஹாயானமும் தமிழ்நாட்டில் பரவி இருத்தல் கூடும். எனவே தான் இச்சமயக் கொள்கைகள் பலவற்றிற்குப் பதிலளிக்கும் முறையில் பௌத்தம் தமிழ்நாட்டில் புதிய கொள்கைகள் சிலவற்றை உருவாக்கி இணைத்துக் கொண்டது. அந்த வளர்ச்சி நிலையில்தான் மணிமேகலையின் பௌத்த சமயக் கோட்பாடுகளைக் காண்கிறோம்.

இனி, மணிமேகலையின் தருக்க நெறிக்கு வருவோம். புத்தர் தருக்க வாதங்களையும், அப்பாலைத் தத்துவ விசாரங்களையும், வெறுத்து ஒதுக்கினர்.[56] ஆத்மா நிலையானதா? உலகம் உண்மையா, தோற்றமா? மறுபிறப்பின் போது எது ஓர் உடலில் இருந்து வேறோர் உடலுக்குச் செல்கிறது? என்ற கேள்விகளுக்கு அவர் விடையளிக்காது மௌனமாகவே இருந்தார் என்று பண்டைய பௌத்த நூல்கள் கூறுகின்றன.

இந்திய நாட்டில் பிராம்மண சமயத்தை எதிர்த்து பௌத்தம் தோன்றியது. பௌத்தம் செல்வாக்குப் பெற்ற பின் பிராம்மணீயம் பல பிரிவுகளாகப் பிரிந்து புதிய கொள்கைகளை வகுத்துக் கொண்டு பௌத்தத்தை எதிர்த்தது. பௌத்தம் இத்தாக்குதலுக்குப் பதிலளிக்கத்

தானும் பல பிரிவுகளாகப் பிரிந்து சென்று புதிய கொள்கைகளை வகுத்துக் கொண்டு தாக்குதல்களுக்கு விடையளித்தது. இப்புதிய நிலைமையில் எதிரிகளோடு விவாதிப்பதற்கு அளவையியலும், அறிவளவையியலும் தேவையாயின. வேறுவிதமாகச் சொன்னால் அறிவு தோன்றுகிற முறையையும், விவாதித்து உண்மையை நிறுவுவதற்கு உதவும் தருக்க முறையையும் ஒவ்வொரு சமயமும் தமக்கேற்ற முறையில் உருவாக்கிக் கொள்ள வேண்டியதாயிற்று. எனவே அளவைப் பயிற்சியும், தருக்கவியலும் ஒவ்வொரு தத்துவத்திலும் முக்கியத்துவம் பெற்றன. நியாயவாதி மணிமேகலைக்குத் தன் கொள்கையை விளக்கும் போது ஒவ்வொரு தத்துவவாதியும் ஏற்றுக் கொண்ட அளவை உறுப்புக்களைப் பற்றிக் கூறுகிறான்.

"பாங்குறும் உலோகா யதமே பௌத்தம்
சாங்கிய நையாயிகம் வைசேடிகம்
மீமாம்சகமாஞ் சமய வாசிரியர்
தாம் பிரகற்பதி சினனே கபிலன்
அக்கபாதன் கணாதன் சைமினி
மெய்பிரத்திய மனுமானஞ் சாத்தம்
உவமான மருத்தாபத்திய பாவம்
இவையே இப்பொழுதியன்றுள அளவைகள்"[57]

நியாயவாதி மூன்று ஆசிரியர்களைக் குறிப்பிட்டு ஒவ்வொருவருக்கும் முறையே பத்து, எட்டு, ஆறு அளவைகள் கொள்கை எனக் கூறுகிறான். அளவை அல்லது தருக்க முறைகளை விவரித்துக் கூறுகிறான். அவற்றில் விளையக்கூடிய ஆபாசங்களை (தவறுகள்) விளக்குகிறான். கடைசியில் மணிமேகலைக் காலத்தில் நிலைத்து வழங்கிய அளவைகளையும் அவற்றில் எவ்வெதனைக் குறிப்பிட்ட சமயவாதிகள் ஒப்புக் கொள்ளுகிறார்கள் என்றும் குறிப்பிடுகிறான்.

தத்துவம்	அளவை
உலோகாயதம்	மய்பிரத்தியம் (நேர்காட்சி)
பௌத்தம்	மெய்ப்பிரத்தியம் அனுமானம்
சாங்கியம்	மேல் இரண்டும் சாத்தமும்
நையாயிகம்	மேல் மூன்றும் உவமானமும்
வைசேடிகம்	மேல் நான்கும் அருத்தாபத்தியும்
மீமாம்சகம்	மேல் ஐந்தும் அபாவமும்

நியாயவாதியின் கூற்றுப்படி பத்து அளவைகளைக் கூறியவன் வேதவியாதன், எட்டு அளவைகளை வகுத்தவன் கிருதகோடி, ஆறு அளவைகளைப் போதித்தவன் சைமினி, இவன் கூறியவற்றுள் பௌத்தர் ஏற்றுக்கொண்டது இரண்டு, உண்மையை அறிய பிரத்தியட்சம், அனுமானம் என்ற இரண்டு அளவைகளையே அவர்கள் மேற்கொண்டனர். இவையிரண்டையும் அறவணர் மேற்கொண்டு மணிமேகலைக்கு அறம் போதிக்கின்றார். அளவைகளில் முதலில் காட்சியை வகைப்படுத்தி எடுத்துக்காட்டுகள் கூறி, பின் இம்முறையில் விவாதிப்பதில் ஏற்படும் பிழைகளையும் கூறுகிறார். அதே போல அனுமானத்தின் வகைகளைக் கூறி எடுத்துக்காட்டுகளோடும், பிழைகளையும் சுட்டிக் காட்டுகிறார். இவை யாவும் ஆதிசினேந்திரன் அருளிய அளவைகள் என்று சொல்லுகிறார். ஆதிசினேந்திரன் ஆதிபுத்தர். இவை செவிவழி நூலாக இருந்ததாகவும், பின்னர் எழுதப்பட்டது என்னும் கருத்தில் இவ்வாறு கூறுகிறார். உண்மையில் மஹாசங்கிகர்களின் பிரிவுக்குப் பின்னர் பௌத்தர்களது அளவைக் கருத்துக்கள் படிப்படியாகத் தோன்றி திக்நாகர், (5ம் நூற்றாண்டு) காலத்தில் அவருடைய நூல்களால் முழுமை பெற்றன. ஆதிசினேந்திரன் அளவை நூல் அருளியதாகக் கூறுவது தமது சமயச் சார்புள்ள தருக்கம் புராதனமானது என்ற பொய்யை உண்மையாகக் காட்டுவதற்காகவே.

உண்மையில் தமிழரான தின்னாகரே பௌத்த தருக்கவியலின் முதன்மையான ஆசிரியராவார். இவரைப் பற்றி பாரத்சிங் உபாத்யாயா கூறுவதாவது:[58] "பௌத்த தருக்கவியல் வரலாற்றில் முதன்மையான பெயர் தின்னாகராகும். இவர் தான் பௌத்த தருக்கவியலின் தந்தையாவார். இந்திய நடுக்கால் நியாய நூலின் பிதாவும் இவரே. இவரைப் பின்பற்றியே பல நியாய நூல்கள் எழுந்தன. சில நூல்கள் இவரது கொள்கைகளை எதிர்க்கவும் எழுந்தன. ஆயினும் இந்திய நாட்டின் தலைசிறந்த அளவை நூற் புலவர் இவர் என்பதில் ஐயமில்லை. இவரது பெயரைக் குறிப்பிடாத அளவை நூல் இவரது காலத்திற்குப் பின் இல்லையெனலாம்"

தமிழர் திபெத்திய நூல்கள் இவரது வரலாற்றைக் கூறுகின்றன.[59] காஞ்சியின் அருகிலுள்ள சிம்ம விக்ரத்தில் இவர் பிறந்தார். பிராம்மண குலத்தில் பிறந்தவராதலால் வேத நூல்களையும், நியாயத்தையும் கற்றுணர்ந்தார். பின்னர் ஹீனயன பௌத்த பிக்குவானார். தமது ஆசிரியரோடு மனம் வேறுபட்டு நாளந்தாவிற்குச் சென்றார். அங்கு வசுபந்து என்ற புகழ் பெற்ற மஹாயன விஞ்ஞானவாத பௌத்த ஆசாரியரையடைந்து அவரது மாணவரானார். இவர்

மஹாயன நூல்கள் பலவற்றிற்கு உரை எழுதினார். திபெத்தியச் சான்றுகளின்படி இவர் நூற்றுக்கு மேற்பட்ட தருக்க நூல்களை எழுதினாராம். இவற்றுள் இன்றும் நிலைத்திருப்பவை பிரமாண சமுச்சயம், நியாயப் பிரவேசம், ஹேதுசாகர தமரு, பிரமாண சாஸ்திர நியாயப் பிரவேசம், ஆலம்பனப் பரீட்சை முதலியன இவர் ஐந்தாம் நூற்றாண்டின் ஆரம்பத்தில் வாழ்ந்தவர் என்று திபெத்தியச் சான்றுகளிலிருந்து ஆராய்ச்சியாளர்கள் முடிவுக்கு வருகிறார்கள். இவரது மாணவர்களில் சிலர் புகழ் பெற்ற அளவை நூலாசிரியர்களாக விளங்கியுள்ளனர்.[60] சங்கர சுவாமி, தரும் பாலர் முதலியவர்கள் நாளந்தாவில் ஆசிரியர்களாக இருந்திருக்கிறார்கள்.

தின்னாகரைப் பின்பற்றி அளவை நூலை வளர்த்தவர் தர்மகீர்த்தி. இவரும் தமிழரே. சோழ நாட்டில் பிறந்தவர். ஷெர்பாட்ஸ்கி என்னும் ரஷியப் பேராசிரியர் இவரை இந்தியாவின் கான்ட் (kant) என்று அழைக்கிறார். அவரது விவாதத் திறமையை அவரது விரோதிகளான பிராமண நியாய வாதிகளும் ஒப்புக் கொண்டுள்ளனர். இவர் ஆறாம் நூற்றாண்டில் வாழ்ந்தவர். இவர் தின்னாகரின் மாணவரான ஈஸ்வர சேனரிடம் தருக்கவியலைக் கற்றார். நாளந்தாவிற்குச் சென்று அங்குச் சங்கத் தலைவராக இருந்த தருமபாலரிடம் பௌத்த விஞ்ஞானவாத நூல்களைக் கற்றார். (தர்மபாலரும் தமிழரே) தின்னாகர் சமஸ்கிருதத்தில் எழுதிய நூல்கள் இப்பொழுது வழக்கொழிந்து போய்விட்டன. ஆயினும் அவை திபெத்திய மொழி பெயர்ப்பில் இருப்பதை ராகுல் சாங்கிருத்தியாயன் கண்டுபிடித்து வெளியிட்டுள்ளார். அவருடைய நூல்களில் முக்கியமானவை. "பிராமண விநிச்சயம்" நியாய பிந்து, சம்பந்த பரீட்சை, ஹேது பிந்து, வாதன்யாயம், சமானாந்தர சித்தி முதலியவை.[61]

பௌத்த சமயப் பிரிவினரில் மஹாயனர்களும் அவர் களுள்ளும் விஞ்ஞானவாதிகளும் அளவையில் அக்கறை காட்டியுள்ளனர். தின்னாகருக்கு முன்பு பௌத்த அளவை நூல் எதுவும் இல்லை. வேதவியாசர், கிருதகோடி, ஜைமினி முதலிய வைதீக சமயச் சார்புடையோரின் நூல்களும், அவற்றின் உரைகளுமே நிலவியிருந்தன.

மணிமேகலையில் "தவத்திறம் பூண்டு தருமம் கேட்ட காதையில் பௌத்த அளவை நூலின் சுருக்கம் முழுவதையுமே சாத்தனார் கூறுகிறார். இப்பகுதியில் வைதீக நெறியினரின் கருத்துக்களை மறுக்கும் பொழுது தின்னாகரின் கூற்றுக்களையும், எடுத்துக்

காட்டுகளையும் சாத்தனார் பெரிதும் பின்பற்றுகிறார். தருமகீர்த்தியின் நூல்களில் காணப்படும் உதாரணங்கள் பல மணிமேகலையில் காணப்படினும், அவை தின்னாகரைப் பின்பற்றிய விடங்களிலேயே உள்ளன.

இக்கூற்றினை விளக்கச் சிற்கில உதாரணங்கள் காட்டுவோம்.

'சுட்டுணர்வு' பற்றி மணிமேகலை சொல்லுவது :
"ஏதமில் பிரத்தியங் கருத்தள வென்னச்
சுட்டுணர்வைப் பிரத்தியக்க மெனச்சொல்லி
விட்டனர்". [62]

காட்சியாவது கண் முதலிய பொறிகளால் வண்ண முதலியவற்றைப் பற்றிக் காண்டால் முதலியன செய்து, காணப்படும் பொருளின் இயல்பை இடம், காலம், பொருள், ஒளிகளோடு படுத்துக் கிட்டிய நாமசாதிக் குணக்கிரியையின் அறிவதாகும்" என்று அளவை நூலார் கூறுதலால் அவரின் வேறுபடுத்தற்குச் "சுட்டுணர்வைப் பிரத்தியக்கமெனச் சொல்லி விட்டனர்" என்றும், நாமசாதி குணக்கிரியையின் வைத்தறியும் இலக்கணம் காட்சிக்கேயன்றிக் கருத்தளவைக்கும் சேரலின் அஃது அதிவிருத்தியாதல் கண்டு "அவை விட்டனர் என்றும் கூறினார்". வைதீக நியாயவாதிகளோடு பௌத்த அளவைவாதிகள் வேறுபடும் இடத்தைத் தின்னாகரே முதலில் குறித்தார். அவருடைய இக்கருத்தைத் தரும் கீர்த்தியின் நூலான நியாய பிந்துவின் உரைகாரர் மேற்கொள் காட்டுகிறார். "நாமசாதி முதலியவற்றைத் திக்நாதர் பஞ்சவிதக் கற்பனையென்றும் இவையாவும் அனுமேய பாவம் என்றும் கூறுவர்". மேற்கூறியது நியாய பிந்து உரைகாரர் கூற்று.

அனுமானத்தில் பிழையற்ற அனுமானத்தையும் பிழைப்பட்ட அனுமானத்தையும் விளக்குமிடத்து மணிமேகலை கூறுவது:

காரண காரிய சாமானியக் கருத்து
ஓரில் பிழைக்கையும் உண்டு
ஏனைய அளவைகளெல்லாம் கருத்தினில்
ஆன முறைமையின் அனுமானமாம் [63]

[அனுமானங்கள் மூவகைப்படும். அவை காரண அனுமானம், காரிய அனுமானம், சாமானியானுமானம் என்பவை அவை. பொதுப்பட நோக்குமிடத்து அவை பிழைத்து உண்மையறிய உதவாமற் போவதும் உண்டு. அவற்றில் வழுப்படாதது கனலில் புகை போல என்று காரியானுமானம் ஒன்றேயாகும். மற்று

ஆகம முதலாகக் கூறப்பட்ட அளவைகளெல்லாம் வழியளவைக் குறியனவாகும் முறைமையினையுடையவாதலால் கருத்தளவைக்குள் அடங்கும்) பிழைபடாத அனுமானமான காரியானுமானத்திற்கு இங்கு உதாரணம் கூறப்பட்டது. பிழைப்பட்டவற்றிற்கு உதாரணங்கள் சொல்லப்படவில்லை. மேற்கூறிய உதாரணம் தின்னாகரது நூல்களில் உள்ளன. பிழைபட்டனவற்றிற்கும் அந்நூலில் எடுத்துக்காட்டுகள் காணலாம். சாமானியத்திற்கு "கானத்தில் எழும் யானையொலி இன்னவிடத்தில் என்று காட்டப்படாதது பிழை என்றும், காரணானுமானம் முகில் காரணமாக மழை பெய்யுமென்பது இடைக் காரணமாக காற்று முதலியவற்றைக் கட்டுப்படுத்த முடியாததால் சாதன காரணம் விளைவை ஏற்படுத்தாமற் போகலாம். அவ்வாறு அனுமானித்தல் பிழை. இவை யாவும் தின்னாகரின் எடுத்துக்காட்டுகள்.[64]

உபநயம், பக்கம், திட்டாந்தம் என்ற அளவை முறை பற்றிக் கூறும் சாத்தனார்,

ஒட்டிய உபநயம் நிகமன மிரண்டும்
திட்டாந் தத்திலே சென்றடங்கும்.[65]

பக்கம், விபக்கம், அந்துவயம், உபநயம், நிகமனம் என்ற ஐந்து அளவை முறைகளை வைதிக நியாயவாதிகள் மேற்கொண்டிருந்தனர். பௌத்தர்கள் அளவை முறையாக பக்கம், விபக்கம், திட்டாந்தம் மூன்றையும் கொண்டனர். உபநயம், நிகமனம் இரண்டையும் திட்டாந்தத்துள் அடக்கினர். மணிமேகலையுரையில் ந மு.வே. கீழ்வரும் கருத்தைத் தெரிவிக்கிறார். "அறவணவடிகள் இருந்து அறங்கூறும் காஞ் சியம் பதியிலிருந்து வடநாடு சென்று சிறந்த திக்நாகரும் பக்கம் முதலிய மூன்றுமே வடமொழி வாயிலாக வடவர்க்கு அறிவுறுத்தியிருக்கின்றார். இம்மூன்றினையும் முதன் முதலில் அறிவுறுத்தியவர் மணிமேகலையாசிரியர் என்றறியாது நாகார்ச்சுனரென்பார், தாமெழுதிய உபயகௌசல்ய சூத்திரத்தில் இவ்வாறே கூறியுள்ளார் என்போரும், மூன்றாக வழிகாட்டிய முதலாசிரியர் திக்நாகரே என்போரும் உளர்." [66]

ந.மு.வே. அவர்கள் நாகார்ச்சுனர் மூன்றாகக் கூறியுள்ளதையோ, தின்னாகரும் அவருக்குப் பின்னால் வாழ்ந்த தரும் கீர்த்தியும் மூன்றாகவே கூறியுள்ளனர் என்பதையோ மறுக்கவில்லை. மணிமேகலையின் அளவைக் கருத்துக்கள் அனைத்தையும் தின்னாகர் அல்லது, தர்மகீர்த்தியின் நூல்களிலிருந்தே விளக்கியும்

மேற்கோள் காட்டியும் வரும் ந.மு.வே. இக்கருத்துக்களை முதலில் மணிமேகலையாசிரியரே கூறியிருக்க வேண்டுமெனக் கூறுகிறார்.

சாத்தனார் காவியக் கவிஞர். வாணிபம் புரியும் இல்லறத் தாரேயன்றி, பிக்குவாகக்கூட மாறவில்லை. எனவே அவருக்குக் குறிப்பிட்ட பௌத்தப் பிரிவில் ஒதுங்கி நிற்க வேண்டிய அவசியமில்லை. பெரிதும் ஒரு பிரிவினருடன் தத்துவ உடன்பாடிருப்பினும், தன் காலத்து வைதிக அளவையை மறுக்கப் பௌத்த அளவைநெறி தேவையாயிற்று. இவர் ஓர் அளவை நூல் பண்டிதரல்லர். எனவே தனக்கு முன்னிருந்த பௌத்த அளவை நூல்களை அவர் பயன்படுத்திக் கொண்டிருக்க வேண்டும். அறவணர் பௌத்த தேரராதலால் பௌத்த அளவை நூலையே கையாள முடியும். சில அளவைக் கருத்துக்களை நாகார்ச்சுனர் கூறியுள்ளார். முழுமையாக அவற்றை வளர்ச்சி பெறச் செய்து எழுதியவர் தின்னாகரே. அவருக்கு முன் வளர்ச்சி பெற்ற அளவைக் கருத்துக்கள் பௌத்த நெறியில் தோன்றவில்லை. எனவே தின்னாகரின் கருத்துக்களையே சாத்தனார் கூறினார் என்பதே பொருந்தும். மேலும் வரையறை, எடுத்துக்காட்டு அனைத்தினும் பெரும்பான்மை நியாயப் பிரவேசத்திலிருந்து அப்படியே சாத்தனார் பெயர்த்தெழுதியது போலத் தமிழ்ப்படுத்தியுள்ளார் என்பது ந.மு.வே. உரையையும் மணிமேகலை வரிகளையும் ஒப்பிட்டுப் பார்ப்போர்க்கு விளங்கும்.

தின்னாகரது காலத்திற்குச் சில நூற்றாண்டுகளுக்குப் பின் அவருடைய நூல்கள் வழக்கொழிந்து போயின. ஆனால் திபெத்தில் அந்நூல்களின் திபெத்திய மொழி பெயர்ப்புகள் காணப்படுகின்றன. மணிமேகலை காலத்தில் அவருடைய நூல்கள் வடமொழியிலேயே தமிழ் நாட்டில் கிடைத்திருக்க வேண்டும். அதனையே சாத்தனார் பயன்படுத்திக் கொண்டிருக்கிறார். எனவே இன்று அகப்படாத நூல்களிலிருந்து அவர் காட்டும் உதாரணங்கள் நியாயபிந்து உரையில் காணப்படுகின்றன பழைய உரையாசிரியர் தின்னாகரின் நூல்களிலிருந்து அவை எடுத்தாளப்பட்டன என்று குறிப்பிடுகிறார். தவிரவும் அளவை நூல் வல்லுநரான திக்நாகருக்கு காவியப் புலவரான சாத்தனார் அளவை நூற் கருத்துக்களைக் கற்பித்தார் என்று கூறுவது மீன்குஞ்சுக்கு மனிதன் நீந்தக் கற்றுக்கொடுத்த கதையாகவே தோன்றுகிறது.

அதன்றி, சாத்தனார் அளவை நூல் அறவணருடையவை என்பதும், அவருடைய கருத்துக்களைச் சாத்தனார் கூறினாரென்பதும், ந.மு. வே. அவர்கள் கருத்து என்று கொண்டால் சில கேள்விகளும் தடைகளும் எழுகின்றன.

அறவணர் எழுதிய நூல்கள் எவை? அவர் இக்கருத்துக்களை எந்த நூலில் கூறியுள்ளார்? அவர் எழுதிய நூல்கள் எம்மொழியில் உள்ளன?

இவ்வினாக்களுக்கு விடை கூறாமல் அறவணர் கருத்துக் களைச் சாத்தனார் பின்பற்றினார் என்ற முடிவுக்கு வரமுடியாது. அறவணர் எந்த நூலும் எழுதியதாக நமு.வே. கூறவில்லை. மயிலை சீனி வேங்கடசாமி அவர்களும் அறவணரைத் தமிழ்நாட்டில் வாழ்ந்த பௌத்தப் பெரியார்களுள் ஒருவராகக் கருதுகிறார்கள். அதற்குச் சில சான்றுகளும் காட்டுகிறார்கள். அத்தகைய ஒரு பெரியார் வரலாற்று மனிதரா இல்லையா, என்பது இங்குப் பிரச்சினையன்று. அறவணரது தர்க்கவியல் கருத்துக்களைத் திக்நாகர் பின்பற்றினாரா, அன்றி திக்நாகர் கருத்துக்களை அறவணர் வாயிலாகச் சாத்தனார் எடுத்தாள்கிறாரா என்பதே பிரச்சினை

அறவணர் பௌத்த சமய நூல்களை எழுதியிருந்தால் எந்த மொழியில் எழுதியிருப்பார்? தேரவாதியாயிருந்தால் பாலி மொழியில் எழுதியிருப்பார். மஹாசங்கிகராயிருந்தால் பிராக்கிருதத்திலோ, சமஸ்கிருத உரைநடையிலோ எழுதியிருப்பார். எந்நாட்டில் பிறந்தவராயிருப்பினும், தேரவாதிகள் பாலியிலும், மஹாசங்கிகர்கள் சமஸ்கிருதத்திலும் நூல்கள் எழுதியிருக்கிறார்கள். பாலி மொழி வழக்கொழிந்த பிறகும் கூட அது தேரவாதிகளின் சமய மொழியாக நீண்ட காலம் நிலைத்திருந்தது. தமிழ் நாட்டில் பிறந்தவர்களாயினும் மஹாயானிகளான திக்நாகரும், தர்மபாலரும் சமஸ்கிருதத்தில் தான் எழுதினார்கள். அறவணர் அளவை நூல் எழுதியிருந்தால், தமிழ்நாட்டு பௌத்தத் தேரர்களான சங்கமித்திரர் போன்றவர் களும் மஹாயானிகளான திக்நாகர், தர்மபாலர் போன்றவர்களது நூல்கள் நிலைத்திருக்கும் பொழுது இவருடைய நூல்கள் மட்டும் எங்கே மறைந்து போய் விட்டன?

எனவே தின்னாகருடைய கருத்துக்களே இந்நூலில் எடுத்தாளப்பட்டிருக்கின்றன என்றே கொள்ள வேண்டும்.

மேலே எடுத்துக் காட்டிய காரணங்களால் நாம் கீழ் வரும் முடிவுகளுக்கு வர முடிகிறது.

பிரிவின்றி நிலைத்திருந்த பௌத்தம் காலசோகன் காலத்தில் தேரவாதமாகவும், மஹாசங்கிகமாகவும் பிரிந்தது. ஒழுக்க முறையில் அழுத்தம் கொடுத்துப் பாலி நூல்களைத் தேரவாதிகள் ஏற்றுக்கொண்டனர். மக்களிடையே பரப்ப வேண்டிய சமயமாக பாலி நூல்களுக்குப் பொருள் கூறவும் அதற்கேற்ப புத்தருக்குப் புதிய பண்புகளைப் புனையவும் மஹாசங்கிகர்கள் முனைந்தனர்; இவர்களிருவரும் மன்னர் பாதுகாப்பையும், மக்கள் ஆதரவையும் பெற முனைந்தனர். இத்தத்துவப் போராட்டங்கள் மகத முதல், புஷ்ப்புரம் வரை வடநாடு முழுவதிலும் நடைபெற்றன. இப்பிரிவுகள் தோன்றிய நூறாண்டுகளுக்குள்ளாக 18 பிரிவுகள் பௌத்தத்தில் தோன்றி விட்டன. இப்பிரிவுகள் தோன்றி 200 ஆண்டுகளுக்குப் பின்னர், அசோக மௌரியனது காலத்தில் தேரவாதப் பிரிவுகள் பல தோன்றிவிட்டன. அனைவருக்கும் பொதுவான கொள்கைகளை வகுக்க நடந்த முயற்சிகள் வெற்றி பெறவில்லை. தேரவாதிகள் தங்களுள் சிலரை மேலும் விரட்டியதே இதன் விளைவாகத் தோன்றுகிறது. அசோகன் எல்லா பௌத்த பிக்குக் குழுவினருக்கும், முக்கியமாக தேரவாத பிக்குகளுக்குத் தூர தேசங்களுக்குச் சென்று அறத்தைப் பரப்ப உதவி செய்தான். அக்காலத்தில்தான் தெற்கே பௌத்தம் பரவியது. முதலில் தெற்கே அறம் போதிக்க வந்தவர்கள் தேரவாத பிக்குகளே.

பின்னால் செல்வாக்குப் பெற்ற மஹாசங்கிகர்களும், சைத்யர்களும் தென்னாடுகளில் பரவினர். தமிழ்நாட்டில் அவர்களிருந்தமை பிராமிச் சாசனங்களால் தெரிகிறது. இவ்விரு பிரிவினர்களது பல உபபிரிவுகள் இங்கிருந்தன என்பதை மகாவம்சத்தில் இலங்கைக்குத் தமிழ் நாட்டிலிருந்து வந்த பிக்குகளின் பௌத்தப்பிரிவுகளின் சார்புகள் புலப்படுத்துகின்றன. கி.பி. 3 முதல் 6ம் நூற்றாண்டுக் காலத்தில் பள்ளிகள், சைத்யங்கள் கட்டப்பட்டிருந்த செய்திகளை அக்காலத் தமிழ் இலக்கியங்கள் கூறுகின்றன. இது மஹாசங்கிகர்களின் ஒரு பிரிவினரான சைத்யகர்கள் கட்டுவிப்பதில் வெற்றி பெற்றிருந்தனர் என்பதைக் காட்டும்.

எனவே இருபெரும் பிரிவினரும் தமிழ் நாட்டில் அறம் போதித்தனர். இப்பின்னணியில் இந்நூலில் அறவணர் விளக்கும் பௌத்தக் கொள்கைகள் எவை என்ற வினாவிற்கு விடையளித்தல் வேண்டும்.

பாலி பிடகங்களின் மொழி பெயர்ப்பாக அறவணரின் போதனைகள் உள்ளன என்ற காரணத்தால், மணிமேகலையின்

பௌத்தம் தேரவாதம் என்று சிலர் சொல்லுவதை முன்னர் கண்டோம். பிற பிரிவினர் பாலிபிடகங்களை மறுப்பதில்லை. அதை ஒப்புக்கொண்டுதான் அது முதற்படி உண்மையென்றும், அதற்கு மேலாகத் தங்கள் பிரிவினரின் நூல்கள் இரண்டாம்படி உண்மையைக் கூறுவதாகவும் வாதிட்டனர். இதை முன்னரே விரிவாகப் பார்த்தோம். புத்தரது தன்மை, அவரது பிறப்பு, முதலிய முக்கிய அம்சங்களில் மணிமேகலை மஹாசங்கிகர்களது கூற்றுக்களையே பின்பற்றுகிறது. அவர்களது கூற்றுக்களையே ரூபம், பிரக்ஞை, விஞ்ஞானம் ஆகிய மூன்று தத்துவக் கருத்துக்களில் மணிமேகலை பின்பற்றுகிறது. இங்குத் தேரவாதத்தினின்றும் வேறுபடுகிறது.

மஹாயானர்களது இரு பிரிவுகளான சூன்யவாதம், விஞ் ஞான வாதம் ஆகிய கொள்கைகளின் செல்வாக்கு அறவணரது போதனைகளில் சிறிதேனும் இல்லை. இவற்றின் கொள்கைகளை முன்னரே விளக்கியிருக்கிறேன். மஹாசங்கிகர்களே பௌத்த சமயத்தில், தருக்க முறையை முதலில் பயன்படுத்தியவர்கள். பின்னர் மஹாயானர்கள் இதனைப் பெரிதும் வளர்ச்சி பெறச்செய்தனர். மஹா சங்கிகத்திலிருந்து தோன்றிய பிரிவுகள் அனைத்திற்கும் இத்தருக்க முறைகள் பொதுவாயின. தேரவாதிகளும் பிற் காலத்தில் இம்முறையினை ஏற்றுக்கொண்டு, தின்னாகரின் நூல்களைப் பின்பற்றித் தாங்களும் பல நூல்களை இயற்றிக் கொண்டனர்.

தத்துவக் கொள்கைகளிலும், சமயக் கொள்கைகளிலும், அறவணர் அறவுரையில் மஹாசங்கிகக் கொள்கைகளே பெரிதும் காணப்படுகின்றன. பிற்கால பௌத்த சமய வளர்ச்சிக் கட்டத்தில் தோன்றிய புத்தர் பற்றிய கருத்துக்களும் இந்நூலில் காணப்படுகின்றன. தேரவாதத்தில் காணப்படாத தத்துவ அப்பாலைத் தத்துவங்களும், தருக்கவியல் கருத்துக்களும் இந்நூலில் உள்ளன. பிக்குகளின் ஒழுக்க முறையாக மட்டு மில்லாமல், தானத்தையும் சீலத்தையும் வற்புறுத்துவ தாகவும், சமயமாகப் பரப்பப்படுவதற்கேற்ற இயல்புக் கூறுகள் கொண்டதாகவும் இந்நூல் விளங்குகிறது.

மேற்கோள் ஆதார நூல்கள்

1. தெ.பொ.மீ., தமிழ்மணம் மீனாட்சி புத்தக நிலையம். பக்.60.
2. தெ.பொ.மீ., அதே நூல், பக். 67.
3. தெ.பொ.மீ., அதே நூல், பக்.64.
4. மயிலை சீனி வேங்கடசாமி, பௌத்தமும் தமிழும், அத்.4

5. ம.சீ.வே., அதே நூல், அசோகர் பாறைச்சாசனம்-III
6. ம.சீ.வே., அதே நூல், பக்.20, அசோகர் பாறைச்சாசனம்-II
7. ம.சீ.வே., அதே நூல், பக். 203
8. நாகார்ச்சுன கொண்டாவில் அகழ்ந்து எடுக்கப்பட்ட சான்று களினின்றும் நாகார்ச்சுனர் முதல் நூற்றாண்டில் வாழ்ந்தவர் என்பது நிரூபிக்கப்பட்டுள்ளது.
9. வையாபுரிப் பிள்ளை, காவிய காலம், மணிமேகலை காலம் பற்றிய பகுதிகள்
10. உ.வே. சாமிநாதய்யர், புத்தர் சரித்திரம், பௌத்தம், சங்கம் என்ற நூலில் இரண்டாவது பகுதி
11. Edward Conze-Buddhist Scriptures p.11
12. மஹாவம்சம் - சிங்களத்தில் பௌத்த சமய வரலாற்றுக் கதை
13. 1. கொம்பில் உப்பு - உணவுப் பொருள்களைப் பக்குவப்படுத்த கொம்பில் உப்பு சேகரித்து வைத்திருத்தல்
    2. இரண்டு விரல் அகலம் - உரிய நேரத்திற்குப் பின்னும் சூரிய நிழல் இரண்டு அங்குல அகலத்திற்கு அதிகமாவதற்கு முன் மதிய உணவை அருந்துதல்.
    3. கிராம விஜயம் - உணவுண்ட பின்னும் மக்கள் அழைத்தால் கிராம்த்திற்குள் சென்று மறுபடியும் உணவருந்தும் வழக்கம்.
    4. வாசம் - அந்தந்தப் பகுதியில் வசிக்கும் பிக்குகள் உபோசத விருந்தை ஒருங்கு கூடித் தனித்தனியே நடத்தும் வழக்கம்.
    5. சம்மதம் - அனுமதியின்றி சங்கக்கூட்டத்திற்கு வராமலிருக்கும் பிக்குவின் இசைவைப் பின் பெற்றுவிடலாம் என்ற அனுமானத்துடன் அதிகார பூட்ரவமான நடவடிக்கைகளை நடத்துவது
    6. உதாரணம் - போதகரின் நமைமுறை என்பதால் சில காரியங்களைச் செய்வது
    7. கடையாத பால் - உணவு நேரம் கடந்த பின்னரும் கடையாத புளிக்காத கள்ளைக் குடிப்பது
    8. நூல் இல்லா ஆசனம் - நிர்ணயிக்கப்பட்ட முறையில் இல்லாத பாய்களை உட்கார உபயோகிப்பது
    9. ஜாதரூப ராஜதம் - தங்கத்தையும் வெள்ளியையும் பெற்றுக் கொள்வது.

14. இரண்டு சங்கங்கள் இரண்டு அசோக மன்னர்களது காலங்களில் கூடியதாக இந்நூல் கூறும் - இதனைப் பில்லியோஸா உண்மை என்று சொல்லுகிறார்.
15. உபாஹிக முறை - பிக்குகள் தங்களுள் சிறந்த அறிவு படைத்தவர்களைத் தேர்ந்தெடுத்து ஒரு குழு நியமித்து அக்குழுவை ஏதாவது பிரச்சினை பற்றி முடிவுக்கு வரும்படி கூறுதல்.
16. தேவிப்பிரசாத் சட்டோபாத்யாயா ஆன்மீக வாதம் - ஓர் அறிமுகம், ஆராய்ச்சி ஜூரை 1969.
17. பஞ்சசீலம்
    1. ஒருயிரையும் கொல்லாமலும் தீங்கு செய்யாமலும் இருத்தலோடு அவற்றிடம் அன்பு செலுத்துதல்
    2. பிறர் பொருளை இச்சிக்காமலும் களவு செய்யாமலும் இருத்தல். 3. கற்பு நெறியில் சிற்றின்பம் துய்த்தல்
    3. கற்பு நெறியில் சிற்றின்பம் துய்த்தல்
    4. உண்மை பேசுதல்
    5. மயக்கத்தை உண்டு பண்ணும் மதுபானத்தைத் தவிர்த்தல்-
18. அஷ்ட சீலம்: மேற்கூறிய ஐந்தோடு,
    6. இரவில் தூய்மையான உணவை மிதமாக உண்ணல்
    7. மனப்பொருள்களை நுகராமை
    8. மெல்லிய படுக்கறையில் உறங்காமை
19. தகசீலம்: மேற்கூறிய எட்டோடு
    9. இசை நாடகம் முதலியவற்றைக் கேளாமலும் பார்க்காமலும் இருத்தல்
    10. பொன் வெள்ளி முதலியவற்றைத் தொடமல் இருத்தல்
20. இவை தமிழில் வருமாறு, உருவம், வேதனை, குறிப்பு பாவனை, விஞ்ஞானம் - மணிமேகலை ந.மு.வே. உரை பக்கம் 544.
21. உறுப்புக்கள் - ஐந்து பொறிகளும், மனமும் உள்ளுறுப்புக்கள் இவைகளால் அறியப்படுவன தாதுக்கள், அவை பதினெட்டு.
22. தாதுக்கள் - புறப்பொருள்கள், ஒலி, ஒளி, மணம், சுவை, ஊறு முதலியனவும் மனத்தால் அறியப்படுவனவும்.
23. வையாபுரிப்பிள்ளை - இலக்கிய உதயம் ப. 186
24. மேற்படி நூல், மேற்கோள் காட்டியது. இது அங்குத்தர நிகாயத்தின் புத்தர் கூறும் உவமைக் கதையாகக் கூறப்பட்டுள்ளது.

25. 2500 Years of Buddhism chapt, Schools of Buddhism, Mahasangikas, p.109
26. உ.வே. சா. பௌத்தம்
27. 2000 Years Buddhism, p. 112.
28. 2500 Years Buddhism, p. 113.
29. Edward Conze-Buddhist scriptures Introduction to Doctrinal disputes Ch.5 page 196.
30. இதன் விளக்கத்தை DebiPrasad Chattopadyaya, Indian Philosophies. Chap. Later Buddhism Mahayana.
31. Edward Conzc, Buddhist Scriptures, Ch.5, p.197-210.
32. இந்த உவமைக்கதையும் அதன் பின்னணி வரலாறும் சத்தர்ம புண்டரீகம் என்னும் மஹாயன நூலில் காணப்படுவது.
33. Buddhism Christian Humphreys, Ch. Some Mahayana Principles, P.153. See Alaya Vignana
34. ம.சீ.வே., பௌத்தமும் தமிழும்.
35. Seminar on Inscription, Ed. R. Nagasamy, Books India p.47, Article Iravatham Mahadevan, Corpus of Tamil Brahmi Inscriptions. All references to Brahmi Inscriptions are from this source.
36. 27 கச்சியில் புத்தவிகாரம் இருந்ததெனக் கூறும் 28அடிகள், 130 முதல் 131.
37. மணிமேகலை 5, 6, 10 அத்தியாயங்கள்
38. மணிமேகலை 30. அடிகள் 164-172
39. மணி.30.183-185
40. மணி. 30.189-190
41. மணி. 30, அடிகள் 64-75
42. மணி. 30, அடிகள் 76-81
43. மணி. 30, அடிகள் 51-57
44. ம.சீ.வெ. பௌத்தமும் தமிழும். பக்.14
45. மணி. ந.மு.வே. உரை: 540 முதல் உரை முடிவு வரை
46. மணி. 30, 51-54
47. மணி.30, 90-92
48. மணி. 30, அடிகள் 104-118
49. மணி. 30, அடி177
50. Edward Conze, Budhist Scriptures, Ch. Previous lives of Budha.

51. இவர்கள் தமிழ்நாட்டில் இருந்ததைப் பற்றி சீன யாத்திரிகர் குறிப்பிட்டுள்ளனர்
52. மணி. 30. அடிகள் 6-13
53. மணி. 30, 14-15
54. Debiprasad chattopodhyya, Indian Philosophies, Ch. on-Buddhism
55. உ.வே. சா. புத்த சரித்திரம் பௌத்த தருமம் பௌத்த சங்கம் பக்.69-70
56. தேவிப்பிரசாத் சட்டோபாத்யாயா, ஆன்மீகவாதம் ஓர் அறிமுகம், ஆராய்ச்சி ஜூலை 69
57. மணி.அ. 27 அடி. 78-85
58. 2500 Years Buddhism
59. 2000 Years Buddhism p. 22
60. ம.சீ.வே., பௌத்தமும் தமிழும்
61. 2009 years of Buddhism
62. மணி 25 - 49 - 51
63. மணிமேகலை 29. அடி. 52-56
64. மணிமேகலை - ந.மு.வே.உரையில் இச்செய்திகள் உள்ளன
65. மணி. 29 அடிகள் 109-110
66. மணிமேகலை ந.மு.வே. உரை

பழந்தமிழ் இலக்கியத்தில் பொருள்முதல்வாதக் கருத்துக்கள்

இந்தியப் பொருள் முதல்வாத தத்துவத்தைப் பற்றி வடமொழிச் சான்றுகளிலிருந்து ஆதாரங்கள் திரட்டி சில ஆராய்ச்சியாளர்கள் எழுதியுள்ளார்கள். அவ்வாறு ஆராய்ந்து எழுதியவர்களில் முக்கியானவர்கள் தாஸ்குப்தா,[1] தக்ஷிண் நாராயண் சாஸ்திரி,[2] சக்கரவர்த்தி நயினார்[3] முதலியவர்கள். இவர்கள் ஆன்மீகவாத தத்துவச் சார்புடையவர்கள். தேவிப்பிரசாத் சட்டோபாத்யாயாவும்,[4] கே.தாமோதரனும்[5] மார்க்சிய ஆய்வுமுறையை பயன்படுத்தி இத்தத்துவம் இந்திய நாட்டில் நிலைகொண்டிருந்ததை நிரூபித்து, அதன் தத்துவக் கூறுகளையும் கொள்கைகளையும் விளக்கினார்கள். பொருள் முதல்வாதம் அல்லது உலகாயதத்தைக் கூறும் நூல்கள் எவையும் உலகாயதர் எழுதியவையல்ல, உலகாயதருடைய கொள்கைகள் இவை என்று வைதீர்கள், சமணர், பௌத்தர், நியாய வைசேஷிகர் ஆகிய வேறு கொள்கையினர் கூறுவதைத் தொகுத்து உலகாயதத்தை வரையறுத்துக் கூறுகிறார்கள். இதனைப் பூர்வபட்சம் என்று நியாய நூலார் கூறுவார்கள். இந்தியத் தத்துவவாதிகள் அனைவருடைய நூல்களும் சமஸ்கிருதத்தில் இருப்பதால், அம்மொழியில் புலமையுடையவர்கள், வட இந்தியாவில் வழங்கி வந்த உலகாயதத்தைப்பற்றி ஆராய்ந்து அதனை விளக்கியுள்ளார்கள். இதே போன்று தென்னிந்தியச் சான்றுகளை ஆராய்ந்து உலகாயதத்தை விளக்கிய ஆய்வாளர்கள் யாருமில்லை. எனவே வடமொழி ஆய்வாளர்கள் செய்திருப்பதைப் போன்று பூர்வபட்சமாகவும், பழந்தமிழ் நூல்களில் காணும் நேரடிச் சான்றுகளைத் தொகுத்தும், தமிழ்நாட்டில் வழங்கிய உலகாயதத்தின் தத்துவக் கூறுகளை ஆராய முற்படலாம் என்றெண்ணுகிறேன். இவ்வாராய்ச்சியில் வடமொழிச் சான்றுகளில் காணப்படும் உண்மையோடு ஒப்பிடுவதும் அவசியமாகலாம். அப்பொழுது அப்பணியையும் மேற்கொள்ள எண்ணுகிறேன்.

பழந்தமிழ் இலக்கியத்தில் காணப்படும் உலகாயதத் தத்துவத்தின் தாக்கங்களையும், அத்தத்துவத்தின் வருணனையையும் சேகரித்துத் தொகுத்துக் கூறுவதே இக்கட்டுரையின் நோக்கம். உலகாயதர்களுடைய நூலெதுவும் பழங்காலத்திலிருந்து வாழையடி வாழையாகப் பாதுகாக்கப்பட்டு நமக்குக் கிடைக்கவில்லை. கி.மு. 2 முதல் தொடங்கி கி.பி. 3 வரையுள்ள காலத்தில் தோன்றிய இலக்கிய நூல்களில் காணப்படும் தத்துவக் கருத்துக்களையும் உலகக் கண்ணோட்டச் சிந்தனைகளையும் சேகரித்து ஆராய்ந்தால், பழந்தமிழ்ச் சிந்தனையாளர்கள் உலகாயதத்தையோ அதனைப் போன்ற கருத்துக்களையோ அறிந்திருந்தார்களா என்பதை அறியமுடியும். இவற்றுள், புறநானூறு, பத்துப்பாட்டு ஆகிய நூல்களில் பழந்தமிழர்களின் உலகியல் கருத்துக்கள் காணப்படுகின்றன. அவற்றை ஆராய்ந்தால் உலகாயதத்தின் செல்வாக்கு இருக்கிறதா என்பதைக் காணலாம். தமிழில் உள்ள பௌத்த சமண சமய நூல்களில் பூர்வபட்சமாக உலகாயதம் விவரிக்கப்பட்டுள்ளது. மணிமேகலை பௌத்த நூல். நீலகேசி, சமண நூல். இவையிரண்டிலும் உலகாயதம் விவாதப் பொருளாக அமைந்துள்ளது. மணிமேகலையிலும் நீலகேசியிலும் அவ்வக் காலத்துத் தத்துவங்களின் வருணனைகளும், விவாதங்களும் இடம் பெறுகின்றன. இவையிரண்டிலும் பௌத்தனும், சமணனும் தங்கள் தங்கள் சமய நோக்கிலிருந்து உலகாயதம் அல்லது பூதவாதத்தை எதிர்க்கிறார்கள். நீலகேசியின் காலம் 5ஆம் நூற்றாண்டு என்றும் அதன் உரையின் காலம் 9ஆம் நூற்றாண்டு என்றும் தமிழ் இலக்கிய வரலாற்றாசிரியர் கூறுவர். இவ்விரண்டு நூல்களில் பூர்வபட்சமாகக் கூறப்படும் உலகாயதம் பற்றிய செய்திகளை இந்நூல்களின் காலத்தில் வழங்கிய தத்துவக் கருத்துக்களாகவும், உரைகளில் வழங்கும் கருத்துக்களை உரையாசிரியர்களது காலத்துத் தமிழ்நாட்டுத் தத்துவ ஆசிரியர்கள் அறிந்திருந்த கருத்துக்கள் என்றும் ஏற்றுக் கொள்வதில் முரண்பாடு எதுவுமில்லை. எனவே புறநானூறு, பத்துப்பாட்டு, மணிமேகலை, நீலகேசி, மணிமேகலை பழைய உரை, நீலகேசி பழைய உரை ஆகிய சான்றுகளிலிருந்து கி.மு. 2ம் நூற்றாண்டு முதல் கி.பி. 9ம் நூற்றாண்டு வரை சுமார் ஆயிரத்திருநூறு ஆண்டுக் காலத்தில் உலகாயதம் வரலாற்று ரீதியாக மாறி வந்திருப்பதைக் குறித்து ஆராய முடியும். அத்தகைய ஆராய்ச்சியை இக்கட்டுரையில் மேற்கொள்ளுவோம்.

இவ்விடத்தில் உலகாயதம் அல்லது பொருள் முதல் வாதம் என்றால் என்ன என்பதைக் குறிப்பிடுவோம். உலக

தத்துவங்களனைத்தையும் இருவகையாகப் பிரிக்கலாம். ஒன்று பொருள்முதல்வாதம் மற்றொன்று கருத்துமுதல்வாதம். இவற்றையே உலகாயதம், ஆன்மீகவாதம் என்றும் கூறலாம். இவையிரண்டும் நேர்முரணான கண்ணோட்டங்கள் இப்பிரபஞ்சத்திற்கு அடிப்படை யாது? பிரபஞ்சத்தின் பொருள்கள், சக்திகள், உயிர்கள் இவையாவும் எதன் அடிப்படையில் தோன்றின? இவ்வினாவிற்கு இரு விடைகளைத் தத்துவங்களில் காணலாம். பிரபஞ்சமும் இயற்கை ஆற்றலும், உயிர்களும் எல்லாம் பொருள்களின் சேர்க்கையாலும், மாறுபாடுகளாலும் நிலைபேறுகொண்டு இயங்குகின்றன. பிரபஞ்ச வாழ்க்கையின் அடிப்படை பொருளே ஆகும், என்ற எண்ணமே உலகாயதம் அல்லது பொருள்முதல்வாதம் எனப்படும். இதற்கு மாறாக பிரபஞ்சத்தின் நிலைபேறு, இயக்கம் இவற்றிற்குக் காரணம் பொருளின் வேறுபட்ட ஓர் ஆற்றல். அது பொருண்மையுடைதன்று; பொருளினின்றும் தோன்றுவதல்ல; அது பொருளுக்கு முன்னரேயே இருந்தது. பொருளே அதனை அடிப்படையாகக் கொண்டது என்று கூறி, அதனை ஆன்மா, பரிபூரணம், கருத்து, பிரம்மம், புருஷன், கடவுள் என்ற பல பெயர்களைச் சொல்லி அழைக்கிறார்கள். இத்தத்துவம் ஆன்மீகவாதம், அல்லது கருத்து முதல்வாதம் என அழைக்கப்படும்.

எது முதலில் தோன்றியது? எது பிரபஞ்ச இயக்கத்திற்கு அடிப்படையாகவுள்ளது?

பொருள் தான் என்று கூறும் தத்துவம் பொருள் முதல் வாதம்.

பொருளல்லாத ஆன்மா போன்ற சக்திகள் என்று கூறும் தத்துவங்கள் கருத்து முதல்வாதத் தத்துவங்கள்.

ஒவ்வொரு பண்டை நாகரிக நாட்டிலும் இவ்விரண்டு கருத்துக் களும் தோன்றி ஒன்றையொன்று எதிர்த்து வாதிடுகிறபொழுது வளர்ச்சி பெற்றுள்ளன.

தமிழ் நாட்டில் உலகாயதத்தின் வளர்ச்சியை இக்கட்டுரையில் விவாதிப்போம்.

தென்னிந்தியாவில் உலகாயதம் (புத்தர் காலத்திற்கு முன்பு)

'நீலகேசி' என்ற காவியத்தின் பதிப்புரையில் பேராசிரியர் அ. சக்கரவர்த்தி நயினார், தமிழ்நாட்டில் பூதவாதம் வழக்கில் இருந்ததைக் குறித்து எழுதுகிறார்.

"ராஜகிருகத்தின் அருகில் நாளந்தா என்னும் நகரில் மாதவன் என்னும் ஒரு பிராமணன் வாழ்ந்து வந்தான். அவனுக்குக் கோஷ்டிலன்' என்ற மகனும், 'சாரி' என்ற மகளும் இருந்தனர். கோஷ்டிலன் பூதவாதக் கொள்கையைக் கற்றுக் கொள்வதற்காக தென்னாடு சென்றான். சாரி, தென்னிந்திய பிராமணன் ஒருவனை மணந்து கொண்டாள். அவன் பெயர் 'திஷ்யன்'. அவனுக்கு ஒரு மகன் பிறந்தான். அவனுக்கு 'உபதிஷ்யன்' என்று பெயரிட்டார்கள். அவர்களுடைய இளைய மகனுக்குச் சாரிபுத்தன்' என்று பெயர். அவர்கள் வாழ்ந்த ஊருக்குப் பக்கத்து ஊரில் மொக்கல்' என்றோர் பெண்ணுக்கு 'மொக்கலன்' என்னும் சிறுவன் இருந்தான். இருவரும் பல தத்துவங்களைக் கற்றார்கள். அவற்றுள் ஒன்று பூதவாதம்'. அவர்கள் இளைஞர்களான பின்னர் புத்தரைப் பற்றிக் கேள்விப்பட்டு அவரையடைந்து அவருடைய சங்கத்தில் சேர்ந்தார்கள்."

சக்கரவர்த்தி நயினார் சமணர். இருந்தபோதிலும் அவர் கி.மு. 6-வது நூற்றாண்டிலேயே தென் இந்தியாவில் பூதவாதம் பிராமணர்கள் கற்கத்தகுந்த மதிப்புடைய தத்துவமாக இருந்தது என்பதை மேற்குறித்த செய்தியில் கூறுகிறார். அது மட்டுமல்லாமல் பூதவாதத்தைக் கற்பதற்காக வட இந்தியாவிலிருந்து தத்துவத்தைப் பயிலுகின்ற அறிஞர்கள் வந்தார்கள் என்ற செய்தி தென்னிந்தியாவில் பூதவாதம் செல்வாக்குப் பெற்றிருந்தது என்பதை விளக்கும்.

பூதவாதம் - தொன்மையான தத்துவம்

தென்னாட்டில் வழங்கி வந்த தத்துவங்களில் மிகவும் தொன்மை வாய்ந்தது உலகாயதம் என்று தென்னாட்டுத் தத்துவங்களை ஆராய்ந்த தட்சிண நாராயண சாஸ்திரி கூறுகிறார். சக்கரவர்த்தி நயினாரும் அவ்வாறே கூறுகிறார். அவர்கள் அத்தகைய முடிவிற்கு வருவதற்குரிய சான்றுகள் சமஸ்கிருத நூற் சான்றுகளே. தமிழ் இலக்கியச் சான்றுகளை அவர்கள் ஆராயவில்லை. தென்னிந்திய இலக்கியங்களில் தமிழைத் தவிர பிற மொழி இலக்கியங்களின் தொன்மை கி.பி. 10-ஆம் நூற்றாண்டிற்கு முற்பட்டதில்லை. தமிழ் இலக்கியங்களில் 'சங்க இலக்கியங்கள்' என்றழைக்கப்படும் நூல்கள் கி.மு. 2-ம் நூற்றாண்டு முதல் கி.பி. 3-ம் நூற்றாண்டு முடியவுள்ள காலத்தில் எழுதப்பட்டவை. எனவே அந்நூல்களிலும், அதைத் தொடர்ந்து கி.பி. 5-ம் நூற்றாண்டிற்குப் பிற்பட்ட சில நூற்றாண்டுகளில் தோன்றிய சமண பௌத்த நூல்களிலும் உலகாயதத் தத்துவக் கருத்துக்களைத் தேடிக் கண்டுபிடிக்கலாம்.

ஆதாரங்களின் இயல்பு

இந்த ஆதாரங்களின் தன்மையை அறிவதற்கு, அவற்றின் பொருளடக்கம் பற்றி நாம் அறிந்து கொள்வது அவசியம்.

முக்கியமாகப் புறநானூற்றிலிருந்து நான் ஆதாரங்களைக் கொடுக்கப் போவதால் இந்நூலின் பொருளடக்கம் பற்றி இங்குக் குறிப்பிட வேண்டியது அவசியம். சங்க நூல்களனைத்தும் தொகை நூல்கள். நீண்ட இடைவெளிக் காலத்திலே வாழ்ந்த புலவர்கள் இயற்றிய பாடல்கள் அவர்களுடைய காலத்திற்குச் சிறிது காலத்திற்குப் பின்னர் தொகுக்கப்பட்டன. இப் பாடல்களின் பொருள் அகம், புறம் என்ற இரு பெரும் பிரிவுகளாகப் பகுக்கப்படும். அகம், மணத்திற்கு முந்திய ஆண் பெண் இணை விழைவுணர்ச்சியையும், மணத்திற்குப் பிந்திய பாலுணர்வையும், கருப்பொருளாகக் கொண்டது. புறம், அகம் தவிர சமூக வாழ்க்கையின் எல்லா அம்சங்களையும் கருப் பொருளாக உடையது. புறநானூறு 400 பாடல்கள் கொண்ட நூல். இந்நூலில் பழந்தமிழரின் சமூக வாழ்க்கைக் காட்சிகளும், கருத்துகளும் பரந்து காணப்படுகின்றன. தமிழரின் உலகியல் வாழ்க்கையின் பல கூறுகளைப் பற்றிய பாடல்களை இந்நூலில் காணலாம். மலைச்சரிவில் வாழ்ந்த மலைவாழ் இனக்குழு மக்களின் வாழ்க்கை, ஆற்றங்கரையில் வாழ்ந்த உழவர்களின் வாழ்க்கை, இனக்குழு மக்களிடையேயும் நடைபெற்ற போர்களைப் பற்றியும் இனக்குழுத் தலைவர்கள், முடிமன்னர்களோடு நடத்திய போர்களைப் பற்றியும், பசு நிரை கவர்தலையும் அதனால் ஏற்படும் போர்கள் பற்றியும், பாணர் என்னும் பாடகர்கள் தங்களுக்குப் பரிசில் தரும் மாமன்னர்கள், குறுநில மன்னர்கள் முதலியோரைப் புகழ்ந்து பாடும் வாழ்த்துக்கள் பற்றியும், புலவர்கள் மன்னர்களுக்கும் மக்களுக்கும் போதிக்கும் நீதிகள் பற்றியும்; இன்னும் அக்கால கட்டத்தின் சமூக வாழ்க்கையின் பல்வேறு அம்சங்கள் பற்றிய கருத்துரைகளும், இந்நூலில் காண்கிறோம். இந்நூலை ஆழ்ந்து படித்தால் இனக்குழு (Tribal) வாழ்க்கை அழிந்து, நிலவுடைமைச் சமுதாயம் வளர்ச்சி பெறுகிற காலத்தை இந்நூலில் சொல்லப்படும் நிகழ்ச்சிகள் குறிக்கின்றன என்றறியலாம். சங்க நூல்களிலே காலத்தால் பிற்பட்டவை, இனக்குழுத் தலைவர்களுக்கும், முடி மன்னர்களுக்கும் இடையே நடைபெற்ற போர்களைப் பற்றிப் பேசாமல், சேர சோழ பாண்டியர்களிடையே நடைபெற்ற போர்களையே குறிப்பிடுகின்றன.

எனவே சங்க நூல்களின் இறுதிக் காலத்தில் இனக்குழுக்கள் அழிந்து, நிலவுடைமையும், மன்னர் ஆட்சியும் தோன்றிவிட்டன என்று யூகம் செய்யலாம். சுமார் கி.பி. 3-ஆம் நூற்றாண்டில், மேற்கு மலைச்சரிவுகளைத் தவிர தமிழ் நாட்டின் மற்றப் பகுதிகளில் இனக்குழு வாழ்க்கை முற்றிலும் அழிந்து போய்விட்டதென்று புலப்படுகிறது. இம்மலைப் பகுதிகளுடன் பாணர், பாடினியர் விறலியர் என்ற நாட்டுப் பாடகர்கள், கலைஞர்கள் மூலம் பண்பாட்டுத் தொடர்பும், இணைப்பும் ஏற்பட்டிருக்க வேண்டும். எனவே இக் காலம் இனக்குழுக்கள் அழிந்து, நிலவுடைமை தோன்றிய காலம்.

முதல் ஆதாரம் - புறப்பாடல்கள்

முதல் ஆதாரம் புறத்தொகை நூல்கள் இதன் தன்மையை மேலே விரிவாகக் கூறினேன். இந் நூல்களில் கீழ்வரும் வினாக்களுக்கு விடைகளை எதிர்பார்க்கலாம். வாழ்க்கையைப் பற்றி புலவர்கள் கண்ணோட்டம் என்ன? வாழ்க்கை உண்மையானதா, மாயைத் தோற்றமா? வாழ்க்கையை நுகர வேண்டும் என்று புலவர்கள் கூறுகிறார்களா, அல்லது துறத்தல் வேண்டுமெனக் கூறுகிறார்களா? பிரபஞ்ச அமைப்புப் பற்றி அவர்களுடைய கொள்கை என்ன? நீதிக் கொள்கைகள் எவற்றையாவது அவர்கள் போதிக்கிறார்களா? இக் கேள்விகளுக்கு ஏதாவது ஒரு வழியில் சங்க காலப் புலவர்கள் தங்கள் பாடல்களில் விடையளிக்கிறார்கள்.

இரண்டாவது - ஆதாரம் பௌத்த சமண காப்பியங்கள்

மணிமேகலையும், நீலகேசியும், இரண்டாவது ஆதாரமாகக் கொள்ளப்படும். முதல் நூல் பௌத்த காவியம். இரண்டாவது சமண காவியம். ஒரு கதையைப் பொருளாக கொண்டிருப்பதோடல்லாமல், இந்நூல்களில் வெவ்வேறு தத்துவவாதிகளின் தத்துவங்களும் விவரிக்கப்பட்டுள்ளன. மணிமேகலை 'சமயக் கணக்கர் தம் திறம் கேட்ட காதையில்' பல தத்துவங்களைப் பற்றிய விவரங்களை அளிக்கிறது. இந்நூலின் காலம் கி.பி. 6-ஆம் நூற்றாண்டு. இரண்டாவது நூலின் காலம் சரியாக நிர்ணயிக்கப்படவில்லை. கி.பி. 5 முதல் 9-ஆம் நூற்றாண்டு வரை, இதன் காலத்தைப் பற்றிப் பலவாறாகக் கூறப்படுகிறது. எவ்வாறாயினும் இந்நூல் மணிமேகலைக்குச் சில நூற்றாண்டுகளுக்குப் பின்னர் தோன்றியது என்பதில் ஐயமில்லை. இவையிரண்டிலும் பூதவாதம் பற்றிய விவரங்கள் உள்ளன மணிமேகலையில் தான் முதன் முதலாக

பூதவாத கருத்துகள் முழுமையான வடிவத்தில் தொகுத்து கூறப்பட்டு உள்ளன. அதற்கு முன்னர் தோன்றிய நூல்களில் பூதவாதத்தின் கூறுகளே விளக்கப்பட்டுள்ளன. ஆனால் இங்கே பூதவாதக் கருத்துக்கள் மணிமேகலையின் எதிரியின் கருத்தாக, பூர்வபட்சமாகக் கூறப்படுகிறது.

மணிமேகலை உரை

நடுக்கால உரைகாரர் ஒருவருடைய உரை மணிமேகலையில், நமது ஆய்வுக்குத் தேவையான பகுதிகளுக்குக் கிடைக்கின்றன இவ்வுரையில் நீலகேசி உரையில் காணப்படும் தத்துவச் செய்திகள் காணப்படுவதாலும், நீலகேசியில் காணப்படும் கருத்துக்களுக்கு மறுப்புரைகள் காணப்படுவதாலும், இவ்வுரையின் காலம், நீலகேசியின் உரையின் காலத்திற்கும் பிற்பட்டதாதல் வேண்டும். எனவே நீலகேசி காலத்திற்குப் பின்னர் ஏற்பட்ட கருத்து மாற்றங்கள் சிலவற்றை இவ்வுரையில் காணலாம். முக்கியமாகத் தருக்க நூல் கொள்கைகள், உலகாயதத்தில் சில உட்பிரிவுகள் ஆகிய இரண்டு பொருள்களைப் பற்றி இவ்வுரை முக்கியமான விவரங்களை அளிக்கிறது. இவ்வுரைகாரருக்குச் சரித்திர உணர்வு இருப்பதால் தருக்கக் கருத்துக்களை வரலாற்று ரீதியாகச் சொல்லுகிறார். அவரது எழுத்துக்கள் இந்த ஆய்வுக்குப் பயன்படும். இந்த ஆதாரங்களை நான் பயன்படுத்தியிருப்பதோடு, சில அம்சங்களில் இவை தரும் செய்திகளை வடமொழிச் சான்றுகளோடு ஒப்பிட்டும் ஆராய்ந்திருக்கிறேன்.

புறப்பாடல்களின் பொருளடக்கம்

பாடல்களின் கருப்பொருள் வேறுபாட்டைக் கொண்டு பழம் பாடல்கள் அகம் புறம் என்று பிரிக்கப்பட்டன என்று முன்னர் குறிப்பிட்டேன். இவ்விரண்டு வகைப் பாடல்களின் கருப்பொருளும் சேர்ந்துதான் உலகியல் வாழ்க்கை. இவ்வுலக வாழ்க்கைக்கப்பால் வேறோர் உலகு பற்றி மிகச் சில பாடல்களே குறிப்பிடுகின்றன. கிரேக்கக் கவிஞர்களது கற்பனையில் படைக்கப்பட்ட வீரர் உலகான 'எலிஸியம்' போன்றது அவ்வுலகு இதனை 'தேவர் உலகு' என்று பழந்தமிழ்ப் புலவர்கள் குறிப்பிட்டனர். கடவுளர்களின் உலகு என்பது இதன் பொருள். ஆனால் தேவருலகு பற்றிக் குறிப்பிடும் மிகச் சில பாடல்கள் தவிர மிகப் பெரும்பான்மையான பாடல்களில் கருப் பொருள்கள் உலகியல் வாழ்க்கை பற்றியனவே. வாழ்க்கையின் இன்பம் பெறுவது என்பதை இக்கால மக்களுக்குப் போதிக்க மிகப்

பல புலவர்கள் முயன்றிருக்கின்றனர். சமூக வாழ்க்கையில் மனிதன் பெறக்கூடிய இன்பத்தைப் பற்றிப் பல புலவர்கள் சிந்தித்துக் கருத்துத் தெரிவித்துள்ளனர். தனிச் சொத்துரிமையும், அரசும் தோன்றிய காலத்தில் திருவள்ளுவர், அறம், பொருள், இன்பம் என்ற முப்பெரும் மனித லட்சியங்களை வரையறுத்துக் கூறினார். இவ்வுலகில் அறவாழ்க்கைக்கு செல்வம் துணையாகுமானால் அதுவே இன்ப வாழ்க்கை என வள்ளுவர் கருதுவார். இவ்வுலக வாழ்க்கையைத் துறப்பதே இன்ப வாழ்க்கைக்கு வழி என்ற கூற்றினை அவர் ஏற்றுக் கொள்ளவில்லை. அவர் மனித வாழ்க்கைக்குகந்ததாக ஏற்றுக்கொண்ட குறிக்கோள்கள் அறவாழ்க்கை பொருளீட்டல், இவையிரண்டால் ஏற்படும் இன்பமான இல்லற வாழ்க்கை ஆகிய மூன்றுமே பிற்கால சமய நூலார் கூறும் வீட்டினை வள்ளுவர் முக்கியமான குறிக்கோளாகக் கூறவில்லை. வாழ்க்கை உண்மையையும் வாழ்க்கையின்பத்தையும் மறுக்காமல் அவற்றோடு உடன்பட்டு வாழ்க்கையில் ஆர்வத்தை வளர்க்கும் நோக்கோடு தான் மிகப் பெரும்பான்மையான புலவர்கள் பாடினர்.

சில வினாக்கள்

புறப்பாடல்களில் காணப்படும் வாழ்க்கைத் துறவு எதிர்ப்பு மனப்பான்மை அல்லது வாழ்க்கை ஆர்வ மனப் பான்மைக்குக் காரணம் என்ன? பிற்காலப் புலவர்களும், சிந்தனையாளர்களும் ஏன் வாழ்க்கை மறுப்பையும், துறவையும் போற்றினர்? இவ்வுலகில் இன்பம் காண இயலாது. வேறோர் உலகிலேயே இன்பம் காண இயலும் என்று ஏன் கூறினர்? உணர்ச்சிகளையும் ஆசைகளையும் துறக்கும் துறவை ஏன் எல்லாக் குறிக்கோள்களுக்கும் உயர்வாகப் பிற்காலத்து அறிஞர்கள் போற்றினார்கள்?

புற இலக்கியத்தின் சமுதாய அடிப்படை

புறப்பாடல்கள் சுமார் 500 ஆண்டுக் காலத்தில் இயற்றப் பட்டவை என்று முன்னரே கூறியுள்ளேன். வேட்டையாடும் இனக்குழு வாழ்க்கையும், ஆடு மாடு மேய்க்கும் இனக்குழு வாழ்க்கையும் அறிந்து, தனிச் சொத்துரிமையும், அரசும் தோன்றிய வரலாற்றுக் காலம் என்பதை மானிடவியல் நோக்கோடு சங்க இலக்கியத்தைக் காண்போர் அறியலாம்.

இந்நிலைகளில் தொன்மைச் சமுதாயம் (Primitive trib al Society) அழிந்து நிலவுடமை அமைப்பு (Feudal society)

தோன்றிய காலம். ஒரு புறம் தனிச் சொத்துடைமையை அடிப்படையாகக் கொண்ட வர்க்க சமுதாயம். மற்றொரு புறம் தொன்மைப் பொதுவுடைமைச் சமுதாயமும் ஏக காலத்தில் நிலவின. ஒன்று அழிந்து வந்தது; மற்றொன்று வளர்ந்து வந்தது. பழைய சமுதாயத்தின் குறிக்கோள்கள், கருத்துக்கள், தத்துவங்கள் முதலியன புதிதாகத் தோன்றும் சமுதாயத்தின் குறிக்கோள்கள், கருத்துக்கள், தத்துவங்களுக்கு மாறுபட்டனவாகவிருந்தன. தங்கள் காலக் கருத்துலகில் நின்றுகொண்டு, பழங்காலக் கருத்துலகை நிலவுடமை காலச் சிந்தனையாளர் கண்டனர். சமயம், கடவுள் என்ற கருத்துக்கள், இனக்குழு சமுதாயத்தில் இருக்கவில்லை. சடங்காச்சாரத் தொகுப்பே (Ritualism) சமயத்திற்குப் பதில் முன்னர் இருந்தது. இவ்விரண்டு சமுதாயத்தின் உலகக் கண்ணோட்டங்கள் எதிர்த்துப் போரிட்டக் காலத்தில் தான் சங்க இலக்கியங்கள் தோன்றின. தமிழகத்தின் வெவ்வேறு பகுதிகளில் இந்த முரண்பாடுகளுக்கும் நிலவுடைமையின் வளர்ச்சி நிலைக்கும் ஏற்றவாறு பண்பாட்டு சிந்தனை வளர்ச்சி நிலைகளும் இருந்தன.

'இனக்குழு அழிவு பற்றியும் அதன் காரணமாக மனித சமுதாயத்தின் சிந்தனைப் போக்குகளில் ஏற்படும் மாறுதல்கள் பற்றியும் பேராசிரியர் தேவிப்பிரசாத் சட்டோபாத்தியாயா கூறுவதைக் காண்போம்.[7]

"இனக்குழு அழிவு முழுமையாக இராமல், அரை குறையாக இருந்தால், இனக்குழு மக்களின் சிந்தனைகள், நம்பிக்கைகள் பண்பாட்டு மிச்சங்கள், அதற்கடுத்து உருவாகும் சமுதாயத்தில் எஞ்சி நிற்கும். அவற்றுள் சில நேர் முரணான பொருளுடையதாக மாறிவிடும். இவையிரண்டினின்றும் இனக்குழு சமுதாயத்தில் இக்கருத்துக்கள் இருந்த நிலைமையை நாம் அனுமானிக்கலாம். "இனக்குழு சமுதாயத்தில் நிலவிய மூலக் கருத்தை அறிவதே நமது பணி. இனக்குழு சமுதாயத்தில் மக்களின் உலகக் கண்ணோட்டம் யாது? இனக்குழு சமுதாயத்தில் சமுதாயத்திற்காக எல்லோரும் உழைக்க வேண்டும். கூட்டு உழைப்பு என்னும் அடிப்படை மீது சமுதாய வாழ்க்கை ஆதாரப்பட்டிருந்தது. எனவே வாழ்க்கையிலும் உழைப்பு, உழைப்பால் பொருளை மாற்ற முடியும், பொருள் மாற்றங்களின் இயல்புகள் பற்றிய அறிவு, 'நம்மால் முடியும்' என்ற நம்பிக்கை, மனித சக்தியில் நம்பிக்கை முதலிய கருத்துக்கள் இச்சமுதாயத்தின் உலகக் கண்ணோட்டமாயிருந்தன. இதை உலகாயதக் கருத்துக்கள், உலகமெங்கிலும் இனக்குழு, மக்களின்

உலகக் கண்ணோட்டத்தை ஆராய்ந்த அறிஞர்கள், இனக்குழு மக்களின் கருத்துலகின் சிந்தனைகளுக்கு அடிப்படை உலகாயதம் அல்லது முன்னிலை உலகாயதம்' (*Proto-materialism*) என்ற முடிவுக்கே வந்துள்ளனர்."

இம்மேற்கோளிலிருந்து, புறப்பாடல்களின் சிந்தனை ஏன் உலகாயதமாகவோ, முன்னிலை உலகாயதமாகவோ வாழ்க்கையார்வம் கொண்ட கொள்கையாகவோ இருக்கிறதென்பதை நாம் புரிந்து கொள்ளலாம். தொன்மைச் சமுதாயத்தில் கூட்டுழைப்பின் அடிப்படையில் தோன்றியது உலகாயதக் கண்ணோட்டம். அக்கண்ணோட்டத்தின் சமுதாயப் பொருளாதார அடிப்படைகள் (*Socio economic base*) தகர்ந்து போய் ஒரு புதிய சமுதாயப் பொருளாதார அடிப்படை தோன்றிய பின்னரும், அக்கருத்துக்கள் சமுதாயச் சிந்தனையை விட்டு முற்றிலும் நீங்கவில்லை.

ஆன்மீக வாதம் அல்லது கருத்து முதல் வாதத்தின் தோற்றம்

முன்னர் எழுப்பிய வினாவின் முதல் பகுதிக்கு இப்பொழுது விடை காண்போம்.

எங்கல்ஸ் எழுதினார்:

"இனக்குழுக்களிலிருந்து நாடுகளும் அரசுகளும் தோன்றின. சட்டமும் அரசியலும் தோன்றின. இவற்றோடு மனிதர் மனத்தில் மனிதரைப் பற்றிய விகாரமான பிரதிபலிப்பு (*Fan tasticreflection*) தோன்றியது. இது தான் சமயம்" என்பது. மாறிய சமுதாய அமைப்பில் மனித மனத்தின் இப்படைப்புகள் மனித சமுதாயத்தை ஆட்டிப் படைப்பதாகத் தோன்றின. அதே சமயம் கையினால் (உழைப்பினால்) படைக்கப்பட்டவை மனித மனத்தில் மதிப்பை இழந்தன. ஏனெனில் உழைப்பைத் திட்டமிடும் மனம், உழைப்பை நிறைவேற்றும் கையையும் உறுப்புகளையும் விட உயர்ந்ததாக எண்ணப்பட்டது. வர்க்க சமுதாயத்தில் மூளையால் உழைப்பவர்கள் தங்களது வேலைகளைத் தங்கள் கைகளால் அல்லாமல் பிறர் கைகளால் செய்து கொள்ள முடிந்தது. தமக்காக அல்லது பிறர்க்காக உழைக்கக் கைகள் இருந்தன. பழைய சமுதாயத்தில் தம் கைகளால் தமக்கே உழைத்துக் கொண்ட நிலைமையே இருந்தது. புதிய நாகரிகத்தின் முன்னேற்றத்திற்குக் காரணம் 'மனம்' என்றே புதிய சமுதாயத்தின் அறிவாளிகள் கருதினர். உழைப்பிற்கு பழைய சமுதாயத்தில் இருந்த சிறப்பு

மக்கள் மனதில் இல்லாது ஒழிந்தது. தங்களது தேவைகளிலிருந்து அல்லாமல், தங்களது சிந்தனைகளிலிருந்து தங்கள் செயல்களுக்கு விளக்கம் காணத் தொடங்கினர். தொன்மைச் சமுதாயம் அழிந்த பின்னால் சிந்தனைகளிலிருந்து செயல்களை விளக்கும் ஆன்மீக வாத, கருத்து முதல் வாதக் கண்ணோட்டம் வலுப்பெற்றது. மனிதன் மனத்தை இதுவே ஆக்கிரமித்தது.

"உழைப்புப் பிரிவினை என்பது அவ்வாறு உண்மையாகவே தோன்றியது, மன உழைப்பு. செயல் உழைப்பு என்ற பிரிவினை தோன்றிய பின்னர்தான். உண்மையானதொன்றை நினைக்காமலே தான் நிலை கொண்டிருத்தல் இயலும் என்று நிலை உணர்வு அல்லது பிரக்ஞைக்கு ஏற்பட்டது. உலகிலிருந்து தன்னை விடுவித்துக் கொண்டு, பிரக்ஞை அல்லது உணர்வு சுத்தமான கொள்கை, சமயம் தத்துவம், நீதி முதலியவற்றைப் படைக்கத் தொடங்கியது."

நமது ஆய்வுத் திட்டம்

மார்க்ஸ், எங்கல்ஸ் ஆகிய இருவரது மேற்குறிப்பிட்ட கருத்துரைகளை உரை கல்லாகக் கொண்டு கீழ்வரும் பொருள்களை ஆராய்வோம்.

(1) வாழ்க்கையார்வம் அல்லது உடன்பாட்டை வலியுருத்தும் முன்னிலை உலகாயதம், (2) பஞ்சபூதக் கொள்கையினடிப் படையில் பிரபஞ்ச உற்பத்தியை விளக்கும் கருத்துகள். (3) பழந்தமிழர்களின் தத்தவத்தினடிப்படையில் தோன்றிய நீதிக்கொள்கையின் சில அம்சங்கள். (4) உலகாயதக் கொள்கை, அதன் அறிதல் முறைக் கொள்கை இவைபற்றி உலகாயதர்களும், பூதவாதிகளும் கூறுவனவாக பௌத்த, சமண நூல்கள் கூறும் கருத்துக்கள்.

இலட்சிய வாழ்க்கையைப்பற்றிய கருத்து

பேரெயில் முறுவலார் என்னும் புலவர் நம்பி நெடுஞ்செழியன் என்ற தமது நண்பனான மன்னன் இறந்த பொழுது கையறுநிலைச் செய்யுள் ஒன்றைப் பாடினார்.[10]

தொடியுடைய தோள் மணந்தனன்
கடிகாவிற் பூச் சூடினன்,
தண்கமழும் சாந்து நீவினன்
செற்றோரை வழி தபுத்தனன்
நட்டோரை உயர்வு கூறினன்

வலியரென வழிமொழியலன்
மெலியரென மீக்கூலனன்
பிறரைத்தான் இரப்பறியலன்
இரந்தோர்க்கு மறுத்தறியலன்
வேற்றுப்புகழ் வையத்து ஓங்குபுகழ் தோன்றினன்
வருபடை எதிர் தாங்கினன்
பெயர்படை புறங் கண்டனன்
கடும்பரியமாக் கடலினன்
நெடுந்தெருவில் தோல் வழங்கினன்
ஓங்கியல் களி றூர்ந்தனன்
தீஞ்செறி தசும்பு தொலைச்சினன்
மயக்குடைய மொழி விடுத்தனன் ஆங்கு
செய்பவெல்லாம் செய்தனனாகலின்
இடுகவொன்றோ, சுடுகவொன்றோ
படுவழி படுக, இப்புகழ் வெய்வோன் தனையே.

இப்பாடல் ஒரு மன்னனின் வாழ்க்கையை வருணிக்கிறது. இதனைப் புலவர் இலட்சிய வாழ்க்கையென்று கருதுகிறார். இந்த இலட்சியம் உலகாயதக் கருத்தை அடிப்படையாகக் கொண்டது. இவ்வுலகு உண்மையானது. இவ்வுலகின் பிரச்சனைகளை நாம் தான் தீர்க்க வேண்டும். உண்மை நமது பிடிக்கு அகப்படாது; அது வெறும் மாயைத் தோற்றம் என்று கருதுதல் தவறு.

இம்மனிதன் தனது மனைவியை மகிழ்ச்சியோடு வாழச் செய்தான். நண்பர்களுக்கு உதவினான். பகைவர்களோடு வீரத்தோடு போராடினான். பாணர், புலவர் முதலியோரை அவன் உணவும் பரிசிலும் அளித்து உபசரிக்க வேண்டும்.

ஏனெனில் அவர்கள் பாட்டாலும் இசையாலும் மனிதனை மகிழ்விப்பவர்கள்.

இளமையின் இரகசியம்

“இளமை மாறாமல் இருத்தல் வேண்டும், மகிழ்ச்சியாக வாழவேண்டும்” என்ற ஆர்வம் எல்லாப் பூர்வீக மக்களுக்கும் பொதுவானது. ‘எலிக்ஸீர் ஆப் லைப்’ (Elixiroflife) அம்ருத தாரை முதலிய கற்பனைச் சாகா மருந்துகளைத் தேடி அலைய அவர்களுக்கு இந்த ஆர்வமே ஊக்கம் ஊட்டியது. சித்தர்களும்,

தாந்திரிகவாதிகளும் தங்களது கபாலத்தில் அதனைக் கண்டுக் கொண்டதாகக் கற்பனைச் செய்து கொண்டார்கள். யோகத்தின் மூலம் கபாலத்திலுள்ள அமிருதத்தை இளகச் செய்து, சொட்டுச் சொட்டாக வடியச் செய்தால் மரணமின்றி வாழலாம் என்று சித்தர்களும், தாந்திரிகர்களும் நம்பினார்கள். இதற்கு எதிரிடையாக புறவாழ்க்கையே இன்பத்திற்கு அடிப்படை என்ற கருத்துக் கொண்ட புறப்பாடல் ஒன்றிருக்கிறது.[11] அது பிசிராந்தையார் எழுதியது. அவருடைய நண்பன் கோப்பெருஞ் சோழனது வினாவிற்கு விடையாகக் கூறியது அப்பாடல். வயது முதிர்ந்தவராய் இருந்தும் தலை நரைக்காமலிருந்தது ஏன் என்று சோழன் புலவரைக் கேட்டான். இதற்கு பதிலாகப் புலவர், தமது மனைவியும் மக்களும் அறிவுடையவர்களாய் இருந்தமையும் அவரது இளையவர்கள் அவர் மனம் போல நடந்தமையும், அரசன் பிறரால் தீங்கு வராமல் காத்தமையும், அவர் ஊரில் நல்லவர்கள் பலர் வாழ்ந்தமையுமே தமது தலை நரைக்காமலிருக்கக் காரணங்கள் என்று கூறுகிறார்.

யாண்டு பலவாக நரையில ஆகுதல்
யங்காகியர் என் வினவுதி ராயின்
மாண்ட என் மனைவியொடு என் மக்களும் நிரம்பினர்,
யான் கண்டனையார் என் இளையரும் வேந்தனும்
அல்லவை செய்யான் காக்கும்,
ஆன்றவிந்து அடங்கிய கொள்கைச்
சான்றோர் பலர்யான் வாழும் ஊரே.

இக்காரணங்கள் புறவயமான காரணங்கள், உலகாயதர் கண்ணோட்டத்தை அடிப்படையாகக் கொண்ட சிந்தனைகள் இவை. தந்திரயோக முயற்சிகளோ, உள்மனத்தைத் தோண்டுவதோ, அம்ருத தாரையை இளக வைப்பதோ இன்பத்திற்கு காரணங்களல்ல. உலகியல் வாழ்க்கையனுபவங்களே இன்பத்திற்குக் காரணம்.

இனித், தம்மை ஆதரித்தவர்களிடத்துப் பிறரை அனுப்பும் போது பாடப்படும் ஆற்றுப்படைப் பாடல்களிலும் வாழ்க்கையுடன் பாட்டுக் கருத்தும் உலகாயுதக் கருத்தும் காணப்படுகின்றன. புலவர் ஒரு புரவலனையடைந்து பாடிப் பரிசில் பெற்றுத் திரும்புகிறான். அவனைச் சந்திக்கும் ஒரு புலவர் அல்லது பாணனிடம் தான் பரிசில் பெற்றுவரும் புரவலனைப் புகழ்ந்தும், வாழ்த்தியும் கூறுவான். பிற்காலப் புலவர்கள், புரவலர்களை வாழ்த்தும் பொழுது தெய்வங்கள் அவர்கள் மீது அருள்பொழிய வேண்டுமென்று வேண்டிக்

கொள்வார்கள். ஆனால் ஆற்றுப்படைகள் எழுதிய புலவர்கள் கடவுளர் துணையை நாடுவதில்லை. தாமே நன்றியுணர்வுடன் வாழ்த்துவார்கள்.

சில புலவர்களின் வாழ்த்துப் பாடல்களின் கருத்துக்களை இங்கே குறிப்பிடுவோம். "குடுமி வாழ்க, புலவர்களுக்குப் பொன்னும் நீரும் வழங்கும் குடுமி வாழ்க. கடல் விழாக் கொண்டாடும் குடுமி வாழ்க. பஃறுளி ஆற்றின் மணல் போல அவன் வாழ்நாள்கள் அதிகமாகுக."[12]

முதுகுடுமி பெருவழுதியை நெடுமாறன் பாடிய பாட்டின் கருத்தாவது;

"கடற்கரை மணலைப்போல உனது ஆயுள் நாள்கள் மிகுவதாகுக.[13]

மருதன் இளநாகனார் என்னும் புலவர் நன்மாறன் என்னும் பாண்டிய மன்னனை வாழ்த்திப் பாடிய பாடலின் கருத்து:

"நுரை மீதேறப் பெற்ற அலை பொங்கும் கடலின் மணல்போல உன் ஆண்டுகள் மிகுவதாகுக."[14]

வேறொரு வாழ்த்து: "பாணர்களுக்குப் பொன் ஆபரணங் களை அணிவிப்பான், யவனர் கொணர்ந்த மதுவைப் பொற்கலசங்களில் அழகிய இளநங்கையர் அளிக்கப் பருகுவான். இத்தகைய மகிழ்ச்சியான வாழ்க்கையில் நீ பல்லாண்டுகள் வாழ்வாயாக.[15]

மேற்கூறிய சான்றுகளிலிருந்து புறம் பாடிய புலவர்கள் (1) இம்மை வாழ்க்கை அல்லது இவ்வுலக வாழ்க்கையில் தான் ஆர்வம் கொண்டிருந்தார்கள். (2) இவ்வுலக வாழ்க்கையை உண்மையென்று கருதினார்கள். (3) இன்பத்தை இவ்வுலக வாழக்கையிலேயே பெறலாம். (4) ஒரு குறிப்பிட்ட காலத்தின் சமூக நீதிக்குட்பட்டு இவ்வுலகிலேயே இன்பத்தைத் தேடிப் பெறலாம் என்ற கருத்துக்களை ஆற்றுப் படைப் பாடல்களில் காணலாம். (5) இனக்குழு உலகக் கண்ணோட்டத்தின் எச்சமாக முன்னிலை உலகாயதக் கருத்துக்களைப் புறப் பாடல்களில் காணலாம்.

உண்மையாக, உலகாயதக் கண்ணோட்டத்தின் ஆரம்பம் பஞ்சபூதக் கொள்கை என்னும் சிந்தனை ஓர் இனத்தாரிடம் தோன்றிய காலத்தில் தான் என்று கூறலாம். புறப் பாடல்களில் நீர், நிலம், வளி, ஆகாயம் என்ற நான்கு பூதங்களாலோ அல்லது தீயும் சேர்ந்து ஐந்து பூதங்களாலோ பிரபஞ்சம் ஆக்கப் பட்டது

என்ற சிந்தனையைக் காணலாம். ஒரு பாடலில் ஐந்து பூதங்களின் பெயர்களும் அவற்றின் தன்மைகளும் கூறப்பட்டுள்ளன. பூமிக்குத் திடத்தன்மையும், வானத்திற்கு பூமிக்கு மேலாகக் கவிந்து நிற்கும் தன்மையும், வானத்தில் இயங்கும் தன்மை காற்றிற்கும், தீயினுக்கு முரணான தன்மை நீருக்கும் உண்டென்றும், ஒவ்வொரு பூதமும் தனித்தனி இயல்பு கொண்டுள்ளதென்றும் இப்பாடல் கூறுகிறது.

புறப்பாடல்களில் ஐந்து பூதங்களும் உலகின் தனிமங்கள் என்றும் ஒன்றிற்கொன்று முரண்பட்டவையாகவும், உறவுடை யவையாகவும் விவரிக்கப்பட்டுள்ளன. இப்பூதங்களுக்கு தனி இயல்புகளும், பண்புகளும் உள்ளன. விண், விண்வெளித் தன்மையுடையது. பூமியின் மேல் உள்ளது. இவையிரண்டையும் ஏதோ ஒன்று பிரிக்கிறது. அதுவும் பூதத் தன்மையுடையதே. அது தான் வளி (வாயு) அதன் உச்சியில் தீயிருக்கிறது. இவையிரண்டிற்கும் நெருக்கமான தொடர்புள்ளது. ஆயினும் அவை இருவேறு பூதங்களே. தீயும், நீரும் முரண்பட்ட இயல்புடையன.இவையாவற்றையும் அவற்றின் இயல்புகளையும் கூறிய பின்னர், பூதங்களின் பொதுத் தன்மையை ஒரு பாடல் கூறுகிறது.[16]

மண் திணிந்த நிலனும்
நிலனேந்திய விசும்பும்
விசும்பு தைவரு வளியும்
வளித்தலைஇய தீயும்
தீமுரணிய நீரும் என்றங்கு
ஐம் பெரும் பூதத் தியற்கை போல.

ஒவ்வொரு பூதத்திற்கும் தனித் தன்மையைச் சுட்டிக் காட்டிய பின் பொதுத் தன்மையாக "இயற்கை" என்ற கருத்தைப் புலவர் கூறுகிறார். இதுதான் சமஸ்கிருதத் தத்துவ நூலார் குறிப்பிடும் "சுபாவம்" ஆகும். இதை இயற்கை வாதம் அல்லது சுபாவவாதம் என்றழைக்கலாம்.

புராணக் கதைகளின் தோற்றம்

இக்கொள்கைக்கு முரணான இவ்வைந்தும் தாமே தோன்றி தமது சுபாவத்தால் இயங்குபவையல்ல என்றும் இவற்றை இறைவன் படைத்தான் என்றும், கருதும் கருத்து மூளை உழைப்பிற்கும், கை உழைப்பிற்கும் பிரிவினை ஏற்பட்டு வர்க்கங்களாக சமுதாயம் பிரிந்த காலத்திலேயே அறிவு, உழைப்பிலும் சிறந்தது என்ற கருத்துத் தோன்றியது. அதன் வளர்ச்சியாக உலகப் பொருள்களனைத்தையும்

படைத்த சக்தி ஒன்று உண்டு, அது அறிவு மயமானது என்ற கருத்தும் தோன்றியது. இக்கொள்கை பூதவாதக் கொள்கையையும் இயற்கை வாதக் கொள்கையையும் மறுக்கவே உருவாக்கப்பட்டது. இக்கொள்கைகளின் பிரபஞ் சத்தின் இயக்கத்திற்கும், பிரக்ஞையின் இயக்கத்திற்கும் ஒரு படைப்போன் தேவை.

பிரக்ஞை அல்லது உணர்வைப் பற்றிய உலகாயதர் கொள்கையை தட்சிண் நாராயண சாஸ்திரி கீழ் வருமாறு விளக்குகிறார்.16 "பிரக்ஞை உடலின் ஒரு செயல், பொருளின் துகள்களில் உணர்வு இல்லை. இப்பொருட்துகள்கள் சிக்கலான ஆனால் ஒழுங்கான முறையில் அமைக்கப்பட்டு ஐக்கியமாகும் பொழுது உயிர்ப் பண்புகள் அப்பொருளமைப்பில் தோன்றுகின்றன.

உணர்வும் உயிரும் ஒன்றே நமது சிந்தனைக்கு அது தோன்ற ஏதுவாயிருக்கும் சிந்தனைச் சக்தி மூலகங்களின் ஐக்கியம் சிதையும் பொழுது மறைந்து போகிறது. உடல் அழிகிறபோது உணர்வும் அழிந்து போகிறது. உடலில்லாமல் உணர்வை மட்டும் தனியாக அறிய முடியுமா ? உடல் அழிந்த பிறகு உணர்வு அல்லது உயிரும் அழிந்து போவதால் செத்தபிறகு அவ்வுடலிலிருந்து கூடு விட்டுக் கூடு பாய்வதற்கு எவ்வித சக்தியும் கிடையாது. சூரிய வெளிச்சத்தால் தாமரை இதழ்கள் விரிகின்றன. அதுயில்லாதபோது சுருங்குகின்றன. இதபோலவே புறத்தூண்டுதல்களால் மனிதர்கள் இயங்குகின்றனர். அவர்களில் உடல் இயக்கம், உள்ள இயக்கம் இவையனைத்திற்கும் புறத் தூண்டுதல்களே காரணம். மனித வாழ்க்கையையோ, பிரபஞ்ச இயக்கத்தையோ தூண்டுவதற்கு ஒரு சிருஷ்டி கர்த்தா, இறைவன் அல்லது கடவுள் தேவையில்லை."

சொத்துரிமை, அரசு இவையிரண்டும் தோன்றிய காலத்தில் உழைக்கத் தேவையில்லாத ஓய்வுடைய வர்க்கம் தோன்றியது. அவர்கள் தாம் உழைக்காமலிருப்பதற்கு தங்களிடமிருக்கும் அறிவாற்றல், உழைப்பாற்றலை விடச் சிறந்ததென்றும், தங்கள் படைப்பு, உழைப்பின் படைப்புகளை விடச் சிறந்ததென்றும் நம்பி அவ்வாறே ஒரு கொள்கையையும் உருவாக்கினார்கள் உழைப்பையே தாங்கள் அறிவதான் படைக்கிறதென்றும் கருதினார்கள். இந்த கருத்தின் அடிப்படையில் தான் பிரபஞ்சச் செயல்களனைத்திற்கும் ஒரு படைப்பாளி தேவையெனக் கருதி, தங்கள் கருத்திலிருந்து இறைவனைப் படைத்தார்கள். ஐம்பூதக் கொள்கையும் சுபாவ - வாதக் கொள்கையும் கடவுட் கொள்கைக்கு முன்பிருந்தனவென்பதை, மிகப் பழமையான கடவுள் பற்றிய

புறப்பாடல்கள் குறிப்பிடுகின்றன. ஐம்பூதங்களைப் படைத்தவனாக சிவனை குறிப்பிடும் பாடல் ஒன்றுள்ளது.[17] அவர் பிரபஞ்சத்தையும், மனிதர்களையும், உயிரனங்களையும் படைத்தவரல்லர் (பைபிளில் வருணிக்கப்பட்டிருக்கும் தேவனைப் போல). இதற்கு முன்னாலிருந்த உலகக் கண்ணோட்டமான ஐம்பூதக் கொள்கையையும் ஒப்புக் கொண்டு, ஐம்பூதங்களுடைய தலைக்கு மேல் ஒரு படைப்பாளியை வைத்து விடுகிறது இக்கொள்கை. இக்கொள்கையைக் கூறும் பாடலின் கருத்து வருமாறு.

"மழுவைக் கையிலேந்திய கடவுள், புவி, ஒளி, விண், நீர் ஆகிய பூதங்களைப் படைத்தான். ஒளி நிறைந்த மேனியும் இமையாத கண்களும் உடைய தேவர்களுக்கு அவன் தலைவன். வாடாத மாலைகளை தேவர்கள் அணிகிறார்கள். மணம் மிகுந்த உணவை அவர்கள் உட்கொள்கிறார்கள்."

இக்கடவுள் சிவன். கையில் மழுவேந்தியவர். மனித வடிவில் கற்பனை செய்யப்பட்ட கருத்து இது. (Anthropomorphic conception) இவர் தேவர்களின் தலைவர் என்று இப்பாடலில் புலவர் கருதுகிறார். தேவர்கள் ஒளிமிக்க உடல்களும், இமையாத கண்களும் உடையவர்களாக வருணிக்கப்பட்டிருக்கிறார்கள். தேவர்களாயினும் அவர்களுக்கும் உணவு தேவையாகத்தானிருக்கிறது. அவர்கள் மணம் மிகுந்த உணவை உட்கொள்கிறார்கள். இக்கருத்து இனக்குழு வாழ்க்கையில் உருவானது. ஓர் இனக் குழுவை, வேறோர் உலகத்தில் கொண்டு போய் வைத்தது போலிருக்கிறது இக்காட்சி. இனக்குழு வாழ்க்கையின் அடிப்படைகளிலிருந்து முற்றிலும் பிரிந்து விடாத நிலையில்தான் கருத்து மாறுதலும் அரை குறையாக ஏற்படுகிறது. "அது தான் ஐந்து பூதங்களைப் படைத்த மழுவேந்திய தேவருலகில், மணம் மிக்க உணவை உண்டு வாழும். ஒளி நிறைந்த உடலும் இமையா நாட்டமும் உடைய கடவுள்."[18] மேற்கூறிய கருத்துக்களை மதுரைக் காஞ்சியில் காணலாம்.

உணவும் உயிரும்

உணவுப் பிரச்சனையை நினைத்ததும், புறப் பாடல்களில் அதற்கும், ஐம்பூதங்களுக்கும், உயிருக்கும் உள்ள தொடர்பு பற்றிச் சொல்லப்பட்ட கருத்துக்கள் தோன்றாமலிரா. ஒரு புலவர் ஒரு மன்னனை நோக்கி உணவுற்பத்தியைப் பெருக்க யோசனை சொல்லுகிறார். உணவு இரண்டு பூதங்களின் சேர்க்கை என்றும்,

அவை நீரும் நிலமும் என்றும். இவ்விரண்டு பூதங்களும் சேர மனித முயற்சி உதவ முடியுமென்றும் அவர் கூறுகிறார். அவர் கூறும் கருத்துக்கள் வருமாறு.

உண்டி முதற்றே உணவின் பிண்டம்
உணவெனப்படுவது நிலத்தோடு நீரே
நீரும் நிலனும் புணரி யீண்டு
உடம்பும் உயிரும் படைத்தி சினோரே,
வித்தி வானோக்கும் புன்புலம் கண்ணகன்
வைப்பிற் றாயினும் நண்ணி யாரு

இறைவன்றாட்குவாதே. உடல் என்பது உணவின் பிண்டம். உணவு என்பது நீரும் நிலமும். நீரும் நிலமும் சேரும் பொழுது உடலும் உயிரும் உண்டாகின்றன. விதைத்தவுடன் வானத்தைப் பார்க்கும் பூமியையுடைய மன்னன் செல்வம் பெற்று வாழ மாட்டான்.

உணவும் ஐம்பூதங்களும்

புறப்பாடல் ஒன்றிலும் மணிமேகலையிலும் உடலை, உணவின் பிண்டம் என்றழைக்கப்பட்டிருக்கிறது. மனித உடலை உணவுதான் உருவாக்குகிறது என்ற கருத்தைச் சங்க நுல்களில் பரக்கக் காணலாம். உணவு, நீரும் நிலமும் கூடியதன் விளைவாகத் தோன்றியது. இவ்விரு பூதங்களின் கூடுகைக்கு வழிசெய்யுமாறு மன்னனுக்குப் புலவர் அறிவுரை கூறுகிறார். பஞ்சபூதங்களின் இயற்கையை அறிந்து கொண்டால் மனிதன் பஞ்ச பூதங்களைத் தனது தேவைக்கற்றப்படி பயன்படுத்தலாம்.

இனக் குழுக்கள் முற்றிலும் அழிந்த பிறகு ஒரே சீரான சமுதாய அமைப்பு நிலை கொண்டு இயங்கியது. அதுதான் நிலவுடைமை முறை நிலவுடைமை உற்பத்தி முறை தமிழ் நாடு முழுவதிலும், அதற்கப்பாலும், பரவியது. இச்சமுதாயத்தில் இரு வர்க்கங்களாயிருந்தன. ஒன்று நிலவுடைமையாளர்கள், மற்றொன்று நிலத்தில் உழைக்கும் உழவர்கள் இவ்வுழவர்கள் முன்பு கூட்டிழைப்பில் ஈடுப்பட்டிருந்த இனக்குழு மக்களாவர். சொத்துரிமை தோன்றிய பின், அது பரவி, நிலம் தனிவுடைமையாகி, நிலமற்றவர்கள், நிலமுடையவர்களிடத்து உழைத்து தங்கள் உழைப்பில் ஒரு பங்கை, நில உடைமையாளருக்கு அளிக்க வேண்டிய நிலை ஏற்பட்டது. உழைப்பாளிகள் வறுமை வாய்ப்பட்டு

பசியில் உழன்றனர். பழைய இனக்குழு வாழ்க்கையில், உழைத்து அறுவடை செய்து ஒவ்வொருவரும் ஒரு பங்கு பெற்றனர். இருந்தால் எல்லோரும் உண்டுகளித்தனர். இல்லாவிட்டால் எல்லோரும் பசியால் வாடினர். புதிய உற்பத்தி உறவுகளால் இனக்குழுவிலிருந்த 'பொதுமை உறவுகள்' இல்லாமற் போய்விட்டன. மனிதனை மனிதன் சரண்டும் சமுதாயம் நிலை பெற்றுவிட்டது.

பழைய இனக்குழுவிலிருந்த உணர்ச்சிகள், சிந்தனைகளின் நினைவு முற்றிலும் மாறவில்லை. உழவர் பெருமக்களிடையே பிறந்து அவர்களோடு நெருங்கிய தொடர்பு கொண்டு வாழ்ந்த புலவர்கள், தங்களுடைய மக்களின் நிலைமையைக் கண்டார்கள் அவர்களால் தமது மக்களின் நிலையை மாற்ற முடியவில்லை. ஆனால் அவர்கள் நிலையைப் பார்த்து இரக்கம் கொள்ள முடிந்தது. முடிந்த அளவில் அவர்களுடைய துன்பத்தைக் குறைக்க இப் புலவர்கள் முயன்றார்கள். இதற்காக அவர்கள் வறுமையை வருணித்துப் பாடி, பிற மக்களின் இரக்கத்தைக் கோரினார்கள். மன்னர்களையும் செல்வர்களையும் பார்த்து, ஏழைகளுக்கு இரங்கி சமுதாயத்தில் எஞ்சிய செல்வத்தை ஏழைகளுக்குக் கொடுக்கும்படி வேண்டிக்கொண்டார்கள். கொடுத்தவர்களுக்கு இவ்வுலகில் புகழும், மறு உலகில் இன்பமும் கிடைக்கும் என்று ஆசை காட்டினார்கள். பசித் துன்பம் ஏழைக்கும், செல்வனுக்கும் ஒரே தன்மையானது தான் என்று கூறினார்கள். இத்துன்பம் எல்லோரையும் சமம் ஆக்கிவிடுகிறதென்று கூறினார்கள்.

நிலவுடைமைச் சுமுதாயத்தில் சமத்துவம் இருக்கவில்லை . ஆயினும் புலவர்கள் செவிவழிச் செய்திகள் மூலம் பழங்கால இனக்குழுச் சமுதாயத்தின் கூட்டு உழைப்பு உற்பத்தி முறை பற்றியும், பொது உற்பத்தியால் கிடைத்த தானியத்தைச் சமமாக பங்கு வைத்துக்கொண்டது பற்றியும் அறிந்திருந்தார்கள். இதனை முந்தையோர் 'மரபு' என்றும் கொடை வள்ளல்கள் வாழ்ந்த காலமென்றும் கருதினார்கள். புதிய சமூக முறையில் உழைப்பவனுக்கு வயிற்றுக்குப் போதுமான உணவுகூடக் கிடைக்கவில்லை செல்வர்களுக்கோ மேலும் மேலும் செல்வம் குவிந்தது. இந்த அநீதி புலவர்களின் மனச்சாட்சியை உறுத்தியது. மேன்மையான காலம் என்று அவர்கள் கருதிய பொற் காலத்தை அவர்களால் உயிர்ப்பிக்க முடியவில்லை. புலவர்கள் காலத்திலிருந்த சமுதாயத்தில் எல்லோரும் சமுதாய உற்பத்தியில் சமமான பங்கு பெறக்கூடிய விதத்தில் வாழ்க்கை முறைமையை மாற்ற

முடியும் என்று அவர்கள் நம்பவில்லை. எனவே செல்வர்களைப் பார்த்து "ஏழைகளுக்குக் கொடுங்கள். செல்வத்தைப் பயனின்றிச் சேர்த்து வைக்காதீர்கள்." செல்வத்துப் பயனே ஈதல், ஆனால் இவ்வறவுரைகள் செல்வர்களின் காதில் விழவில்லை.

பழைய இனக்குழு வாழ்க்கையும் புதிய நிலவுடைமை வாழ்க்கையும்

ஏழைகளுக்குத் தம்மிடம் உள்ள பொருளை மறைக்காமல் கொடுக்கும் செல்வர்களே புகழோடு வாழ்வார்களென்றும், அவ்வாறு கொடாதவர்கள் முன்னோர்களது மரபை அறியாதவர்கள் என்றும் ஒரு புலவர் கூறுகிறார். இம் முன்னோர் யார்? இவர்களது நினைவு இப்புதிய சமுதாயத்தில் அகலவில்லை. பாரி, காரி, ஓரி, ஆய் போன்ற இனக்குழுத் தலைவர்களையே நிலவுடைமை மன்னர்களின் முன்னோர்களெனப் புலவர்கள் குறிப்பிடுகின்றனர். இவர்களை இவர்கள் காலத்தப் புலவர்கள் எளிதில் கண்டு பரிசில் பெற முடியும். எனவே இவர்கள் புலவர்களால் வள்ளல்கள் எனப் புகழப்பட்டார்கள். இவர்கள் செல்வர்களாயினும், நிலவுடைமை அடைந்து, மக்களிடமிருந்து தனித்துப்போய் வாழ்ந்தவர்களல்லர். நிலவுடைமையாளர்கள் தனித்து வாழ்ந்த காலத்தில், முன்னோர் நினைவுகள் இச்சமுதாயத்தில் பொற்கால நினைவுகளாகத் தோன்றின. தங்கள் கால வாழ்க்கையை விட முற்கால வாழ்க்கை சிறந்ததாகத் தெரிகிறது. முற்காலத் தலைவர்கள் கொடை வள்ளல்களாகத் தோன்றினர். முற்காலத்தவர்கள் ஒருவருக்கொருவர் அன்புடையவர்களாகவும், ஒருவர் நோக ஒருவர் பாராதவராகவும், பரஸ்பரம் உதவி வாழ்ந்தவர்களாகவும், ஒருவருக்கொருவர் சமமாக இருந்தவர்களாகவும், ஒருவருக்கொருவர் அடிமைப்பட்டு வாழாதவர்களாகவும் பிற்காலத்தவருக்குத் தோன்றினார்கள்.

ஏழ்மையும், செல்வமும் முரண்பட்டுக் காணப்பட்ட தங்களது உண்மை வாழ்க்கை நிலையிலிருந்து முற்கால இனக்குழு நினைவுகளைப்பற்றி எண்ணியபொழுது, அவை நிலவுடைமைக்காலப் புலவர்களுக்குப் பொற்காலமாகவே தோன்றியது. இந்த "முந்தையோர் மரபு" எது என்பது இப்புலவர்களுக்குத் தெரியாது. ஏனெனில் அந்த மரபு அழிந்துபோய்ச் சில நூற்றாண்டுகளாகிவிட்டன. அந்த மரபு இப்பொழுது நினைவெச்சமாகத்தான் இருந்தது. அந்த கூட்டுழைப்பு, கூட்டுணர்வு, முதலிய இனக்குழுக் கூட்டு வாழ்க்கையையே குறிப்பிடுகிறது என்பதில் ஐயமில்லை. அக்கால இனக்குழுத் தலைவர்கள், புலவர்களையும் பாணர்களையும் சந்தித்து

உறவாடினார்கள். தாராளமாக இனக்குழுச் செல்வத்திலிருந்து பரிசில் கொடுத்தார்கள். அவர்களைப் போற்றி அவர்கள் காலத்துப் புலவர்கள் பாடிய திருந்து பல நூற்றாண்டுகளுக்குப் பின் வாழ்ந்த புலவர்கள் அவர்களைப்பற்றித் தெரிந்து கொண்டு, அவர்களது நினைவைப் போற்றிப் பாடினார்கள். இதுதான் "முந்தையோர் மரபு" பற்றிய உண்மை .

செல்வத்தைச் சேர்த்துக் கொண்டு, வறியவர்களுக்குக் கொடாமல் இருக்கும் செல்வர்களைப் பார்த்துப் புலவர்கள், புகழ் வேண்டுமானால் கொடுக்க வேண்டும் என்றுதான் சொல்லு கிறார்கள். இவ்வுலகிலே கொடுப்பவர்களுக்கு வெகுமதியுண்டு. கொடாதவர்கள் நரகத்துக்குப் போவார்களென்று சங்கப் புலவர்கள் அச்சுறுத்துவதில்லை, இவர்களுடைய கண்ணோட்டம் உலகாயதக் கண்ணோட்டம்.

வைதீக, பௌத்த சமணப் பண்பாட்டுக் கலப்பு

நிலவுடைமை வளருகிறபோது, ஆன்மீகக் கண்ணோட்டம் வளர்ந்தது. உலகாயதக் கண்ணோட்டம் தேய்ந்து வந்தது. இந் நிலையில், வட இந்தியாவிலிருந்து வேதவாதிகளும் பௌத்த பிக்குகளும், சமண முனிவர்களும் தமிழ் நாட்டுக்குத் தமது தத்துவங்களைக் கொணர்ந்தனர். இங்கு ஆன்மீக வாதத்தை ஏற்றுக்கொள்ளும் பக்குவமான தத்துவச் சூழ்நிலை இருந்ததால், உடைமை வர்க்கம் பல்வேறு வகையான கருத்து முதல்வாதத் தத்துவங்களுக்கு ஆதரவளித்தன. இது கிறித்தவ சகாப்தத்தின் ஆரம்பத்திலேயே நிகழ்ந்தது. மீமாம்ச யக்ஞைக் கிரியைகளும், உபநிஷத ஆன்மீக வாதக் கருத்துக்களும் தமிழ் நாட்டில் பரவின. அதே காலத்தில் அல்லது சற்றுப் பின்பாக பௌத்த சமண சமயங்கள் பரவின, இராமயாண பாரதக் கதைகள், வாய்மொழி இலக்கியங்களாகப் பரவின. இக்காப்பியங்களை கி.மு. முதல் நூற்றாண்டு முதலே தமிழ் மக்கள் அறிந்திருந்தார்கள் என்பதற்குப் பழந்தமிழ் இலக்கியங்களில் சான்றுகள் உள்ளன. பண்பாட்டுக் கலப்பு இவ்வாறு தொடங்கிப் பரவியது.

பண்பாட்டுக் கலப்புக்கு உகந்த பக்குவநிலை

வைதீக, பௌத்த, சமணக்கருத்துக்கள் வட இந்தியாவில் ஒரு குறிப்பிட்ட சமூக மாறுதல் கட்டத்தில் தோன்றியவை.

இக்கருத்துக்களை ஏற்றுக் கொள்ளக்கூடிய சமூகச் சூழ்நிலை அக்கருத்துக்கள் இங்குக் கொணரப்பட்ட பொழுது இருந்தது. எனவே அவை ஏற்றுக் கொள்ளப்பட்டன. இனக்குழு வாழ்க்கை அழிந்தபின் அந்த வாழ்க்கை முறையிலிருந்த கூட்டுவாழ்க்கைக்குப் பதிலாகத் தங்களுடைய சமயச் சங்கங்களை அமைத்துக் கொண்டு, இதனையே வாழ்க்கையின்பத்திற்கு வழியாகக் காட்டின. கூட்டு வாழ்க்கை அழிந்துவிட்ட பிறகு தென்னிந்திய மக்களும் தங்களை இணைத்துக் கொள்ள ஒரு பந்தத்தை நாடினர். பௌத்த சங்கமும் சமண சங்கமம் இத்தகையதொரு பந்தத்தை அளிப்பதாக தோற்றமளித்தன.

எனவே இச்சமயங்கள் தமிழ் மக்களைக் கவர்ந்தன. சமண, பௌத்த துறவிகள் தமிழ் மொழியைக் கற்று, மொழி இலக்கண நூல்களையும், நீதி நூல்களையும் இயற்றித் தமிழ் கற்றவர்களிடையே செல்வாக்குப் பெற்றார்கள். தமிழில் தோன்றிய முதல் காப்பியம் சிலப்பதிகாரம். அதன் ஆசிரியர் இளங்கோவடிகள் சமணர்.

இரண்டாவது காப்பியம் மணிமேகலை. அதன் ஆசிரியர் சாத்தனார், பௌத்தர். முதல்வர் துறவி, இரண்டாமவர் இல்லறத்தார். முதல் காப்பியம் தத்துவநூல் அன்று. கோவலன் என்ற வணிகனையும் அவனது மனைவியையும் பற்றிய கதைதான். இந்நூலில் தத்துவ வாதங்கள் அதிகமில்லை . ஆனால் மணிமேகலை, கோவலனுக்கு அவனது காதற் கிழத்தி மாதவி மூலம் பிறந்த மணிமேகலை துறவு பூண்ட கதையைச் சொல்லுகிறதானாலும், மணிமேகலை நூல் தோன்றிய காலத்திருந்த பல தத்துவங்களைப் பற்றியும் கூறுகிறது. இந்த வாதங்களைச் சமயக் கணக்கர் தம் திறங்கேட்ட கதையில் படிக்கிறோம். இந்த வாதங்களை அவ்வச்சமயவாசிரியர்கள் கூற மணிமேகலை கேட்பதாகக் கதை கூறுகிறது.

அவளுக்குக் கூறப்படும் தத்துவங்களாவன:

1. அளவை வாதம்
2. சைவம்
3. பிரம்மவாதம்
4. வைணவம்
5. வேதவாதம்
6. ஆஜிவகம்
7. நிர்க்கந்தம் (சமணத்தில் ஒரு பிரிவு)
8. பூதவாதம் (உலகாயதம்)[21]

இந்நூலில் பூதவாதி தனது தத்துவத்தை எப்படி விளக்குகிறார் என்று காண்போம்.

“பூதவாதியைப் புகல் நீ என்னத்
தாதகிப் பூவும் கட்டியும் இட்டு
மற்றுங் கூட்டத்து மதுக்களி பிறந்தாங்கு
உற்றிடு பூதத்துணர்வு தோன்றிடும்;
அவ்வுணர்வு அவ்வப்பூத அழிவுகளின்
வெவ்வேறுபிரியும் பறையோசையில் கெடும்.
உயிரொடுங்கூட்டிய உணர்வுடைப் பூதமும்
அவ்வப்பூத வழியவை பிறக்கும்
மெய்வகை இதுவே, வேறுரை விகற்பமும்
உண்மைப் பொருளும் உலகாயதன் உணர்வே
கண் கூடல்லது கருத்தளவழியும்
இம்மையும் இம்மைப் பயனும் இப் பிறப்பே
பொய்மை மறுமை யுண்டாய்வினை துய்த்தல்”

“தாதகிப் பூவையும் கருப்புக்கட்டியையும் சேர்த்துக் கொதிக்க வைத்தால் மதுச்சாரம் உண்டாகிறது. அது போலவே ஐம்பூதங்களின் சேர்க்கையால் உணர்வு தோன்றுகிறது. ஒலி காற்றோடு கலந்து போவதுபோல பூதங்கள் சிதைகிற பொழுது உணர்வும் மறைந்து போகிறது. பஞ்ச பூதங்களின் சேர்க்கையால் உயிருள்ள பூதங்கள் தோன்றி, அவற்றிலிருந்தே உயிருள்ள பூதங்கள் தோன்றுகின்றன. உயிரற்ற பூதங்கள் ஒன்றிரண்டு சேர்ந்து அதேவிதமான உயிரற்ற பூதங்கள் தோன்றுகின்றன. உலகாயதம் அடிப்படையில் பூதவாதத்தை ஒத்திருக்கும் தத்துவமே. காட்சிப் பிரமாணத்தின் மூலமே அறிவு பெற முடியும். அனுமானப் பிராமணம் போலித் தன்மையுடையது. உண்மையை அறிய அது சரியான பிராமணமாகாது. உலகம் உண்மையானது. அதன் விளைவுகள் இவ்வுலகத்தில் தான் காணப்படும். வேறோர் உலகத்தில் இவ்வுலக விளைவுகளின் பயன்களைத் துய்ப்போம் என்பது பொய்யாகும்.”

பூதவாத விளக்கத்தைக் கேட்ட பின்னர் மணிமேகலை அதனை மறுத்துரைக்கும் முறையில் சில கேள்விகள் கேட்கிறாள். தனது வாழ்க்கையில் நிகழ்ந்த ஓர் அதிசயச் செயலின் மூலம் அவள் தனது முற்கால வாழ்வின் நிகழ்ச்சிகளை அறிந்திருந்தாள். இது கதை. உரு வெளித் தோற்றங்களும், கனவு நிகழ்ச்சிகளும், தெய்வ நம்பிக்கையால் தோன்றும் மயக்கங்களும் பொய்யென்று பூதவாதி கூறுகிறான். அவற்றைப் பற்றி ஐயுறுதல் வேண்டும்.

பழைய உரையாசிரியர் இத்தத்துவத்தின் மூன்று விசேட வகைகளை வேறுபடுத்திக் கூறுகிறார். 1) பூதவாதம் 2) உலகாயதம் 3) சாருவாதம்

பூதவாதத்தின் உட்பிரிவுகள்

பூதவாதிகள் ஐம்பூதங்களில் நம்பிக்கையுடையவர்கள். ஆனால் சாருவாகர்களும், உலகாயதர்களும் நான்கு பூதங்களின் நம்பிக்கையுடையவர்கள். ஆகாயம் அல்லது விண்ணினை அவர்கள் ஒரு பூதமாகக் கருதுவதில்லை. இதனை தட்சிண் நாராயண சாஸ்திரி கூறுகிறார். 'உணர்வு என்பது உணர்வற்ற பூதங்களின் கூட்டால் ஏற்படுகிறது என்பதே உலகாயதர் கொள்கை உயிருடைப் பூதம், உயிரில் பூதம் என்று மணிமேகலையில் பூதவாதி கூறுவது போன்று இருவகைப் பூதங்கள் அவர்கள் கொள்கைப்படி இல்லை, இவ்விருவகைப் பூதக்கொள்கை, முரணற்ற பொருள் முதல்வாதக் கொள்கைக்கு முரணானது. ஏனெனில் உயிருடைப் பூதம் என்பது பூதங்களில்லாமல் வெறொரு சக்தியோடு இயைபு கொண்டு தோன்றுவதாக இருத்தல் வேண்டும். உயிர் என்பது என்னவென்பதை அக்கருத்துப்படி பூதங்களின் கூட்டால் தான் உலகிலுள்ள அனைத்தும் உண்டாகின்றன என்று விளக்குவது இயலாது. இவ்விரு வகைப் பூதங்கள் பற்றி உலகாயதர் கருத்துக்கள் யாவை என்று அறிவதற்குச் சான்றுகள் யாவை என்று அறிவதற்குச் சான்றுகள் எதுவும் கிடைக்கவில்லை. மணிமேகலைக் காவியத்தில் பூதவாதியின் தத்துவ விளக்கத்தைக் கேட்ட பின்னர், அவனுடைய விவாதத்தை முறியடிக்க மணிமேகலை சில வினாக்களை விடுத்ததாகச் சொல்லப்பட்டிருக்கிறது. தனது வாழ்க்கையில் நிகழ்ந்த அதிசயச் சம்பவம் ஒன்றின் மூலமாகத் தனது முற்பிறப்பைப் பற்றி அறிந்து கொண்டிருந்ததாக மணிமேகலையின் கதை கூறும். தனது முற்பிறப்பு பற்றித் தனக்குத் தெரியுமென்று அவள் பூதவாதியிடம் கூறுகிறாள். இதற்குப் பதிலாகத் தெய்வங்களின் மீது நம்பிக்கை கொள்வதால் அத்தெய்வங்களை நேரில் கண்டதாகக் கூறுவதும், உருவெளித் தோற்றங்களும், மாயைத் தோற்றங்களும், கனவுகளும் பிரக்ஞையற்ற நிலையும் ஆகிய அனைத்தம் நம்பத்தகாதவை என்று பூதவாதி கூறுகிறான். காட்சிப் பிரமாணம் (Direct perception) ஒன்றையே தான் நம்புவதாகப் பூதவாதி கூறுவதாக வேண்டுமென்றே எண்ணிக் கொண்டு, அவனிடம் அவள் ஒரு கேள்வி கேட்கிறாள். "அனுமானத்தின் மூலம் அல்லாமல், உன்னுடைய பெற்றோர்களை நீ எவ்வாறு அறிவாய்; நேரடிக்

காட்சியால் மட்டும் அல்லாமல், அனுமானத்தின் மூலம் நாம் உண்மையை அறிகிறோம். அனுமானத்தின் மூலம் நாம் அறியும் உண்மைகளை நம்ப மறுக்காதே'.[22]

பூர்வபட்ச பூதவாதம்

மணிகேலை ஒரு பௌத்த பிக்குணி. இக்காப்பிய ஆசிரியர் சாத்தனாரும் பௌத்தரே. எந்த வகையான உலகாயதாமாயினும் சரி, பௌத்தர்கள் அக்கருத்துக்களின் எதிரிகள்.

மறுப்பதற்கெனவே இக்காப்பியத்தில் பூதவாதியின் வாதம் கூறப்பட்டது. எளிதில் எதிர்க்கவும், முரண்பாடுகளைச் சுட்டிக் காட்டவும் ஏற்றபடி பூதவாதத்தை மணிமேகலையாசிரியர் திரித்துக் கூறியுள்ளார்.

நீலகேசியில் பூதவாதம்

நீலகேசிக் காப்பியத்தில் பூதவாதியின் பெயர் பிசாகன். அவன் நோய்வாய்ப்பட்டவனைப் போலக் காணப்படுகிறானாம். ஏனெனில் கட்டுப்பாடில்லாமல் உலக போகங்களை அனுபவிப்பவன் பொருள் முதல்வாதி என்ற எண்ணத்தை மாற்ற தத்துவவாதிகள் ஏற்படுத்த முயன்று வந்தனர். கிரேக்க தத்துவவாதிகளில் பொருள் முதல்வாதியான எபிகியூரஸ் என்பவனைப் பற்றி இதேவிதமான எண்ணத்தை ஏற்படுத்தப் பிற்கால தத்துவவாதிகள் முயன்றனர். இக்காப்பியமும் பூதவாதியை அறிமுகப்படுத்தும் போதே "பிணிகொள் மூஞ்சிப் பிசாசகன்" என்று அவனைப் பற்றிக் கூறுகிறது.

நீலகேசியில் கூறப்படும் பூதவாதம் பற்றி நேரிலேயே அறிந்துக் கொள்ளுவோம்.[23]

அணிகொளாரத் தரசபை கேட்கெனப்
பிணிகொள் மூஞ்சிப்பிசாசகன் சொல்லுவான்
குணி, குணம் என்றும் கூற்றிலது அதென்
துணிவைம் பூதங்களே, தொழில் சொல்லுகேன்
திண்ணென் தீ நில நீர்வாளி காயத்தாற்
கண்ணு மூக்கொடு நா மெய் செவிகளாய்
வண்ண நாற்றஞ் சுவையினோடுறு ஒலி,
எண்ணுங் காலையியைந்துழி யெய்துமே

ஐந்துங் கூடியறிவின்ப மாதியாய்
வந்து தோன்றி மதுமலக் காற்றலின்
அந்தி நூலும் குடஞ்சுடர் நாட்டம் போல்
சிந்தினாலவை சென்றினஞ் சேருமே.

உலகெலாம் அவையே உயிருண்டெனச்
சொலவலாரெனச் சொற்றெளிந்தே நின்று
பல காலங்களும் செய்யப் பயனிலார்
புலவராவதன்றோ அங்குப் போந்ததே.

மணிமேகலையிலும், நீலகேசியிலும் கூறப்படும் பூதவாதக் கருத்துகளில் காணப்படும் வேறுபாட்டை மணிமேகலை உரையாசிரியர் குறிப்பிட்டு விளக்குகிறார். மணிமேகலையின் பூதவாதி உயிருள்ள பூதம் உயிரற்ற பூதம் என இருவகைப் பூதங்கள் உள்ளனவென்று சொல்லுகிறான். உயிருள்ள பூதங்களிலிருந்து உயிருள்ளவையும், உயிரற்ற பூதங்களிலிருந்து உயிரற்றவையும் தோன்றுவதாக அவனே கூறுகிறான். உலகாயதர்கள் இவன் சொல்லுவது போல இரண்டுவகைப் பூதங்கள் உள்ளனவென்று ஒப்புக் கொள்ளுவதில்லை. மணிமேகலை பூதவாதியும் உலகாயதரும் பொருள் முதல் வாதத்தின் கடைப்பிடிகளில் ஒன்றுபடுகின்றனர். மணிமேகலையின் பூதவாதி இத்தத்துவத்தில் சிற்சில வேறுபாடுகள் கொண்ட சிலவகைச் சித்தாந்தங்கள் உள்ளனவென்று கூறுகிறான். நீலகேசியில் பூதங்களே தம்முள் கூடி உணர்வு, மகிழ்ச்சி முதலிய பிரக்ஞைகளைத் தோற்றுவிப்பதாக ஆசிரியர் கூறுகிறார். பூதத்திரள்களில் உயிருள்ளவை, உயிரில்லாதவை என்ற பாகுபாட்டை நீலகேசி கூறவில்லை.

முற்கூறியவற்றிலிருந்து தொன்மையான உலகாயத பூதவாதக் கருத்துக்கள் முதலில் சில முதிர்ந்த சிந்தனைகளாகத் தோன்றி பௌத்த, சமண தத்துவங்கள் தமிழ்நாட்டில் பரவிய காலத்தில் தர்க்கரீதியான சிந்தனை முறை ஆயின என்ற முடிவுக்கு வரலாம். பூதவாதத்தின் மீது, தத்துவவாதிகள் தொடுத்த தாக்குதலுக்குப் பதிலளிக்கப் பூதவாதிகள் தங்களுடைய தத்துவத்தைத் தருக்க ரீதியான சிந்தனை முறையாக உருவாக்கினார்கள். ஆன்மீகவாதிகள் எழுப்பிய தத்துவ வினாக்களுக்குப் பூதவாத அடிப்படையில் விடையளிக்கத் தம்முடைய தத்துவத்தை அவர்கள் செம்மையாக்கிக் கொண்டனர்.

உலகாயதத்தின் தோற்றுவாய்கள்

வாழ்க்கையின் அடிப்படைக் கேள்விகள் சில உள்ளன. அவற்றிற்கு எந்த தத்துவமும் விடையளிக்க வேண்டும். உயிர் என்றால் என்ன? உடலுக்கும் உயிருக்கும் என்ன தொடர்பு? இப்பிரபஞ்சத்தை மனிதன் எவ்வாறு அறிகின்றான்? பிரக்ஞை என்றால் என்ன? சாவுக்குப்பின் உயிரின் நிலை என்ன? இவ்வுலகில் புனர் ஜன்மம் உண்டா? வேறோர் உலகில் வாழ்க்கை உண்டா? இக்கேள்விகளுக்கு ஐம்பூதக் கொள்கையடிப்படையில் உலகாயதர்கள் விடையளித்தனரா? அவர்களே எழுதிய நூல்களெதுவும் பண்டைக் காலத்திலிருந்தே நமக்குக் கிடைக்காததால், இக்கேள்விகளுக்கு அவர்கள் என்ன விடையளித்தனர் என்பதை நம்மால் அறிய முடியவில்லை. உலகாயதரின் பகைவர்களே அவர்களது கருத்துக்கள் இவையென்று பண்டைக்கால முதல் சொல்லி வந்திருக்கிறார்கள். அதுவே பூர்வபட்சவாதம். உலகாயதர்களுடைய கருத்துக்களைப் பகைவர்கள் திரபின்றிக் கூறுவார்கள் என்று எதிர்ப்பார்க்க முடியாது. பகைவர்கள், உலகாயதர்களின் கருத்தை மறுக்க எளிதாயிருக்கும்படி அவர்களது கருத்தைத் திரித்துக் கூறுவது எளிது. பகைவர்களின் பூர்வபட்சக் கருத்துக்களிலிருந்து உலகாயதத்தின் உருவத்தை முழுமையாக அறிவது கடினம் என்ற கருத்தை தேவிபிரசாத் பின்வருமாறு கூறுகிறார்.[24]

"உலகாயத் தத்துவத்தை அறிய நாம் எந்தெந்த நூல்களை ஆதாரமாகக் கொள்ள வேண்டியதாய் உள்ளது? உலகாயத்தை இழிவு படுத்தவும், மறுக்கவும் எண்ணியவர்களது எழுத்துக்களிலிருந்து தான் உலகாயத்தை அறிந்து கொள்ளும் நிலமையில் இருக்கிறோம். பூர்வபட்ச அறிவாகத் தான் உலகாயதம் நமக்குக் கிடைக்கிறது. மற்றையத் தத்துவங்களுக்கு அவ்வத் தத்துவவாதிகளே எழுதி வைத்துப் பாதுகாக்கப்படுவது போல, உலகாயத நூல்கள் என்றுமே இருந்ததில்லை என்பதல்ல பொருள். பண்டைக் காலத்திலும், நடுக்காலத்திலும் உலகாய தத்துவ நூல்கள் இருந்தன என்பதை பல சான்றுகள் கொண்டு, தாஸ்குப்தா, கார்வே, துக்சி போன்ற அறிஞர்கள் நிரூபணம் செய்துள்ளார்கள்."

மிகவும் தொன்மையானது என்று அவ்வச் சமயவாதிகள் தங்கள் தத்துவத்தையே குறிப்பிடுவார்கள். அவ்வச் சமயவாதிகளின் புராதன நூல்கள் உலகாயத்தை மறுக்கின்றன. எனவே உலகாயதம் என்ற தத்துவம் பிற தத்துவங்களின் புராதன நூல்களைப் பார்க்கிலும் தொன்மையானது என்பது புலப்படும். பழைமையானதெனக்

கருதப்படும் வேதவாதம், சாங்கியம், மீமாம்சம், நியாயம், வைசேஷிகம் முதலிய தத்தவங்களிலும் இது பழைமையானது. அப் பழமையான நூல்களிலிருந்து, தமிழ் இலக்கிய நூல்களிலிருந்தும், உலகாயதம் பற்றிக் கிடைக்கும் ஆதாரங்கள் பூர்வ பட்சமாயிருப்பினும் கூட மிக முக்கியமானவை. இந்தியப் பொருள் முதல் வாதத்தின் முக்கியக் கடைப்பிடிப்புகள் எவை என்பதைப் பற்றி தொன்மையான தத்துவ நூல்கள் பூர்வ பட்சமாகக் கூறும் கருத்துக்கள் ஒன்று போலவே இருக்கின்றன. முக்கியமற்ற அம்சங்களில் தான் வேறுபாடுகள் காணப்படுகின்றன. எனவே அவை அடிப்படை அம்சங்களில் புராதன உலகாயத நூல்களின் கருத்துக்களையே சுருக்கிப் பூர்வபட்சமாகக் கூறுகின்றன என்று நாம் கருதலாம். அந் நூல்களிலிருந்து உலகாயத்தின் கடைப்பிடிகள் என நாம் அறிபவை வருமாறு:

1. தொன்மையான இந்திய உலகாயதர்கள் உலகம் உண்மையான தென்று நம்பினர். (அதாவது உலகம் மாயைத் தோற்றமல்ல, உண்மையானது.)

2. பொருள்களின் இயற்கை, செயல்கள் இவற்றினடிப் படையிலேயே வாழ்க்கை எழுகிறது.

3. உலக வாழ்க்கையின் பொருளாயத அடிப்படையில் ஐம்பூதங்கள் (நான்கு என்று கருதுவோரும் இருந்தனர்.)

4. ஐம்பூதங்களின் பல்வேறு வகையான சேர்க்கையால் பிரபஞ்சத்தின் பல்வேறு பொருள்களும், உயிரினங்களும் உண்டாகின்றன.

5. உணர்வும் உயிரும் ஒன்றே. அது ஐம்பூதச் சேர்க்கையால் உண்டாவதே. ஐம்பூதங்களின் ஒரு குறிப்பிட்ட விதமான சேர்க்கையால் உணர்வு என்ற குணம் பொருளில் தோன்றுகிறது.

6. உண்மையைக் காட்சி பிரமாணத்தால் அறியலாம்.

   (காட்சி - Direct Perception)

7. காட்சியும், காட்சியை அடிப்படையாகக் கொண்ட அனுமானமும் அறிவைப் பெறும் வாயில்கள் அல்லது இவையே அறிவின் ஊற்றுக்கண்கள் காட்சியின்றி, அனுமானமில்லை. அனுமானமின்றி அறிவு தோன்றுவதில்லை.

ஏழாவது எண்ணுள்ள கருத்தைப் பற்றி தத்துவ உலகில் ஒரு விவாதம் நிகழ்ந்துள்ளது. பண்டைய உலகாயதர்களுடைய

கருத்தில் அனுமானம் என்பது ஓர் அறிவுச் சாதனமா என்ற கேள்வி எழுகிறது. காட்சிப் பிரமாணம் ஒன்றதான் அறிவுச் சாதனம் என்று அவர்கள் கருதினார்களா? இந்த விவாதத்தை விளங்கிக் கொள்ள முயலுவோம். மணிமேலைக் காப்பியம் பல்வேறு தத்துவங்களின் கருத்துக்களை எதிர்த்துக் கூறி அவை ஒவ்வொன்றின் அறிதல் முறையையும் விளக்கிக் கூறுகிறது. இவையனைத்தையும் சுருக்கமாகக் குறிப்பிடுகிறது. "உலகாயதம் பிரத்தியட்சத்தை மட்டும் ஒப்புக்கொள்கிறது. பௌத்த பிரத்தியட்சத்தையும் அனுமானத்தையும் ஒப்புக்கொள்கிறது. சாங்கியம் மேற்கண்ட இரண்டோடு ஆகமத்தையும் ஒப்புக் கொள்கிறது. வைசேஷிகம் மேற்கண்ட மூன்றோடு உவமானத்தையும் ஒப்புக்கொள்கிறது. நியாயவாதிகள் மேற்கண்ட நான் கோடு அருத்தா பத்தியை ஒப்புக் கொள்கிறார்கள். மீமாம்சகர்கள் மேற்கண்ட ஐந்தோடு அபாவத்தையும் ஒப்புக் கொள்கிறார்கள்."

இதிலிருந்து பண்டைய உலகாயதர்கள் காட்சிப் பிராமணம் அல்லது பிரத்தியட்சத்தை மட்டும் அறிவு பெறும் முறையாகக் கருதினார்கள் என்பது மற்றைய தத்துவவாதிகளின் கருத்து என்பது புலனாகிறது. இக்கருத்து மணிமேகலையில் மீமாம்சகவாதியின் வாயிலாகக் கூறப்படுகிறது. மணிமேகலை உரைகாரர், இக் கருத்தோடு வரதராயர் போன்ற பிற்காலத் தருக்க ஆசிரியர்கள் ஒன்றுபடுவதாகக் கூறுகிறார். வரதராயரின் தருக்கரட்சை என்ற நூலில் உலகாயதர் கருத்தில் அறிவு பெறும் வழி காட்சிப் பிரமாணம் ஒன்றே என்று கூறுகிறார். இதனை மணிமேகலை உரையாசிரியர் மேற்கோள் காட்டுகிறார்.

பண்டை உலகாயதர்கள் காட்சிப் பிரமாணம் ஒன்றைத் தான் அறிவு பெறும் வழி என்று கருதினார்களா? அனுமானத்தை அறவே ஒதுக்கி விட்டார்களா?

மேற்கூறிய விவரங்களிலிருந்து உலகாயத்தின் விரோதிகள் அவ்வாறு கருதினார்கள் என்று தெரிகிறது. ஆனால் பகைவர்களின் கூற்றிலிருந்தே பூதவாதிகளின் தத்துவத்தில் முடிவுகளுக்கு வர அவர்கள் காட்சி, அனுமானம் என்ற இரண்டு அறிதல் முறைகளையும் பயன்படுத்தினார்கள் என்று தெளிவாகத் தெரிகிறது. ஆனால் அனுமானத்தை உடலின் வேறாக ஆத்மா உள்ளது என்ற கூற்றை நிருபிக்கவோ இம்மையிற் செய்த வினைகளின் பயன்களை அனுபவிக்க மறுமையுலகம் ஒன்று உண்டு என்பதை நிருபிக்கவோ

பயன்படத்தலாகாது என்று உலகாயத வாதிகள் கூறினார்கள். இந்தப் பிரச்சினையைத் தட்சிண நாராயண சாஸ்திரி ஆராய்ந்தள்ளார்[25] அவர் கூறுவதாவது, "உலகாயதர்கள் அனுமானத்தை இருவகையாகப் பிரிக்கிறார்கள். ஒன்று வருங்காலத்தை குறித்த அனுமானம் மற்றொன்று இறந்த காலத்தைக் குறித்த அனுமானம். வருங்காலம் குறித்த அனுமானம் தவறானது. அனுமானம் என்ற அறிதல் முறையின் எல்லைக்கு அப்பாற்பட்டது. இறந்த காலம் குறித்த அனுமானம் அறிதல் எல்லைக்குட்பட்டது. எனவே முதலாவது முறை தவறானது. இரண்டாவது முறை சரியானது."

இவ்வாறு தட்சிண நாராயண சாஸ்திரி சொல்வதை தாஸ்குப்தா விளக்கிக் கூறுகிறார்.[26] அவர் ஏழாவது நூற்றாண்டில் வாழ்ந்த புரந்தரர் என்னும் உலகாயத வாதியை மேற்கோள் காட்டுகிறார்.

"புரந்தரர், உலகையறிய அனுமானமும் உபயோகமான அறிதல் முறையே. ஆனால் ஒவ்வொரு அனுமானத்திற்கும் காட்சியின் அடிப்படையான சான்று வேண்டும். அனுமானத்திற்கு அடிப்படையாகக் காட்சி அல்லது அனுபவம் இருத்தல் வேண்டும். மறுமை உலகை நிரூபிக்கவோ சாவுக்குப் பின் வாழ்க்கை நீடிக்கிறது என்ற கொள்கையை நிரூபிக்கவோ, கர்மவிதிக் கொள்கையை நிரூபிக்கவோ அனுமானத்தைப் பயன்படுத்தலாகாது. ஏனெனில் இவை மூன்றும் காட்சிக்கும் அனுபவத்திற்கும் எட்டாதவை" என்று கூறுகிறார்.

இப்பொழுது தட்சிண நாராயண சாஸ்திரியின் கூற்று தெளிவாகிறது. அனுமான முறை பொருளடிப்படையிலான இம்மை வாழ்க்கையோடு தொடர்புடையதாக இருக்க வேண்டும். சாவுக்கு அப்பாலுள்ள வாழ்க்கை போன்ற இம்மை வாழ்க்கைக்கு அப்பாற்பட்ட கருத்துக்களை நியாயப்படுத்த அனுமானத்தை பயன்படுத்தலாகாது. தாஸ்குப்தா, புரந்தரர் கூறுவதாக மேற்கோள் காட்டும் பகுதி இதனை இன்னும் தெளிவாக்குகிறது. "அனுமானத்தைப் பயன்படுத்துவதில் இருவேறு உலகங்களைப் பிரித்தறிய வேண்டும். ஒன்று அனுபவத்திற்குட்பட்ட உலகம். மற்றொன்று அனுபவத்திற்கப்பாற்பட்ட உலகம். உலகாயதர்கள் அனுமானத்தை அனுபவ உலகத்திற்குப் பயன்படுத்தினார்கள்.

அதற்கப்பாற்பட்ட உலகத்திற்கு பயன்படுத்த மறுத்தார்கள். கடவுள் இருக்கிறார்' 'மறுபிறப்பு உண்டு' 'மறு உலகம் உண்டு' "யக்ஞ வினனகளால் பயன் விளையும்" நற்செயல்களால்

சொர்க்கமும் தீய செயல்களால் நரகமும் கிடைக்கும் இது போன்ற அனுமானங்கள் அனுபவ உலகத்திற்கு அப்பாற்பட்டவை. இதனை உலகாயதர்கள் மறுத்தார்கள். ஆனால் உலகாயத்தின் பகைவர்கள் அவர்கள் அனுமானத்தையே மறுத்ததாகக் கூறி உலகாயதன் புகை கண்ட விடத்துத் தீயை ஒப்புக்கொள்ள மாட்டான் என்று கேலி செய்தார்கள் புகையும் தீயும் அனுபவ உலகத்தைச் சேர்ந்தவை. இதற்கு அனுமானத்தை அறிதல் முறையாகப் பயன்படுத்துவதை உலகாயதர்கள் ஒப்புக்கொண்டார்கள். ஆனால் ஆன்மீக வாதத் தத்துவவாதிகள் உலகாயத்தை மறுப்பதற்காக உண்மையை மறுத்தார்கள். தென்னிந்திய உலகாயதத்தைப் பற்றி மேலும் ஆராய்தல் அவசியம். பிற்காலத் தத்தவ நூல்கள் தவிர சித்த நூல்களையும் ஆராய்தல் வேண்டும். சில உலகாயத தத்துவக் கோட்பாடுகள் சித்தர் பாடல்களில் உள்ளன. ஆனால் சைவ சித்தாந்த கருத்துக்களோடு கலந்தே காணப்படுகின்றன. உலகாளதக் கொள்கைகளுக்கும், சைவ சித்தாந்த ஆன்மீகக் கொள்கைகளுக்கும் சித்தர் பாடல்களுக்கும் உள்ள முரண்பாடுகளை, தத்துவச் சூழ்நிலை, கருத்து வளர்ச்சி, வரலாற்றுப் போக்கு என்ற ரீதியில் ஆராய்ந்தால் தமிழ் நாட்டுத் தத்துவ அறிவுக்குப் பெறும் பயன் விளையும்.

மேற்கோள் ஆதார நூல்கள்

1. தாஸ்குப்தா - *Indian Philosophy 8 Vols*
2. தட்சிண நாராயண சாஸ்திரி - *Philosophical Background of Ayurveda-chapt on Lokayatha.*
3. *A.*சக்கரவர்த்தி நயினார் - நீலகேசி முன்னுரை (ஆங்கிலம்) 1946. சென்னை.
4. தேவி பிரசாத் சட்டோபாத்யாயா- உலகாயாத (ஆங்கிலம்) 1958 பம்பாய்.
5. தாமோதரன் - *Indian Thought* (ஆங்கிலம்)
6. நீலகேசி முன்னுரை - அ.ச. நயினார்

7 தெ.பொ .மீனாட்சி சுந்தரனார் -*A history of Tamil Literature-Anna malai University*

8. *F. Engels-Dialectics of Nature. Moscow*
9. *K. Marx and F. Engels-German ideology Moscow*

10. 11, 12, 13, 14, 15, புறநானூறு

16. தட்சிண நாராயண சாஸ்திரி - Philosphical background of Ayurveda chapt on Lokayatha

17. மதுரைக் காஞ்சி 453-458

18. ,, ,,

19. புறநானூறு

20. மணிமேகலை - சமயக்கணக்கர் தம் திறம் கேட்ட காதை

21. மணிமேகலை - மேற்படி அத்தியாயம் பழைய உரை

22. மணிமேகலை - மேற்படி அத்தியாயம் பழைய உரை

23. நீலகேசி - 1936 சென்னை

24. தேவி பிரசாத் சட்டோபாத்யாயா - Lokayatha

25. தட்சிண நாராயண சாஸ்திரி -The Philosophical background of Ayurveda

26. Dasgupta-Indian philosophy on Lokayatha

பரபக்க லோகாயதம்

பரபக்கம் என்றால் எதிரியின் கூற்று என்பது பொருள். தமிழ் நாட்டுத் தத்துவவாதிகள் தமது எதிரிகளின் தத்துவக் கருத்துக்களை இப்பெயரால் அழைத்தார்கள். சைவ சித்தாந்த நூல்கள் சைவ சித்தாந் தத்திற்கு எதிரான தத்துவங்களைப் புறச் சமயங்கள் என்றும் பரபக்க வாதங்கள் என்றும் கூறும். உலகாயதம், பௌத்தம், சமணம் முதலிய தத்துவங்கள் சிவஞான சித்தியாரில் பிறப் புறச் சமயங்கள் என்றும் வேதங்களைப் பிராமண நூல்களாக ஒப்புக் கொள்ளும் சைவம் அல்லாத சமயங்களைப் புறச் சமயங்கள் என்றும் சைவத்தோடு பெரும்பான்மை உடன்படும் சமயங்களை அகச்சமயங்கள் என்றும் கூறுகிறது.

பரபக்கம்[1] என்பதனை வடநூலார் பூர்வபட்சம் என்றழைத்தனர். பிற்கால இந்தியத் தத்துவ நூலார் தத்துவ விளக்க நூல்களை எழுதியபோது ஒரு விவாத முறையைப் பின்பற்றினர். தம்முடைய கூற்றை விளக்குவதற்கு முன்னர், தமது தத்துவத்திற்கு எதிரான தத்துவங்களை, அவ்வத் தத்துவவாதி கூறுவதுபோல முதலில் கூறி, பின்னர் அத்தத்துவத்திற்குத் தடைகளைக் கூறி, இத்தடைகளுக்குத் தம் தத்துவமே விடையளிக்கிறது என்று கூறுவார்கள். இவ்வாறு எதிரிகளுடைய தத்துவத்தை அவர்கள் கூற்றாகவே கூறுவது பூர்வபட்சம் எனப்படும். இதுவே பல தத்துவ நூல்களில் முதற் பகுதியாக இருக்கும். இதன் பின்னர் பூர்வபட்சக் கூற்றை எதிர்த்து வாதிப்பார்கள். இது இரண்டாவது பகுதியாயிருக்கும். இப்பகுதி பூர்வபட்ச நிக்ரகம் என்றழைக்கப்படும். கடைசியில் தாங்கள் எழுப்பிய வினாக்களுக்கு வேறு தத்துவங்கள் விடையளிக்க முடியாதபோது, தங்கள் தத்துவமே விடையளிக்கிறது என்று தங்கள் கூற்றைக் கூறுவார்கள். அதுவே சுயபட்சம் எனப்படும்.

சைவ சித்தாந்திகள் பூர்வபட்சத்தையும், பூர்வபட்ச நிக்ரகத்தையும் ஒரே பிரிவில் அடக்கிக் கூறுவர். அதனையே பரபக்கம் என்பர். தம் கூற்று விளக்கத்தை சுபக்கம் என்பர்.

ஒரு தத்துவத்தைக் கற்றுக்கொள்ள வேண்டுமானால், அத்தத் துவவாதிகள் எழுதிய நூல்களைப் படித்தறிய வேண்டும். உதாரணமாக பிரம்மவாதத்தை பிரம்ம சூத்திரம், உபநிஷதங்கள், ஆரண்யகங்கள், கீதை, சங்கரரும் அவருடைய மாணவர்களும் எழுதிய நூல்களில் இருந்துதான் அறிந்துக் கொள்ள வேண்டும். பழைய பௌத்தக் கொள்கையைத் திரிபிடகத்திலிருந்தும், புதிய பௌத்தக் கொள்கையைப் பல்வேறு புதிய கொள்கைகளின் முதலாசிரியர்களின் நூல்களிலிருந்தும் அறிய வேண்டும். சமணத்தை ஆதி ஆகமங்களிலிருந்தும், பிற்கால சமண நூலார் நூல்களிலிருந்தும் அறிதல் வேண்டும். சாங்கியத்தை சாங்கியக் காரிகையினின்றும், பிற்கால சாங்கியத்தை ஈஸ்வர கிருஷ்ணர் போன்ற உரையாசிரியர்களது விளக்க நூல்களினின்றும் அறிதல் வேண்டும். சைவ சித்தாந்தத்தை சைவ சித்தாந்த சாஸ்திரங்கள் பதினான்கிலிருந்தும்[2] அவற்றின் மூல நூல்களான சைவாகமகங்களிலிருந்தும்[3] கற்றுக்கொள்ள வேண்டும். விநிஷ்டாத்துவைதத்தையும், துவைதத்தையும் இராமனுஜர், மத்துவரின் நூல்களில் இருந்தும் பிற்கால உரையாசிரியர்கள் நூல்களில் இருந்தும் தெரிந்துக்கொள்ள வேண்டும். மார்க்சிய தத்துவத்தை, மார்க்ஸ், எங்கல்ஸ், லெனின் ஆகிய முதலாசிரியர்கள் நூல்களில் இருந்தும், இவர்களுடைய வழியில் முன்னேறி ஆராய்கிற மார்க்சிய ஆசிரியர்களின் நூல்களில் இருந்தும் அறிந்துகொள்ள வேண்டும்.

இது நியாயமான முறை. ஆனால் தற்கால தத்துவவாதிகள் அவ்வாறு செய்வதில்லை. மார்க்சியத்தை எதிர்ப்பவர்கள் எது மார்க்சியம் என்று கூறுகிறார்களோ அதனையே மார்க்சியக் கூற்று என்று வேண்டுமென்றே கொண்டு, அதனை எதிர்த்து வெற்றிப் புன்னகை புரிகிறார்கள். டான் குவிக்ஸோட் என்ற ஒரு கதாபாத்திரம், அரக்கன் என்று ஒரு காற்றாடி இயந்திரத்தைத் தாக்கினதாக செர்வாண்டிஸ் என்ற ஸ்பானிஷ் எழுத்தாளன் ஒரு கதையில் கூறுகிறான். அதுபோலவே நவீன டான் குவிக் ஸோட்டுகள், தாமே எழுப்பி உருவாக்கிய கம்யூனிசப் பிசாசை விரட்டிவிட்டதாகக் கூறிப் பெருமைப்படுகிறார்கள்.

இது போலவே பூர்வபட்சத்தில், தமது தத்துவமல்லாத பிற தத்துவங்களைத் திரித்துக் கூறுவதும், திரித்துக் கூறிய கூற்றை மறுப்பதும் உண்டு. ஆயினும் பண்டைய தத்துவ நூலார் கூடிய மட்டும் பிறர் கூற்றை, அவர்கள் கூறும் விதத்திலேயே உண்மையாகக் கூறுகிறார்கள். பிற்காலத் தத்துவ நூலார் தாம்

எதிர்த்துக் கூறுவதற்கு எளிதாயிருக்கும்படி எதிராளிகள் கூற்றைத் திரித்துக் கூறும் திரிபுவாதத்தில் திறமைக் காட்டியுள்ளார்கள். சைவ சித்தாந்திகள், லோகாயதம், பௌத்தம், சமணம், சாங்கியம் முதலிய தத்துவங்களைப் பூர்வபட்சத்தில் முற்றிலும் மாறாகக் கூறி எதிர்வாதம் கூறியுள்ளனர் என்று சைவ சித்தாந்தச் சார்புடைய மணிமேகலை உரையாசிரியரும், சிவஞானசித்தியாரின் ஆங்கில மொழிப்பெயர்ப்பாசிரியர் ஜே.எம். நல்லாசாமிப் பிள்ளையும் கூறியுள்ளார்கள்.

இந்நிலையில் ஒரு தத்துவ நூலின் பூர்வபட்சத்திலிருந்து அந்நூலின் தத்துவம் தவிர வேறு தத்துவங்களின் உண்மையான போதனைகளை அறிவது கடினம். எனவே தான் ஒவ்வொரு தத்துவதையும் அதனதன் தத்துவாசிரியர்களின் நூல்களைப் படித்துதான் அறிந்து கொள்ள வேண்டும்.

ஆனால் இந்நிலைக்கு முற்றிலும் மாறாக நமது தத்துவங்களில் உலகாயதத்தை மட்டும், அதன் ஆசிரியர் வாயிலாக, அறிந்துக் கொள்ள முடிவதில்லை. உலகாயதம், சாருவாகம் பூதவாதம் என்று பிற தத்துவ நூலாரால் அழைக்கப்படும் பொருள் முதல் வாதத்தின் ஆசிரியர்கள் என்று பிரகஸ்பதியும், சாருவாகனும் கூறப்பட்ட போதிலும் அவர்களுடைய நூல்கள் எதுவும் நமக்குக் கிடைக்கவில்லை. 8ஆம் நூற்றாண்டில் வாழ்ந்த புரந்தரர் [6] என்பவர் லோகாயதர் என்று கருதப்பட்டார்.[7] ஆனால் அவருடைய நூல் முழுமையாகக் கிடைக்கவில்லை. தற்காலத்தில் லோகாயத நூல் என்று ஒன்று கண்டுபிடிக்கப்பட்டது. ஆனால் பொருள் முதல் வாதக் கருத்துக்களைக் கூறாமல், எல்லாத் தத்துவக் கருத்துக்களையும் எதிர்க்கும் சமயவாதக் (agnosticism) கூற்றுக்களை விளக்குகிறது. எனவே உலகாயதர்கள் எழுதிய உலகாயத நூல் எதுவும் கிடைக்கவில்லை. ஆயினும் மஹாபாரதம் முதல், சிவஞான சித்தியார் வரை எல்லாத் தத்துவ விளக்க நூல்களும் லோகாயதத்தைப் பூர்வபட்சமாகக் கூறி எதிர்க்கின்றன. எனவே நமது பிரம்மவாதிகள், மாயா வாதிகள், சமணர்கள், பௌத்தர்கள், அத்துவைதிகள், சைவ சித்தாந்திகள் ஆகிய கடவுள் நம்பிக்கையுடையவர்கள், ஆன்மீகவாதிகள், கருத்து முதல் வாதிகள் அனைவரும் லோகாயதத்தை எதிர்க்கிறார்கள். அவ்வாறு எதிர்ப்பதற்காக முதலில் பூர்வபட்சமாக லோகாயதம் அல்லது பூதவாதத்தை, அவ்வத்தத்துவ வாதியின் கூற்றாகக் கூறுகிறார்கள். இதுவே பூர்வபட்ச லோகாயதம்.

இப்பூர்வ பட்சக் கூற்றுகளின் ஒற்றுமையான அம்சங்களை ஒப்பு நோக்கித்தான் பண்டைய உலகாயதத்தைப் புனர் நிர்மாணம் செய்ய வேண்டும். அதன் பின்னர் இக்கருத்துக்களைப் பௌத்தர், சமணர், வைதீகச் சமயவாதிகள் எந்த வாதங்கள் கொண்டு எதிர்க்கிறார்கள் என்று கண்டு, அக்கருத்துக்களில் அவர்கள் தத்துவங்களுக்கு எதிரான கூறுகள் எவையுள்ளன என்பதை எதிர்மறையனுமானத்தால் அறிய வேண்டும். இம்மாதிரியான புனர் நிர்மாண ஆய்வுகளை ஜெர்மானிய தத்துவாசிரியர் வால்டார் ரூபனும்,[8] இந்தியத் தத்துவாசிரியர் தேவி பிரசாத் சாட்டோபாத்யாயாவும் செய்துள்ளனர். அவர்கள் சமஸ்கிருத மூலநூல்களின் சான்றுகளை ஆராய்ந்துள்ளார்கள். நான் முக்கியமான மூன்று தமிழ் தத்துவ நூல்களை ஆராய்ந்து, அந்நூல்கள் பூர்வபட்சமாகக் கூறும் லோகாயதத்தின் ஒற்றுமையான கூறுகளையும், வேற்றுமையான கூறுகளையும் சுட்டிக்காட்ட முயலுவேன். மேலும் அவர்கள் பூர்வபட்ச லோகாயதத்தை மறுத்துக் கூறும் வாதங்களைக் காட்டி, நவீன விஞ்ஞானத்தின் துணை கொண்டு அவர்களது மறுப்புக்களை மறுக்கவும் முயலுவேன். இவ்விரண்டு நோக்கங்களே இக்கட்டுரையின் ஆய்வு எல்லை.

நான் மூன்று நூல்களின் பூர்வபட்ச லோகாயதத்தை ஆய்வுக்கு எடுத்துக் கொள்ளுவதாக முன்னர் கூறினேன். அந்நூல்கள் மணிமேகலை, நீலகேசி. சிவஞானசித்தியார். இவற்றுள் மணிமேகலை, கி.பி. மூன்றாம் நூற்றாண்டிற்கும் இரண்டாம் நூற்றாண்டிற்கும் இடைப்பட்டதென இலக்கிய வரலாற்றாய்வாளர்கள் கூறுகின்றனர்:[9] மணிமேகலையில் காணப்படும் அளவை முறைகள் (logic) பௌத்த அளவியல் ஆசிரியரான திண்ணாகருடைய[10] நூல்களைப் பின்பற்றுவதால், இது திண்ணாகருடைய காலத்திற்குப் பிற்பட்டது என்பது என் கருத்து. திண்ணாகருடைய காலம் ஐந்தாம் - ஆறாம் நூற்றாண்டு என்று கணிக்கப்பட்டுள்ளது. மணிமேகலையின் காலமும் ஆறாம் நூற்றாண்டாகலாம். எவ்வாறாயினும் அது ஏழாம் நூற்றாண்டிற்குப் பிற்பட்டதாக இருக்க முடியாது. ஏனெனில் பௌத்த சமண சமயங்களை எதிர்த்த பத்தி வெள்ளம் அப்பர், ஞானசம்பந்தர்[11] காலத்தில் எழுச்சி பெற்றுவிட்டது. பெருங்காப்பியம் எழுதுகிற ஊக்கம், பௌத்தம் வலுவிழந்த காலத்தில் ஏற்பட்டிருக்க முடியாது . 7 - ஆம் நூற்றாண்டில்தான் ஹுயன்சாங் என்ற சீன பௌத்த பிக்கு, பௌத்த சமய நூல்களைத் திரட்டிக் கொண்டுபோகவும், இந்திய நாட்டு பௌத்த சமயப்பிரிவுகளின் கொள்கை வேறுபாடுகளை அறிந்து கொள்ளவும் இந்தியாவிற்கு வந்தான். தமிழ்நாட்டு பௌத்த

சமயக் கேந்திரங்களில் தங்கினான்.[12] அங்கிருந்து இலங்கைக்குச் சென்றான். அப்பொழுது பௌத்த சமயம் தேய்வு நிலையில் இருந்ததாக அவன் தனது நூல்களில் எழுதியிருக்கிறான். எனவே நாம் குறிப்பிட்ட நூல்களில் காலத்தால் முந்தியது மணிமேகலை. அது எந்த நூற்றாண்டைச் சேர்ந்தது என்ற வரலாற்றுச் செய்தி நமது ஆய்வுக்கு முக்கியமானதல்ல. இந்த மூன்று நூல்களின் கால வரிசையே முக்கியமானது.

நீலகேசி கி.பி. முதல் நூற்றாண்டைச் சேர்ந்தது என்பது சமணவாசிரியர்கள் கூற்று[13]. இது சமண நூலாதலால், சமணவாசிரியர்கள் இதற்கு மிகவும் புராதன காலத் தோற்றத்தைத் தேடித்தர முயன்றுள்ளார். நீலகேசி நூலை ஆய்வு முன்னுரையோடு பதிப்பித்த டாக்டர் சக்கிரவர்த்தி நாயினார், சமணவாசிரியர்கள் கூற்றை எடுத்துக்கூறி அதனோடு உடன்படுகிறார். சமணரல்லாத ஆசிரியர்கள், முக்கியமாக சைவர்களான ஆய்வாளர்கள், நீலகேசிக்கு உரையெழுதிய சமய திவாகர வாமன முனிவரின் காலம் 15-ஆம் நூற்றாண்டு என்றும், அதே காலம் தான் நூலின் காலம் என்று கூறுகிறார்கள். நூலாசிரியர் பெயர் தெரியவில்லை. காலமும் தெரியவில்லை. வாமன முனிவரைப் பற்றிய சாசனம் ஒன்றில் காலக் குறிப்பு உள்ளது.[14] இதனைக் கொண்டு உரையாசிரியர் காலத்தையே நூலாசிரியர் காலமாகச் சைவ ஆய்வாளர்கள் கருதினார்கள்

நீலகேசி மூலத்தில் நீலகேசியார் என்னும் சமணக் குரத்தியார் (பெண் துறவி) பல தத்துவவாதிகளோடு வாதம் செய்து, அவர்களைத் தோல்வி காணச் செய்து, சமணர்களாக மாற்றுவதைக் காண்கிறோம். உண்மையில் இது தத்துவவாத நூல். இலக்கியக் காவியமன்று. இங்கு நீலகேசியாரின் செயல்களைவிட, ஒவ்வொரு தத்துவவாதியின் தத்துவ கடைப்பிடிப்பையும் கேட்டு, அவற்றிற்குத் தடையெழுப்பி, அவர்கள் விடை கூற முடியாத பொழுது, சமண தத்துவப் போக்கில் தம் வினாக்களுக்குத் தாமே விடை கூற சமண சித்தாந்தத்தை நிறுவுவதே, அவருடைய வாழ்க்கை பேறாகக் காட்டப்படுகிறது. எனவே அவரைத் தத்துவ வாதியாகத்தான் நாம் நீலகேசி நூலில் காணமுடிகிறது. நீலகேசி மூலநூலாசிரியர் பிற தத்துவங்களுக்குச் சமணர் கூறும் தடைகளையும், அவற்றிற்குச் சமணர் கூறும் விடைகளையும் நீலகேசி என்னும் பாத்திரத்தின் மூலம் கூறுகிறார். அவ்வாறானால் அவ்வாசிரியர் காலத்து வழக்கில் இருந்த தத்துவங்களில் முக்கியமானவற்றையெல்லாம் அவர் விமர்சனத்துக்குட்படுத்தி இருப்பார். முக்கியமாகச் சமணக்

கருத்துக்களுக்கு எதிரான கருத்துக்கள் கொண்ட தத்துவங்களை அவர் ஒதுக்கிவிட மாட்டார். இவ்வாறு பார்க்கும் பொழுது, அவர் காலத்தில் முக்கியத்துவம் பெற்றிருந்த தத்துவங்களாகக் கருதி அவர் ஆய்வுக்கு எடுத்துக் கொண்டவை எவை என்று காணல் வேண்டும். பிற தத்துவம் ஒவ்வொன்றையும் ஓர் தத்துவவாதி மூலம் எடுத்துக் கூறச் செய்து அதனை நீலகேசியார் மறுத்துக் கூறுவதாக நீலகேசியாசிரியர் எழுதுகிறார். ஒவ்வொரு தத்துவத்திற்கும் ஒரு சருக்கம் (அத்தியாயம்) ஒதுக்குகிறார். அவ்வாறு அவர் ஒதுக்கிய சருக்கங்கள் வருமாறு:

1. குண்டலகேசி வாதச் சருக்கம்
2. அருக்கச் சந்திரவாதச் சருக்கம்
3. புத்தவாதச் சருக்கம்
   இவை மூன்றும் பௌத்த பிரிவுகள்
4. சாங்கிய வாதச் சருக்கம்
   இது அத்வைதத்திற்கு நேர்மாறான நாஸ்திக தத்துவம்
5. வேசடிக வாதச் சருக்கம்
   இது அணுக்கொள்கை வாதம்
6. பூசுவாதச் சருக்கம்
   இது லோகாயதம்

நீலகேசி ஆசிரியர் காலத்தில் இவை தமிழ் நாட்டில் பிரபலமாயிருந்த தத்துவங்கள் என்று கொள்ளலாம். முதல் மூன்றும் மஹாயான பௌத்தப் பிரிவுகள்.[15] 4, 5 வைதீக மதங்கள் என்று கூறப்படுபவை. ஆயினும் சாங்கியம் வேதத்தை எதிர்ப்பது. உலகப் பரிமாணம் அனைத்திற்கும் பிரகிருதி அல்லது பிரதானம் என்ற சூக்சுமப் பொருளே அடிப்படை என்று கூறுவது. ஆன்ம வாதிகளால் பெரிதும் எதிர்க்கப்படுவது. சங்கரரால் தமது முதல் எதிரி (பிரதானமல்லவா) என்று வருணிக்கப்படுவது.[16] 5. நியாய வைசேடிகம் என்ற தத்துவம் அணுச் சேர்க்கையால் பிரபஞ்சத் தோற்றத்தை விளக்குவது. கடைசித் தத்துவம் பொருள் முதல் வாதம். பூதவாதம் இந்நூலில் சங்கரருடைய மாயாவாதமோ, ராமானுஜருடைய விசிஷ்டாத்து விதமோ, மெய்க்கண்டாரது சைவ சித்தாந்தமோ இடம்பெறவில்லை. இவர்களுடைய தத்துவங்களில், சங்கரர் தத்துவம் 8 ஆம் நூற்றாண்டிலும், இராமானுஜருடைய தத்துவம் 11 ஆம் நூற்றாண்டிலும்,[17] மெய்க்கண்டார் தத்துவம் 13

ஆம் நூற்றாண்டிலும்,[18] தமிழ்நாட்டில் பரவின. இவை வலுவாகப் பரவிய பின்னர் நீலகேசி ஆசிரியர் வாழ்ந்திருந்தால், தம்முடைய தத்துவத்தின் வலுவான எதிரிகளின் தத்துவங்களை விமர்சிக்க விட்டிருக்கமாட்டார். எனவே இந்நூல் இத்தத்துவங்கள் தோன்று முன்னரே தோன்றி விட்டது என்றுதான் முடிவுக்கு வர வேண்டும்.

உலகாயதத்தை விமர்சிக்கும் நூல்களில் நாம் ஆய்வுக்கு எடுத்துக் கொண்ட நூல்களில் காலத்தில் அனைத்திற்கும் பிற்பட்டது சிவஞான சித்தியார் மூலமும்[19] சிவப்பிரகாசர்[20] உரையும். இதன் காலம் சிவஞான போதம் எழுதப்பட்ட காலத்திற்கு சில பத்தாண்டுகள் பிற்பட்டதாகக் கருதலாம். சிவஞானபோதம் எழுதிய மெய்கண்டாரை, சித்தியாரை எழுதிய அருள் நந்தி சிவாச்சாரியார் குருவாக வணங்கியுள்ளார். அவர் அத்வைதியாக இருந்து, மெய்கண்டாரது உபதேசத்தால் சைவ சித்தாந்தியாகி இந்நூலை எழுதினார் என்று சைவ பரம்பரைச் செய்திகள் கூறும். இச்செய்தி அகச்சான்றோடு உடன்படுவதால் இதனை ஏற்றுக் கொள்ளலாம். அவ்வாறானால் சித்தியார், 13 அல்லது 14-வது நூற்றாண்டில் இயற்றப்பட்டதாகும்.

எனவே காலத்தால் முற்பட்ட மணிமேகலையின் காலத்திற்கு முன்பே உலகாயதக் கருத்துக்கள் தமிழ்நாட்டில் வழங்கி வந்தன. இதனைப் பண்டைத் தமிழ் இலக்கியத்தில் பொருள் முதல் வாதக் கருத்துக்கள் என்ற என் ஆய்வுக் கட்டுக்கரையில் விளக்கியுள்ளேன்.[21] எனவே மணிமேகலையிலிருந்து நமது ஆய்வைத் தொடங்குவோம். மணிமேகலையில் சமயக் கணக்கர் தம் திறம் கேட்ட காதையில் எல்லாச் சமயவாதிகளின் கருத்துக்களையும் கேட்ட பின்னர் இறுதியாகப் பூதவாதியின் கருத்தை மணிமேகலை கேட்பதாகச் சாத்தனார் கூறுகிறார். தங்கள் தத்துவங்களை விளக்கும் சமயக்கணக்கர்கள் (தத்துவ வாதிகள்) பின்வரும் வரிசையில் மணிமேகலையிடம் பேசுகிறார்கள்.

1) அளவை வாதி - வேதவியாசர், கிருதகோடி என்ற முதலாசிரியர்களது அளவை வாதத்தை விளக்குகிறான்.

2) சைவவாதி - ஈசன் தனது தெய்வமென்றும் அவனே பிரபஞ்சத்தைப் படைத்துக் காத்து அழிப்பவனென்றும் கூறி அவனது தன்மைகளை விளக்கிக் கூறுகிறான்.[22] இக்காலத்தில் சைவ சித்தாந்தத்தின் அடிப்படையான பசு, பதி, பாச லட்சணக் கொள்கை தோன்றவில்லை என்று விளங்குகிறது.

3) வேதவாதி - வேதக் கூறுகளைப் பகுத்துக் கூறி அது யாராலும் இயற்றப்படாத தான் தோன்றி[22] (அபெளருஷேய) என்று கூறுகிறான்.

4) ஆசீவகவாதி[23] - அணுக்கொள்கையை விளக்கி உயிரும் அணுவே என்று கூறுகிறான். இதனைச் சைவ சித்தாந்திகள் தவறாகச் சமணத்தின் ஒரு பிரிவான ஸ்வேதாம்பரச் சமணம் என்று கூறுவர். நீலகேசி ஆஜீவகத்தைப் புறச்சமயம் என்று கூறி சமணத் தத்துவ நோக்கிலிருந்து அதனை விமர்சிப்பதால் இது சமணப் பிரிவயிறு என்பது விளங்கும். இதனுள் பல பூதவாதக் கூறுகள் உள்ளன. ஆயினும் முற்றிலும் பூதவாதமாக இதனைக் கருதுவதற்கில்லை .

5) நிகண்டவாதி - இது திகம்பர ஜைனப் பிரிவினரின் கொள்கையைக் கூறும்.

6) சாங்கியவாதி - இப்பிரிவில் நாத்திக சாங்கியமே கூறப்படுகிறது. எனவே ஈஸ்வர கிருஷ்ணருக்கு முந்திய கால சாங்கியக் கருத்துக்களையே சாத்தனார் அறிந்திருந்தார் என்று தோன்றுகிறது. ஆனால் சாங்கியத்தின் முதலாசிரியர் பெயராக கபிலனையே சாத்தனார் குறிப்பிடுகிறார். பிற்கால சாங்கியத்தைச் சாத்தனார் அறிந்திருக்கவில்லை. உரையாசிரியரே சாத்தனாருக்குப் பிற்காலத்தில் வாழ்ந்த ஈஸ்வர கிருஷ்ணரின் நூல்களைக் குறிப்பிடுகிறார்.[24]

7) வைசேடிகவாதி - சில தத்துவங்களின் முதலாசிரியர் பெயர்களைச் சாத்தனார் வேறோரிடத்தில் கூறுகிறார். அது அளவை வாதியின் கூற்றாக வருகிறது.

பாங்குறும் உலகாயதமே, பெளத்தம்
சாங்கிய நையாயிகம் வைசேடிகம்
மீமாஞ்சமாஞ் சமயவாசிரியர்
தாம் பிரகற்பதி, சினன், கபிலன்
அக்கப்பாதன், கணாதன், சைமினி.

இதன்படி தத்துவங்களின் ஆசிரியர்கள் யாரென்பது விளங்கும். இவை மிகப் பழமையான வழக்கு. இதனால் லோகாயதமும் மிகப் பழமையான வழக்கென்று அளவை வாதி கூறுகிறான். அளவைகள் எல்லோருக்கும் பொதுவென்பது அளவை வாதியின் கருத்து. அளவை தருக்க முறை. இங்கு அளவைவாதி பெளத்தர், சைனரின் அளவைகளையும் தனது பழமையான ஆசிரியர்களது

அளவைகளுக்கு உட்படுத்திக் கூறுகிறான். அளவை வாதத்தின் ஆசிரியர்கள் வேதவியாசன், கிருத கோடி, ஜைமினி இவர்களில் ஜைமினி மீமாம்சகர். பிற தத்துவங்களும் அவற்றின் ஆசிரியர்களும் கீழ்வருமாறு.

உலோகாயதம்	- பிருகற்பதி (பிருகஸ்பதி)
பௌத்தம்	- சினன் (புத்தர்)
சாங்கியம்	- கபிலன்
நையாயிகம்	- அக்கப்பாதன்
வைசேடிகம்	- கணாதன்
மீமாம்சம்	- சைமினி

மேற்குறிப்பிட்டவற்றிலிருந்து அளவை வாதிகளால் அதாவது தர்க்க நூலாரால் மதிக்கப்பட்ட தத்துவங்களில் புராதனமானவைகளில் உலகாயதமும் ஒன்று என்பது தெரிகிறது. இதனை மற்ற தத்துவங்கள் எதிர்த்தன என்பதும் அவையனைத்தும் இதனைப் பூர்வபட்ச தத்துவ வாதத்திலிருந்து தெரிகிறது.

இனி பூதவாதி மணிமேகலைக்குக் கூறும் பூதவாதம் எதுவென்பதைக் காண்போம்.[25]

பூதவாதியைப் புகல்நீ யென்ன
தாம்கிப்பூவு கட்டியுமிட்டு
மற்றங்கூட்ட மதுக்களி பிறந்தாங்
குற்றிடு பூதத்துணர்வு தோன்றிடும்,
அவ்வுணர்வவ்வப் பூதத் தழிவுகளின்
வெவ்வேறு பிரியும் பறையோசையிற் கெடும்.
உயிரோடுங் காட்டிய உணர்வுடைப் பூதமும்
உயிரில்லாத உணர்வில் பூதமும்
அவ்வப்பூத வழியவை பிறக்கும்
மெய்வகையிதுவே வேறுரை விகற்பமும்
உண்மைப் பொருளுமுல காயதன் உணர்வே.

(பொருள்:- பூதவாதியை உன் தத்துவத்தை விளக்கு என்றாள். அவன் கூறுவான்: அத்திப்பூவையும் கருப்புக்கட்டியையும் வேறுபொருள்களையும் கலந்தபோது கள்ளும், அதனிடத்தே களிப்பூட்டும் புதிய பண்பும் தோன்றினாற் போல ஐம்பூதங்களின் கூட்டத்தால் உணர்வு தோன்றும். பூதங்களின் கூட்டம் நீங்கியபோது அவ்வுணர்வு அழியும். உணர்வு அழிந்தால் ஐம்பூதங்களாகப்

பிரியும். இது பறையின் ஒலி தூரம் செல்லச் செல்லக் குறைந்து அழிவது போல உணர்வு அழியும். உணர்வோடு கூட்டப்பட்ட பூதத்திலிருந்து உணர்வுள்ள பூதம் பிறக்கும். உணர்வில்லாத உடல், உணர்வில்லாத பூதங்களின் சேர்க்கையால் உண்டாகும். உயிர், உணர்வுள்ள பூதங்களால் தோன்றும். உண்மை நெறி இதுவே. இவை தவிர வேறு விதமாகவும் உலகாயதரில் பல பிரிவினர் கூறுவர். காட்சியே அறிவுக்குப் பிரமாணமாம். இம்மையும் இம்மைப் பயனும் இப்பிறப்பிலேயே கழிவனவாம். மறுமைப் பிறப்புண்டென்பதும், அப்பிறப்பில் இறப்பின் வினைப்பயனை நுகர்தல் வேண்டும் என்பதும் பொய்" (மணிமேகலை உரை)

இவ்விளக்கம் பற்றி மணிமேகலை எதுவும் கேட்கவில்லை. அவனுடைய அறிவுத் தோற்றத்திற்குக் 'காட்சி' (பிரத்தியட்சம்) என்பதை மட்டும் மறுக்கும் வகையில், "உனக்குத் தாயும் தந்தையுமான பெற்றோரை எவ்வகையறிவாய்? அனுமான வளவையால் அறிவதையன்றி எவ்வாற்றிவாய்? மெய்மையான பொருள் யாவும் அனுமான முதலிய அளவைகளன்றி அறிதற்கரியனவாம்" (மணிமேகலை உரை)

எனவே மணிமேகலையில் பரபக்க நிக்ரகம் (எதிரி கூற்றை மறுத்தல்) ஒரே ஓர் அம்சத்தில் தான் இருக்கிறது. அது அறிவளவை இயல். அதாவது நாம் அறிவு பெற ஒரே வழி காட்சி மட்டுமே என்பது உலகாயதன் கூற்று எனக் கொண்டு அதனை எதிர்த்து அனுமானம் முதலிய அளவைகள் தான் மெய்யறிவைத் தருகின்றன என்று மணிமேகலை கூறுகிறாள்.

பூதவாதி தன் கூற்றில் ஒவ்வொரு தத்துவமும் பதிலளிக்க வேண்டிய முக்கிய வினாக்களுக்கும் பதிலளிக்கிறான்.

1) பிரபஞ்சத் தோற்றத்தின் அடிப்படை யாது?

2) உயிருக்கும் இயற்கைக்கும் எத்தகைய உறவு உள்ளது?

3) உயிராம் உணர்வு இப்பிரபஞ்சத்தை எவ்வாறு அறிகிறது?

பூதவாதியின் விடைகள் :

1) நீர், நிலம், ஒளி, தீ, விண் ஆகிய ஐம்பூதங்களின் சேர்க்கையாலேயே பல்வேறு உயிரற்ற பொருள்களும், உயிருள்ளனவும் தோன்றுகின்றன. ஐம்பூதங்கள் அழிவற்றவை. ஐம்பூதக் கூட்டால் தோன்றும் உயிரும், உணர்வும் கூட்டு நீங்கினால் ஐம்பூதங்களாகப் பிரிந்துவிடும்.

2) உணர்வு, பூதங்களின் கூட்டில் தோன்றுகிற ஒரு பண்பு, இப்பண்பு பெற்ற பூதம், உயிருள்ளவற்றைத் தோற்றுவிக்கும். இப்பண்புள்ள பூதம் அறிவுடையது. உலகை அறியும்.

3) உலகை அறியும் வாயில்கள் ஐம்பொறிகளே. அவை வழியே அறியும் புலனறிவே அறிவின் அடிப்படை. அவ்வறிவு பெறும் முறை பிரத்தியட்சமாகும். அனுபவத்தோடு முரணுகிற அறிவு பிழைப்பட்டது.

இவற்றுள் மணிமேகலையின் தடை மூன்றாவது அம்சத்திற்குத் தான் அவள் பிரத்தியட்சத்தைவிட, மெய்யான அறிவு பெறும் வழி அனுமானம் என்று காட்ட, "உன் தாய் தந்தையரை அனுமானத்தாலன்றி எப்படியறிவாய்?" என்று கேட்கிறாள்.

இது பூர்வபட்ச பூதவாதத்தில் மணிமேகலை கேள்வி. சாரக சம்ஹிதை[26] போன்ற மருத்துவ நூல்களிலிருந்து லோகாயதர்கள் நேர்காட்சியை அறிவின் அடிப்படையாகக் கொண்டார்களேயன்றி அனுமானத்தை நிராகரிக்கவில்லை என்று தெரிகிறது.[27] அனுபவத்தின் அடிப்படையில் அனுமானம் இருத்தல் வேண்டுமென்று அனுமான முறை எல்லை விதித்தார்களேயன்றி அனுமானமே அறிவு பெறும் வாயில் அன்று என மறுக்கவில்லை.[28] அனுபவத்தை விட்டு விலகி அனுமானத்தால் மட்டும் ஆன்மீக வாதிகளும், ஆத்திகர்களும், மீமாம்சகர்களும் வந்த முடிவுகளை அவர்கள் மறுத்து, அதற்கு அனுபவ ஆதாரங்களைக் கேட்டார்கள். உதாரணமாகக் கீழ்வரும் அனுமான முறையை (analogicallreasoning) லோகாயதர்கள் ஏற்றுக் கொண்டதில்லை.

1) "பாண்டத்தைப் பார்த்தவுடன் இதைச் செய்த குயவன் உண்டென்று அனுமானம் செய்கிறோம்.

2) அது போலவே உலகத்தைப் பார்த்ததும் இதைப் படைத்த கடவுள் உண்டென்று அனுமானிக்கலாம்"

முதல் தர்க்கமுறை உலகாயதருக்கு உடன்பாடு. ஏனெனில் அதன் பகுதிகள் அனுபவத்தால் உறுதிப்படும். இரண்டாவது அவர்களுக்கு உடன்பாடன்று. ஏனெனில் அதன் பகுதிகள் அனுபவத்திற்கப்பாற்பட்டது. நிரூபணத்துக்குட்படாதது.

மணிமேகலை தத்துவத்தின் முதலிரண்டு கூறுகளைப் பற்றி வினா எழுப்பாததால் நாமும் அதற்குமேல் லோகாயதன் கூற்றுப் பற்றி விவாதிக்க வேண்டியதில்லை.

இனி நீலகேசியின் பூர்வபட்சமாகப் பூதவாதி கூற்று எவ்வாறு கூறப்படுகிறது. ஜைனர்களின் மறுப்பு எத்தகையது என ஆராய்வோம்.

மதனஜித் என்ற அரசனது அவையில் பிசாசகன் என்றோர் பூதவாதி இருந்தான். அவனைப் பார்த்து "உன் தத்துவமிருந்தவாறு சொல்லுவாய்" என்று நீலகேசி கேட்க அவன் சொல்லத் தொடங்கினான்;[29]

856 ....

....

857 குணி, குணம் எனும் கூற்றிலனாலதென்
துணிவைம் பூதங்களே தொழில் சொல்லுவேன்.
திண்ணென்தீ நிலநீர் வளி காய்த்தால்
கண்ணு மூக்கொடு நாவென் செவிகளாய்
வண்ண நாற்றஞ் சுவையினொடு ஊறு ஒலி
எண்ணுங்காலை யியைந் துழியெய்துமே
858 ஐந்துங்கூட அறிவின் ஆதியாய்
வந்துதோன்றி மதுமாயக் காற்றலி
னந்தி நாலுங் குடஞ்சுடர் நாட்டம் போல்
சிந்தினாலவை சென்றினம் சேருமே
859 உலகெலாம வையே உயிருண்டெனச்
சொலவலரென சொற்பொழிந் தேநின்று
பலகலாங் களுஞ்செய்யப் பயனிலார்
லவராவதன் றோவங்குப் போந்ததே.
860 சென்ற காலத்துஞ் செல்கின்ற காலத்து
நின்ற காலத்தும் இந்நிகழ்ச்சியே
என்றுமிவ் வுலகத் தன்மைத்தே யிது
வன்றதென் றுரைப்பார யர்ப்பார்களே

பொருள்:

குணம், (குணி குணமுடைய பொருள் Substance) என்ற வேறுபாடு எங்களுக்கில்லை. எங்களுக்கு இறுதி உண்மை ஐம்பூதங்களே, உலகின் தொழில்களனைத்தும் ஐம்பூதங்களின் தொழில்களே. அவை அழியாதவை. உண்மையானவை. இவற்றிலிருந்து கண், மூக்கு, நாவு, உடல், செவி முதலிய பொறிகளும், நிறம், மணம், ருசி, ஸ்பரிசம், ஒலி முதலிய குணங்களும் தோற்றுகின்றன. பல பொருள் கூட்டத்தால், மது பிறப்பது போல, ஐம்பூதச் சேர்க்கையால் அறிவும்

இன்ப துன்பங்களும் ஐம்பூதச் சேர்க்கையின் மிகுதியால் தோன்றி, குறைவால் மறைகின்றன. ஐம்பூதங்களே அழியாத உண்மைகள். பிரஞ்சத்தின் நிகழ்ச்சிகள் அனைத்தும் இவற்றாலேயே நிகழ்பவை. இவ்வுண்மையை அறியாதவர்களே ஜீவனுண்டென்று கூறுகிறார்கள்.

பாமரர்கள் அவர்களது பொய்க் கூற்றை நம்புகிறார்கள். ஜீவனென்பது ஒரு கற்பனையான கருத்தே. இல்லாததைக் குறிக்கும் சொல்லே அது. ஐம்பூதங்களைத் தவிர வேறெதுவும் இல்லை. கடந்த காலத்திலும், நிகழ்காலத்திலும், வருங்காலத்திலும் அழியாத உண்மைகள் ஐம்பூதங்களே. இறுதி உண்மையை அறியாதவர்களே ஐம்பூதங்களைத் தவிர வேறு ஏதோ இருப்பதாகக் கூறுவர்."

நீலகேசியின் பூதவாதி தத்துவத்தின் அடிப்படைக் கேள்விகளுக்கு எவ்வாறு விடையளிக்கிறான் என்பதை மணிமேகலையின் பூதவாதியின் விடைகளோடு ஒப்பிட்டுக் காண்போம்.

1) பிரபஞ்சத் தோற்றத்தின் அடிப்படைக் காரணம் யாது?

நீலகேசியின் பூதவாதியின் விடை மிகவும் தெளிவாயுள்ளது. ஐம்பூதங்கள் தாம் உலகிலுள்ள அனைத்திற்கும் மூலமான பொருள்கள். மனித உடலும், உறுப்புகளும் அதன் கூட்டாலேயே தோன்றுகின்றன. அவற்றுள் தோன்றும் புலனுணர்வாகிய காட்சியும், கேள்வியும், ஊறும் முதலானவையெல்லாம் பூதங்களின் செயல்களே. இவற்றை உணர்வதும் அறிவதுமாகிய ஆற்றல் பூதங்கள் கூட்டத்துப் பிறக்கும் புதிய பண்பே. உணர்வும் அறிவும் ஐம்பூதக்கூட்டு நீங்கியபொழுது பிரிந்து மூலகங்களான ஐம்பூதங்களாகிவிடும்.

2) உயிருக்கும் இயற்கைக்கும் உள்ள உறவு என்ன?

ஜீவன் என்று ஒன்று இல்லை. குணம், குணி என்ற பிரிவு இல்லை. ஐம்பூதங்களின் பல்வகைக் கூட்டுகளினால் சூக்குமமான உணர்வு தோன்றுகிறது. இவ்வுணர்வுதான் பிரபஞ்சத்தை அறிகிற ஆற்றல் இங்கு மணிமேகலையின் பூதவாதி உயிரைத் தனியொரு பதார்த்தமாக (Substance) ஒப்புக்கொள்ளவில்லை. ஐம்பூதங்களின் சேர்க்கையால் உணர்வுடைப் பூதம் தோன்றி, உணர்வில் பூதம் என்ற ஐம்பூதக் கூட்டாகிய உடலோடு சேர்கிறது. சேர்ந்தபின் அதன்வழி உயிருள்ள பூதம் பிறக்கும் என்று மணிமேகலையின் பூதவாதி கூறுகிறான். அவனுடைய கூற்றும் பொருள் முதல் வாதமாகவே இருப்பினும், இவ்விருவகைப் பிரிவைப்பற்றி நீலகேசியின் பூதவாதி பேசவில்லை.

3) உணர்வு பிரபஞ்சத்தை எப்படி அறிகிறது?

அறிவியல் பற்றி இவன் ஒன்றுமே கூறவில்லை. ஆனால் நீலகேசி கேட்கிற முதல் கேள்வியிலிருந்தே இவன் காட்சிப் பிரமாணத்தை மட்டுந்தான் அறிவு பெறும் வழியாகக் கொண்டுள்ளான் என்று அவள் கருதுகிறாள். அவளுடைய கேள்வி வருமாறு: "ஐந்து பூதங்களும் கூடிச் சரீரமானவாறும், ஞானாதி தோன்றியவாறும், நீ பிரத்யட்சத்தாற் கண்டு சொல்லுகின்றாயோ? அனுமானத்தாற் கொண்டு சொல்லுகின்றாயோ? ஆகமத்தாற் சொல்லுகின்றாயோ?" (நீலகேசி உரை) (ஆகமம் - வாலறிவன் அருளிய நூல்.) அனுமானமும், ஆகமமும் பூதவாதிக்கு உடன்பாடான அளவைகளன்று என்று நீலகேசி கருதிச் சொல்லுகிறாள். சாத்தனாரும் அளவைவாதியின் வாயிலாக, பூதவாதி உடன்படும் அளவை 'பிரயத்யற்கம்' என்றே கூறினார். இதுபோன்றே பல தத்துவவாதிகளும் கூறி வந்ததால் நீலகேசியும் அவனுடைய அறிவளவை முறை பிரத்தியட்சம் மட்டுமே என்று கொள்ளுகிறாள். இதுபற்றி மணிமேகலைப் பூதவாதியின் அளவைக் கோட்பாடு பற்றி விளக்கும் போது கூறினேன். எனவே அதனை மீண்டும் கூற வேண்டியதில்லை.

நீலகேசி பூதவாதியைப் பல கேள்விகள் கேட்கிறாள். அவனுக்குப் பதிலளிக்க முடியவில்லை . அவற்றில் தத்துவத்திற்கு நேரடியான தொடர்புடையனவற்றை மட்டும் இங்குக் கவனிப்போம்.

அவளுடைய கேள்விகளை நான்கு தலைப்புகளுக்குள் அடக்கலாம்.

1) அளவறிவை இயல். 2) பிரபஞ்சத்தின் அடிப்படை பூதம் மட்டுமா? 3) பூதங்களின் சேர்க்கையால் உடலும், உடலுறுப்புகளும் உண்டாகும் என்பதால் ஏற்படும் முரண்பாடுகள். 4) மறு உலகம் இல்லை.

4) பூதங்களின் சேர்க்கையால் உணர்வும், அறிவும் தோன்றும் என்பதால் ஏற்படும் முரண்பாடுகள்.

இந்நான்கு தலைப்புகளில் நீலகேசி எழுப்பும் தடைகளையும், எதிர்வாதங்களையும் காண்போம்.

1) உன்னுடைய தத்துவத்தில் எவ்வாறு அடிப்படை உண்மையை அறிந்தாய்? புலன் காட்சியின் மூலமா? அனுமானத்தின் மூலமா? அல்லது சர்வக்ஞன் (குற்றமற்ற அறிவுடையவன், பரிபூரண அறிவுடையவன்) அறிவை வெளிப்படுத்தியதாலா? உன்

சமயத்திற்கு ஸ்தாபகர் உண்டு என்று நீ ஒப்புக்கொள்ளாததால், ஒரு ஸ்தாபகரின் உரை என்ற ஆகமநூல் உனக்குக் கிடையாது. (ஜைனத்தின் ஸ்தாபகர் ரிஷபதேவர். பின்னர் காலந்தோறும் தோன்றி உண்மையை வெளிப்படுத்தியவர்கள் தீர்த்தங்கரர்கள். அவர்களது தொகை 23. கடைசித் தீர்த்தங்கரர் வர்த்தமான மகாவீரர். அவர்களது நூல் ஆதியாகம்) பிரத்யட்சமே உனக்கு அறிவு அளவை அதனையே ஆதாரமாகக் கொண்டு ஐம்பூதங்களின் சேர்க்கையால் உணர்வும், மனவியல் கூறுகளும் தோன்றின என்று கூற முடியுமா? நீ உன் தாயின் கர்ப்பப்பையினுள் தோன்றியதை நேர்க்காட்சி மூலம் அறிந்தாயா? ஐந்து பூதங்கள் சேர்ந்து நீயாகும் பொழுது அம்மாவின் கர்ப்பப் பையில் நுழைந்து உன்னால் பார்க்க முடிந்ததா? இதனை அனுமானித்து அறிந்தேன் என்று நீ சொன்னால் ஜீவனையும் (உயிர்) அவ்வாறே அனுமானித்து அறியலாமே. நீதான் அனுமானத்தை அளவையாகக் கொள்ளுவதில்லை. ஆனால் உன்னுடைய தத்துவத்தின் சில கருத்துக்களைப் பிரத்யட்சத்தால் நிறுவ முடியாதே. உடல் ஜடமாயிருப்பதைப் பார்த்து (அசேதனம் இது ஜடமான ஐம்பூதங்களின் சேர்க்கை என்று சொல்லுகிறாய். அதுபோலவே சூட்சுமமான (சேதனம்) உணர்வும், அறிவும் ஜீவன் என்ற சேதனத் தத்துவத்தால் தோன்றியதாக ஏன் அனுமானிக்கக் கூடாது? இதே காரணத்தால் நீ ஆத்மாவை மறுக்கிறாய். பரலோகத்தை மறுக்கிறாய். இவற்றையெல்லாம் ஏன் அனுமானத்து அறியாக்கூடாது?

2) பிரபஞ்சத்தின் அடிப்படை, பூதங்கள் என்று வாதிடுகிறாய். என்னோடு வாதாடுகிற நீ யார்? ஐம்பூதங்களின் சேர்க்கையா? நான் ஐம்பூதங்களோடா வாதடுகிறேன்? உயிரற்ற ஜடப் பொருள்களின் சேர்க்கை இப்படி என் முன்னால் தத்துவப் பொருள்கள் பற்றிப் பேசுமா? எனவே பொருள்கள் தவிர ஜீவன் தனியாக உள்ளது. அது பொருள்களினின்றும் தோன்றியதன்று.

3) ஐந்து பூதங்கள் சேருவது எப்படி? ஒன்றுற் கொன்று முரணான குணமுடையவை நீரும், நெருப்பும் இவையிரண்டும் சேருவதாக நீ எப்படிச் சொல்ல முடியும்? இவை சேர்ந்து உடலை எப்படி உண்டாக்க முடியும்? இவை சேர்ந்து உடல் உண்டாகும் பொழுது உபவிளைவாக எப்படிச் சேதனத் தத்துவங்களான உணர்வும் அறிவும் தோன்றி முடியும்? பூதங்கள் உணர்வற்றைவை (non sentient). உணர்வற்றவற்றில் இருந்து உணர்வுள்ளவை (sentient)

தோன்ற முடியுமா? ஜீவன் என்னும் உணரும் தத்துவத்திற்குப் பூதங்கள் உபதானக் காரணமா? நிமித்தக் காரணமா?[30] (ஒரு பானையைச் செய்யக் களிமண் வேண்டும்; சக்கரம் வேண்டும். இவை உபதான காரணங்கள். செய்கிற குயவன் நிமித்த காரணம்.) மா முதலிய பொருள்களின் கலப்பால் மதுக்கள் பிறப்பதைப் பற்றிக் கூறினாய். அதனைக் காட்சியால் காட்ட முடிகிறது. அவ்வாறே உணர்வு தோன்றுவதை பூதங்களைச் சேரவைத்துக் காட்டுவாயா? விறகில் நெருப்பு அடங்கியிருப்பது போல் பூதங்களில் உணர்வு உள்ளார்ந்து இருக்கிறது. அவற்றின் சேர்க்கையில் வெளிப்படும் என்று கூறலாம். அதிக விறகு இருந்தால் தீ அதிகமாக எரிகிறது. விறகு குறைந்தால் குறைகிறது. விறகில்லா விட்டால் அணைகிறது. இப்படித்தான் உணர்வும் என்றும் நீ கூறுவாயா? உடலின் அளவுக்கும், அறிவின் கூர்மைக்கும் தொடர்பு எதுவும் இல்லையே. யானையை விட மனிதனுக்கு அறிவு சிறப்பாக இருக்கிறதே, ஜீவன் என்ற அழியாத பொருளில் இருந்தே அறிவு தோன்றுகிறது. பூதங்களினின்றும் அல்ல.

இனி ஐம்பூதங்களிலிருந்து ஐம்பொறிகளும், அவற்றிலிருந்து உணர்வும், அறிவும் தோன்றுகின்றன என்று நீ கூறுகிறாய். ஒவ்வொரு புலனும் ஒவ்வொரு பொறியில் இருந்து தோன்றுமானால் ஐந்து பூதங்களின் சேர்க்கையால் உணர்வு உண்டாகிறது என்ற உன் வாக்குக்கு மாறுபடவில்லையா?

4) பூதங்களின்[31] சேர்க்கையின் விளைவான உணர்வு, அதன் பௌதீக அடிப்படை (Physical basis) நீடிக்கும் வரை இருக்கும் என்றும், ஐம்புலன்களின் கூட்டுக் கலைந்தவுடன் மறைந்துவிடும் என்றும் கூறினாய். மயக்கத்தால் உணர்விழந்தவன் உடலோடுதானே இருக்கிறான்? உடலோடு இருக்கும் பொழுது, ஐம்பூதங்களின் கூட்டு கலையாதபோது, உணர்வில்லாமல் இருக்கிறானே; இது எவ்வாறு? ஐம்பூதங்களைத் தவிர வேறு எதனையும் இதற்குக் காரணம் என்று நீ கூறுவாயானால் உன் அடிப்படைத் தத்துவமான பஞ்ச பூதங்களே பிரபஞ்சத்தின் அழியாத உண்மைகள் என்பது பொய்யாகிப் போய்விடும். அப்படி ஐம்பூதங்கள் தவிர ஒரு சேதன தத்துவத்தால் தான் இவ்வுணர்வு நீங்குதலை விளக்க முடியும். இதனை ஜீவன் என்று அழைக்கலாம். மனிதன் பிறந்ததில் இருந்து சாகும் வரை தான் ஒருவனேயென்று

கொள்வதும் இளமையில் நடந்ததை முதுமையில் ஞாபகத்திற்குக் கொணர்வதும், நம்முள் நிலையானதோர் பொருள் இருந்தால் தான் இயலும். அதுதான் உணர்வும் அறிவும் உடைய ஜீவன்.

இம்மையில் மட்டும் இவ்வாறு ஜீவனை ஒப்புக் கொள்ளலாம் என்று நீ கூறலாம். இப்பிறப்புக்கு முன்னும் நாம் இறந்த பின்னும் ஜீவன் இருப்பதை யார் காண்பது என்று கேட்கலாம். உன்னுடைய பூதங்கள் நீ பிறக்குமுன் இருந்ததையோ, நீ இறந்தபின் இருக்கப் போவதையோ நீ காண முடியுமா? அதுபோலவே கர்மத்தின் விளைவை அனுபவிக்க வேண்டிய ஜீவன் நிரந்தரமானது. அது செயலுக்கேற்ற கதியடையும். (சமணர் சமயக் கொள்கைப்படி நான்கு கதிகள் உள்ளன; மனித கதி, நரக கதி, தேவ கதி, விலங்கு கதி இவையாவுமற்ற விடுதலை நிலை சிவகதி)[32]

இதன் பிறகு நடப்பதெல்லாம் தத்துவ வாதமல்ல. அவன் பேய் பிசாசு இல்லையென்கிறான். நீலகேசி உண்மையில் பேயாக இருந்து துறவியாக மாறியவள். தனது வாயை மட்டும் பேய் வாயாக்கிக் காட்டுகிறாள். அவன் மயங்கி விழுந்து பேய் இருப்பதை ஒப்புக்கொண்டு சமண சமயத்தை ஏற்றுக்கொள்கிறான். இவன் காட்சியைத் தவிர அனுமானத்தை ஒப்புக்கொள்வதில்லை என்பதைக் கேலி செய்யவே இந்த நிகழ்ச்சியை ஆசிரியர் புனைந்துள்ளார்.

இனி பூதவாதத்திற்கு நீலகேசி கூறும் தடைகளை ஆராய்வோம். மேற்கண்ட நான்கு தலைப்புகளிலேயே நம் ஆய்வை நிகழ்த்துவோம், முதலில் அறிவுக்குப் பிரமாணம் பிரத்யட்சம் மட்டுமே என்பது பூதவாதியின் அறிவளவை, காட்சி மட்டும் என்ற ஜைனர் கருத்தைக் கொண்டும், அனுமானத்தை அவன் ஒப்புக் கொள்ளவில்லை என்பதற்காக, அனுமானத்தால் மட்டும் அறியக் கூடிய உதாரணங்கள் கூறி, அதற்கு மேல், தாய் வயிற்றில் பூதங்கள் சேர்ந்து சிசு உண்டாவதை அறிவது அனுமானம் என்றால் ஜீவன், பரலோகம், மறுபிறப்பு ஆகியவற்றை ஏன் அறியக் கூடாதென்று நீலகேசி கேட்கிறாள். இதற்கு பூதவாதி விடையளிக்கவில்லை என்று ஆசிரியர் கூறுகிறார். உண்மையில் பூதவாதிக்கு அனுமானம் உடன்பாடே. ஆனால் அவன் அதைப் பயன்படுத்துவதற்குறிய எல்லைகளை வகுத்திருக்கிறேன். அடிப்படையில் எல்லாப் பொருள்களும் ஐம்பூதங்களின் சேர்க்கை என்று கூறும் பொழுது பொருள்களிலிருந்து பிரபஞ்சம் தோன்றுகிறது என்று கூறுகிறானே அன்றி எங்கு, எப்படிப் பொருள் சேருகின்றதென்று அவன் கூறவில்லை . எனவே

தாய் கருப்பையில் பூதங்கள் சேருவதை அறிய முடியுமா என்ற கேள்வி விதண்டாவாதம். பொருள் சேர்க்கையால் தான் யாவும் தோன்றுகின்றன என்பது பூதவாதியின் கருதுகோள். இதைப்பற்றி பின்னுமோரிடத்தில் காண்போம். இப்பகுதியில் அனுமானம் பற்றி மட்டும் கூறி முடித்துவிடுவோம். அனுமானம், அனுபவத்தால் நிரூபிக்கப்பட முடியுமானால்தான் அறிவளவையாகப் பூதவாதியால் ஏற்றுக் கொள்ளப்படும். இது ஓர் உண்மையான விஞ்ஞான நோக்கமாகும்.

இன்று அளவை இயலும், அறிவளவை இயலும், விஞ்ஞான முன்னேற்றத்தால் ஏற்பட்டுள்ள சிந்தனை முறைகளால் பெரிதும் வளர்ச்சி பெற்றுள்ளன. உணர்வையும் அறிவையும் மூளையின் பல மண்டலங்களின் செயலாகவும், உடலின் செயல்களை மூளையையும், உறுப்புக்களையும் இணைக்கும் மத்திய நரம்பு மண்டலத்தின் செயல்களாகவும் தற்கால மனோதத்துவ நூலார் விளக்குகிறார்கள். உணர்வும், அறிவாற்றலும் மூளையின் வேலைகள் *(functions)* புற உலகையும், மூளையையும் இணைப்பது பொறிகளும் நரம்பு மண்டலமும். மத்திய நரம்பு மண்டலத்தை, செச்சினாவ், பாவ்லாவ், பாவ்லாவின் மாணவர்கள் முதலிய சோவியத் நரம்பு மண்டல ஆய்வாளர்கள் ஆராய்ந்து மனத்தின் வேலைகள் என்று மக்கள் கருதி வந்த அனைத்துமே மூளையுட்பட்ட நரம்பு மண்டலத்தின் கிரியைகள் என்று சோதனைகள் மூலம் நிரூபித்துள்ளார்கள்.[33]

இதனடிப்படையிலேயே தருக்கவியலும் வளர்ந்துள்ளது. நமது அறிவுத் தோற்றத்தில் பல படிகள் உள்ளன. முதல் படி புற உலகிற்கும் நமது மூளைக்கும் ஏள்படும் தொடர்பு. இத்தொடர்பின் வாயில்கள் ஐம்பொறிகள். பொருள் இயக்கத்தில் வெவ்வேறு நிலைகளை வெவ்வேறு பொறிகள் அறிகின்றன. மெதுவான அலைகளான ஒலி அலைகளைச் செவி அறிகிறது. வேகமான ஒளி அலைகளைக் கண் அறிகிறது. இவ்வாறே பொருளின் பல நிலைப்பட்ட இயக்கங்களை பொறிகள் பதிவு செய்து நரம்பு மண்டலத்தில் சலனத்தை உண்டாக்குகின்றன. அவை நரம்புகளின் மூலம் மூளையின் குறிப்பிட்டப் பகுதிகளுக்குச் செல்கிறது. இச்சலனங்களையெல்லாம் கார்ட்டெக்ஸ் என்ற பகுதி தொகுத்தறிகிறது[34] *(Syatematise)*

இவ்வாறு அறியும்போது முதல் படியில் தோன்றுவது காட்சி அறிவு *(Perceptualknowledge)* இவற்றை மூளை பொதுமைப்படுத்தி

அறிகிறது. நாம் நாய், பன்றி முதலியவற்றைத்தான் காட்சியால் அறிகிறோம். மூளை இவற்றின் பொதுத் தன்மையைப் பிரித்து 'விலங்குப் பண்பு' என்ற கருத்தைப் பெறுகிறது. இது போலவே காட்சி அறிவிலிருந்து பொதுமைப்படுத்தப்பட்ட கருத்தறிவு தோன்றுகிறது (Conceptual knowledge). இது இரண்டாம் நிலை. இக்கருத்துப் படிமங்களை (Conceptual Images, Ideas)யே கொண்டு மேலும் சிந்திக்க மூளையால் இயலும். இப்பொழுது வெளியுலகத் தொடர்பின்றி மூளையினுள்ளேயே சலனம் நிகழ்கிறது. பல கருத்துக்களைக் கொண்டு சிந்திப்பதாலேயே விஞ்ஞானத்தில் கருதுகோள்கள் ஏற்படுகின்றன. இதனை (Ideationalthinking) என்று கூறுகிறோம். இது தான் தருக்கவியலின் பொருள். அதற்கு மேல் பல கருத்துக்களையே சிந்தித்து, நிரூபணம் செய்து, பொது விதிகளையும் அவற்றிற்கு அடிப்படையான தத்துவங்களையும் மூளை உருவாக்குகிறது. இதற்கு (Dialectical logic) என்று பெயர்.[35]

சோவியத் உயிரியல் விஞ்ஞானி , பாவ்லாவின் சோதனைக் களத்தில் ஜீவன் மனம் புத்தி உணர்வு (Consciousness) ஞாபகம் முதலிய சொற்களைப் பயன்படுத்தினால் ஒவ்வொரு சொல்லுக்கும் ஒரு பைசா அபராதம் விதிப்பாராம். இவற்றையெல்லாம் நரம்பு மண்டலச் செயல்பாடுகளாகக் கண்டு அச்செயல்களைக் குறிக்கும் சொற்களை உருவாக்கிப் பயன்படுத்தினர். எனவே இன்று சேதன தத்துவத்தின் கூறுகள் எனப்பட்ட பண்புகள் (உணர்வு, மனம், புத்தி) மூளையின் செயல்களாக அறியப்படுகின்றன. மூளை ஒரு வகை ஸெல்களால் உருவானது. செல் ஓர் உடலுறுப்பு, இது ஜடப் பொருளாலானது. இந்த ஜடப்பொருள்களில், ஒவ்வொரு செல்லிலும் கோடிக்கணக்கான அணுக்கள் கூடியிருக்கின்றன.

இத்தகைய பொருள், உணர்வுடைய பொருள். உணர்வு, அதன் சலனம் - அவ்வளவுதான். இப்படி பூதவாதியால் பதில் சொல்ல முடியுமா? முடியாது. இயற்கை விஞ்ஞானம் அவனுடைய காலத்தில் இவ்வளவு வளரவில்லை. எனவே அவன் பூதங்களின் கூட்டினால் உணர்வு தோன்றுகிறது என்றுதான் கூறமுடியும். பொருள்களின் கூட்டு என்பது எத்தன்மையது என்பதை தற்கால விஞ்ஞானங்கள் அனைத்தும் சேர்ந்து விளக்குகின்றன. இது அவனுக்குத் தெரியாது. ஆயினும் அவனுடைய சிந்தனைப் பாதை சரியான வழியில் தான் சென்றது. பொருள்களிலிருந்துதான் பிரபஞ்சத்தில், உயிரும் சிந்தனையும் உட்பட அனைத்தும் தோன்றியுள்ளன. என்ற கருத்தை இன்றைய விஞ்ஞான அறிவினால் மெய்ப்பிக்கிறோம்.

2) பஞ்சபூதக் கொள்கை பண்டைய இந்தியத் தத்துவ ஆசிரியர்களாலும், கிரேக்கத் தத்துவ ஆசிரியர்களாலும் விளக்கப்பட்டது. பிரபஞ்சம் பஞ்ச பூதங்களால் ஆனது என்ற ஆரம்ப பகுப்புவாதக் கொள்கையை அவர்கள் கூறினார்கள். சிலர் உலகத்தின் மூலங்களாக மண், நீர், தீ, வளி, ஆகாயம் ஆகிய ஐந்தையும் சிலர் ஆகாயம் தவிர மற்றைய நான்கையும், சிலர் இவற்றின் குணங்களாக உலர்தல், நனைதல், வெப்பம், குளிர் ஆகியவற்றையும் கூறினார்கள். இக்குணங்களால் பூதங்கள் உருவாவதாக அவர்கள் கூறினார்.

விஞ்ஞானம் வளர்ச்சி பெறாத காலத்தில் இவற்றையே உலகின் மூலகங்களாக அவர்களால் கருத முடிந்தது. அப்பொழுது உலகிலுள்ள பல பொருள்களை ஆராயவோ, அவற்றை பிரித்தறிகிற விஞ்ஞான முறைகளோ அவர்களுக்குத் தெரிந்திருக்கவில்லை . எனவே தம் அனுபவ ஞானத்தில் இருந்து கொள்கை வகுக்கும் பொழுது இந்த ஐந்தையுமே மூலங்களாக அவர்களால் கருத முடிந்தது.

வெப்பத்தைப் பற்றி மிகுதியாகக் கற்றுக் கொண்ட பிறகு பொருள்களை உஷ்ணப்படுத்திப் பிரிக்கக் கற்றுக்கொண்டபின் பல உலோகங்கள் உருக்கியெடுக்கப்பட்டன. மின்சாரத்தைப் பொருள்களைப் பிரிக்கப் பயன்படுத்தியபின் மேலும் பல உலோகங்களும், மூலகங்களும் தம் கூட்டுகளிலிருந்து பிரித்தெடுக்கப்பட்டன. தற்பொழுது அவ்வாறு பிரித்தெடுக்கப்பட்ட மூலகங்கள் 104. இவை 104 வகை அணுக்களால் ஆகியவை. ஒருவகை மூலகத்தில் ஒரே வகை அணுக்களே உள்ளன. இவ்வணுக்களைப் பற்றிய அறிவு கடந்த 50 ஆண்டுகளில் சோதனைகள் மூலமாக அதிகப்பட்டுள்ளது. 104 வகை அணுக்கள் கூடி 1100000 பொருள்கள் (கூட்டுப் பொருள்கள்) தோன்றியுள்ளன என்று 1960 வரை கணக்கிடப்பட்டுள்ளது. இவற்றுள் கரி, ஹைட்ரஜன் ஆக்ஸிஜன், நைட்ரஜன், குளோரின், புரோமின், ஐயோடின் ஆகிய 7 மூலக அணுக்கள் சேர்ந்து ஒரு லட்சம் வெவ்வேறு தன்மையுடைய பொருள்களைக் கொடுக்கின்றன.[36]

வெவ்வேறு மூலகங்களின் அணுக்கள் சில கூடிக்கிடைக்கும் ஒரு கூட்டுப்பொருளின் மிகச்சிறிய துகள்களுக்கு (mol ecule) மாலிக்யூல் என்று பெயர். அணுக்களின் வகையையும் எண்ணிக்கையையும் பொறுத்துக் குணங்கள் வேறுபடுகின்றன. அணுக்களின் எண்ணிக்கை ஒரு மாலிக்யூலில் அதிகமாக அதிகமாகப் புதிய பண்புகள்

தோன்றுகின்றன. எனவே பண்பு அணுவின் வகையையும் எண்ணையும் பொறுத்தது.[37]

ஒரு மாலிக்யூலில் ஆயிரம், இரண்டாயிரம், பத்தாயிரம் அணுக்கள் இருப்பின் அவை பாலிமெர் அன்று கனமான மாலிக்யூல்கள் என்று அழைக்கப்படும். இவற்றின் பண்புகள் சில அணுக்கள் கொண்ட மாலிக்யூல்களின் பண்புகளிலிருந்து பெரிதும் மாறுபடும்.[38] இவற்றுள் சில அமினோ அமிலங்கள் எனப்படும். அவற்றின் ஒவ்வொரு மாலிக்யூலிலும் ஆயிரக்கணக்கான அணுக்கள் உள்ளன. இவ்வணுக்கள் கரி, ஆக்ஸிஜன், ஹைட்ரஜன், நைட்ரஜன் ஆகிய நான்கு மூலகங்களின் அணுக்கள். இவ்வமினோ அமிலங்கள் பல ஒன்று கூடினால் அவற்றின் உள்ளமைப்பு சிக்கலைடைந்து புதிய பண்புடைய பொருள் கிடைக்கிறது. இதுவே புரோடோபிளாஸம், இதற்கு ஓர் மெம்ப்ரேன் உரையாகச் சேர்ந்துவிட்டால், அதுவே உயிருள்ள செல்லாகும். இப்பொழுது தன் இனத்தைப் பெருக்கிக் கொள்ளக் கூடிய உயிருடைய செல், உயிரற்ற அணுக்களின் சேர்க்கையால் உண்டாவதை வருணித்தோம். இந்த மாறுதல்களின் வரிசையை ஆராய்ச்சியின் மூலம் இரு சோவியத் விஞ்ஞானிகள், (லெபிஷின் ஸ்காயா, ஓபாரின்) என்பவர்கள் ஆராய்ச்சி மூலம் புலப்படுத்தி உள்ளார்கள். உயிரற்ற அமினோ அமில மூலக்கூறுகளிலிருந்து உயிருள்ள செல் தோன்றுகிற ரசாயன மாறுதல், செயல்முறையை லெபிஷின் ஸ்காயா எழுதிய *Origin of the cell* என்ற நூலிலும், ஓபாரின் எழுதிய *Origin of life* என்ற நூல்களில் விரிவாகக் காணலாம். அதாவது நீலகேசி கேட்ட அசேதனத்தில் இருந்து *(non-sentient)* சேதனம் *(sentient)* தோன்றுமா என்ற கேள்விக்கு இந்நூல்கள் விடையளிக்கின்றன. பொருள்கள் சிக்கலான அமைப்படையும் பொழுது புதிதாகத் தோன்றிய ஒரு பண்புதான் சேதனம் உயிர் *(sentience)*.

இன்று நாம் பதிலளிப்பது போல் பூதவாதி பதிலளித்திருக்க முடியாது. நீலகேசி கேள்வி கேட்டுவிட்டாள் பதிலளிக்க ஆயிரம் ஆண்டு விஞ்ஞான முயற்சி தேவையாயிருந்தது. உயிரியல் விஞ்ஞானத்தில் விர்சாவ் செல்லைக் கண்டுபிடித்து அதன் அமைப்பை விளக்கினார். பயோ கெமிஸ்டரி வளர்ச்சியடைந்து, இவையிரண்டையும் இணைக்கிற பல நுட்பமான சோதனைக் கருவிகள் கண்டுபிடித்த பின்னரே இக்கேள்விக்கு விடை கிடைத்தது. இவ்விஞ்ஞானங்கள் வளர்ச்சி பெற்றதற்கு சமுதாய வளர்ச்சிக்கு ஒரு காரணமான உற்பத்தி சக்திகளின் வளர்ச்சியே காரணமாகும். இவை

வளர்ச்சியுறாத காலத்தில், விஞ்ஞான அறிவும் பூதவாதத்தோடு நின்றது. அதன் மூலம் நீலகேசியின் வினாவிற்கு விடை கூற முடியவில்லை.

செல்லிலிருந்து மனிதன் வரை ஏற்பட்ட வளர்ச்சியை டார்வின் முதல், ஹால்டேன் வரை விளக்கியுள்ளார்கள். இம்மாறுதல்களின் அடிப்படைப் பொது விதிகளை டார்வின் நிலைநாட்டியுள்ளார்.[39] இப்பரிணாம மாறுதலை விளக்க நீலகேசியின் ஜீவன் , கரும் பலன், நான்கு கதிகள் முதலிய கற்பனைகள் தேவையில்லை. பொருள் முதல் வாத அடிப்படையிலேயே செல் முதல், மனிதன் வரையுள்ள உடல் வளர்ச்சியையும் அறிவு வளர்ச்சியையும் உயிரியல் விஞ் ஞானக் கோட்பாடுகளின் அடிப்படையில் விளக்க முடியும். மூளையின் செயல்பாட்டை அறியாத காரணத்தால் ஜீவன், புத்தி முதலிய கற்பனைகளை நமது பண்டையத் தத்துவ வாதிகள் படைத்தனர்.

இன்று உயிர் என்றால் ஏதோ புரியாத ஒன்றாக இருக்கவில்லை. இது உடல் என்ற மிகச் சிக்கலான பொருளமைப்பின் ஒரு பண்பு, இது உடலினுள் நடைபெறும் உயிரியல் ரசாயன மாற்றங்களின் ஒரு தொகுப்பு (totality)[40]. இம்மாறுதல் வரிசைத் தொடர் மாறி, திசை மாறி விட்டால் மாறுதல் நின்று போய்விடும். போய்விட்டால் செல்கள் வாழமாட்டா. அவைகள் பிரிந்து வேறு எளிய பொருள்கள் தோன்றத் தொடங்கும். இதுதான் சாவு. இவ்வரையறைக்கு மூலமான சில கூறுகளே எங்கல்ஸ் தமது இயற்கையின் இயங்கியல் என்ற நூலில் கூறினார்.[41] அவரைப் பின்பற்றிப் பல உயிரியல் சோதனைகள் செய்து ஹால்டேன் மேற்கூறியவாறு உயிரை வரையறுத்தார்.

இதனால் லோகாயத வாதியின் பாதையில் முன்னேறிய விஞ்ஞானிகளும், விஞ்ஞானங்களின் அறிவை தத்துவ அறிவின் அடிப்படையாகக் கொண்டிருக்கிற மார்க்ஸிய தத்துவமும் நீலகேசியின் வினாக்களுக்கு விடையளிக்க முடியும். வரலாற்றில் மிகப் பிற்பட்ட காலத்து நூல் சிவஞான சித்தியார். சைவ சித்தாந்திகளின் கருத்துப்படியே இது 13ஆம் நூற்றாண்டில் தோன்றியது. இந்நூலில் கூறப்பட்ட உலகாயதன் மதத்தில் முந்திய நூல்களில் காணப்படும் கருத்துக் கூறுகளோடு சில புதிய விளக்கங்களும் உள்ளன. புதிய விளக்கங்களைச் சற்று விரிவாகக் காண்போம். தொடர்ச்சிக்காகப் பழைய நூல்களிற் காணப்படும் பழைய கருத்துக்களையும் சுருக்கமாகக் கூறுவோம்.

முதலில் இந்நூலின் பரபக்கத்தில் உலகாயதன் காட்சி மட்டுமே அறிவு தோன்றும் பிரமாணம் என்று கூறுகிறான். பிற நூல்களில் இல்லாததொன்று, காட்சியை ஆறு வகைப்படுத்துகிறான். அவற்றை "மனம் ஆதி" ஆறு வகையானவை என்று கூறுகிறான். பூதங்களின் ரூபம் என்று நான்கு பண்புகளைக் கூறுகிறான். அவை 1) கடினம், 2) சீதம் (குளிர்), 3) வெம்மை , 4) சலனம் என்பவை. பூதங்கள் இவற்றோடு கூடும். அப்பூதங்கள் ரூபங்களோடு கூடியபின் அவற்றின் பெயர்கள் தலம், புனல், கனல், காற்று என்பனவாம். இவற்றின் குணங்கள் நாற்றம், இரத்தம், உருவம், பரிசம் என்பனவாம். இவை கூடும் பொழுது "வாயு பூதத்திலே நின்று மூன்று பூதங்களில் ஒன்றிலொன்றாக அடைவே கூடப்படும்." (உரை)

"அப்பூதங்களின் சொரூபங்களும் குணங்களும் தம்மில் ஒத்துக்கூடுகிற கூட்டத்திலே வடிவுகள் பலவுண்டாகும். குயவனது சக்கரத்தில் வைத்த மண்ணிலிருந்து பல உருவமுடைய பாண்டங்கள் தோன்றுவதுபோல, நீரில் கிளம்பிய குமிழியைப்போல் புத்தியும், குணமும் பொறிபுலன்களும் இவ்வுருவினிடத்துத் தோன்றும்."

பூதங்களிலிருந்து வாயு பிரிய இந்திரியங்கள் கெடும். தாவர சங்கமங்களும் இறக்கும். இவையிறந்தால் பூதங்கள் எஞ்சும். இவ்வாறு பூதங்கள் கூடுவதால் உருக்கள் தோன்றி வாயுக் கெட இறத்தலன்றி, "முன் செய்த கர்மம் பின்தொடரும் என்றும், இதனைப் புசிக்கத் தக்கதோர் ஆன்மாவுண்டென்றும், இவற்றைக் கூட்டுவான் ஒரு கர்த்தாவுண்டென்றும் சமயிகள் உலகத்தாரை மயக்குகின்றனர்" இவ்வாறு பிற சமயத்தார் கூறுவது மலடி பெற்ற மகன் முயலின் கொம்பிலேறி ஆகாயத்தில் பூத்த பூவைப் பறித்தான் என்று சொல்லுவதோடு ஒக்கும். இது உலகாயதன் கூற்று.

இப்பிறப்பில் செய்த கன்மங்கள் இவ்வுடம்பு கெட, கெடக் காண்கிறோம். பின்னர் பிறப்பில் கூடுவது எவ்வாறு? ஸ்தூலவுடல் போய் சூட்சுமமாய் நிலவுமென்பது, திரியோடு கூடி நிற்கும் விளக்கொளி, அத்தீயை நீக்கி தனியே நின்று ஒளிரும் என்று கூறுவது போலும்.

வெற்றிலையும் பாக்கு முதலியனவும் உமிழ் நீரோடு கூடினால் சிவப்புண்டாவதுபோல் பூதக் கூட்டத்தில் ஓர் உணர்வு உண்டாகும். அதுவன்றி ஆன்மாவொன்றில்லை.

இனிக் கடவுள் இல்லை என்று உலகாயதன் வாதாடுகிறான். கடவுள் உருவமற்றவன் என்று கூறினால் அறிவுமில்லாதவனாய் ஆகாயம் போல் ஆவான். உருவமுடையவன் என்று கூறினால்,

பூதக் கூட்டத்தில் தோன்றுதல் வேண்டும். இரண்டும் உடையவன் எனில் ஆகாயத்தில் கல்லை விட்டெறிந்தால் கூடி நிற்குமோ?

"பிருதிவி பூதத்தே உணர்வு தோன்றி, அதனால் உடலும், அவ்வுடலிலே புத்தியும், புத்தியிலே பேதலிக்கப் பட்ட மனமும் உண்டாய் வேறுபட்டன" என்று உங்கள் வேதமே சொல்லுகிறது.

இனி உலகாயதன் கூறுவதாகச் சிவஞான சித்தியார் கூறுவதெல்லாம் தத்துவத்தோடு தொடர்புடையனவல்ல. தனக்கு ஒழுக்கமில்லையென்றும், பெண் போகமே சிறந்த போகமென்றும், அதனை, நுகராமல், துறந்து சுவர்க்கம் சென்று காணப்போவது என்னவென்றும் உலகாயதன் கூற்றாகக் கூறப்படுகிறது. மேலும் வாமாச்சாரம் என்னும் தந்திரிகர் சமயமும், இவனது சமயமும் ஒன்றென்று ஆசிரியர் குற்றம் சாட்டுகிறார். வாமாச்சாரிகள் பஞ்ச மகாரங்கள் என்ற மது, மாது, மாமிசம் முதலியவற்றை சடங்காசார முறையில் நுகர்பவர்கள். இவர்கள் தாய்த் தெய்வத்தை வழிபடும் சாக்தேயர்கள். சக்தியை உலகத்தோற்றமனைத்திற்கும் காரணமானவள் என்று கூறுவர்.[42] இவர்களுக்கும் உலகாயதருக்கும் எவ்விதத் தொடர்பும் இல்லை.

இதுவே பரபக்க உலகாயதக் கருத்துக்கள். இனி சிவஞான சித்தியார் இக்கருத்துக்களுக்குக் கூறும் தடைகளைக் காண்போம். முதலிரண்டு பாடல்களில் காட்சி மட்டும் உலகாயதனது அளவையென்று கருதி அனுமானம் இன்றி எவ்வாறு அவன் தன் கொள்கையை நிறுவ முடியும் என்று ஆசிரியர் கேட்கிறார். "மாதா பிதா உண்டென்று மெல்லக் கருதிய நெறி நீ கூறிய காட்சியென்று, அனுமானமே" "பூதக் கூட்டத்தில் கருத்து தோன்றும் என்று கூறியது யாது, உன் கட்சியும் அனுமானப் பிரமாணமே." நூல்களின் பிராமணத்தாலே எதிர் காலத்து வினைகளைச் சோதிடர் கூறுவர். புதையல் இருக்குமிடத்தை அறியலாம். இதனையே நாங்கள் ஆகமப் பிரமாணம் என்று கூறுகிறோம். மண்ணைப் பாண்டமாக்குவதற்கு குயவன் வேண்டும். வெற்றிலை பாக்கு முதலியன சேர்ந்தவிடத்து சிவப்பு என்னும் ஒரு தன்மைதானே தோன்றுகிறது! ஐம்பூதங்களின் கூட்டத்தால் பொறிகளும், புலன்களும், குணங்களும் தனித்தனி உடலிடத்துத் தோன்றியது எவ்வாறு வெற்றிலை முதலியவற்றைக் கட்டுவதற்கு ஒருவன் வேண்டும். அதுபோல பூதச் செயலுக்கும் ஒருவன் வேண்டுமன்றோ?

இனி கன்மம் உண்டென்று ஆசிரியர் கூறுகிறார். கன்மம் இல்லையாயின் உயிரினங்களின் பேதங்களை எவ்வாறு

விளக்குவாய்? அறிவாலறியப்படும் எழுத்துக்களும் நுகர்ச்சிகளும், குண பேதங்களும் பூதக்கூட்டத்தால் உண்டாகாது. கன்மத்தால் தான் சாதி பேதமும் குண பேதமும் ஏற்படக் கூடும்.

பூதக் கூட்டத்தில் அறிவு தோன்றா என்று ஆசிரியர் லோகா யதத்தின் கூற்றை மறுக்கிறார்.

நீரிலும் நெருப்பிலும் அறிவு காணப்படாததால் பூதங்கள் அறிவாகா. உடலில் பூதக் கூட்டம் ஏற்படும் பொழுது அறிவு தோன்றுமென்றால், உயிரற்ற உடலில் அறிவு காணப்படு வதில்லையே. பிராணனால் அறிவுண்டாகும் என்றால், உறக்கத்தில் பிராணன் பிரியாமலிருக்கவும் அறிவு தோன்ற வில்லையே. எனவே வேறொர் அறிவுண்டென்பது தெளிவு.

“அறிவென்று வேறா முதலில்லை; உடற் குணமே அறிவென்று நீ கூறின், ஆனை முதல் எறும்பீறாக எடுத்தவுடலிற் பெரிதானவற்றின் உதிக்குமறிவு பெரியதாயும் சிறிதானவற்றில் உதிக்கும் அளவு சிறிதாயும் இருக்க வேண்டும். அங்ஙனமன்றி பெரிய உடலையுடைய யானையுடற்கு அறிவு சிறிதாயும், சிறிய உடலையுடைய மானுடற்கு அறிவு பெரிதாயும் இருப்பதேன்? ஆதலின் அறிவு உடற்குணமன்று.”

“பூதக் கூட்டமே பொருத்தப்பட்ட உடலுக்குக் காரணமாயின், பெண் ஆண்கள் காதலோடு புணரும் புணர்ச்சி காரணமாக உருக்கள் காரியப்படுவானேன்? அங்ஙனமானது அநாதியே. கர்த்தா நாயகியோடு கூடிப் போகத்தை விரும்ப அது காரணமாக உருக்கள் காரியப்பட்டு வருதலன்றி, பூதக் கூட்டம் காரணம் எனப்படாது.”

“நீ கூறிய பூதங்கள் காரியப்பட்டு பொலிவினையுடைத்தாய்ப் புசிப்பளவு நிலை பெற்று மீளவும் அழியா நிற்கும். ஆதலால் இவற்றை ஆக்கியும், அழித்துஞ்செய்வான் ஒரு கர்த்தாவுண்டென்று அறிவாயாக.”

பஞ்சபூதக் கொள்கையில் ஐம்பூதங்கள் உண்டு என்று பிறநூல்களின் பரபக்கம் கூறுகின்றன. சித்தியாரின் பரபக்கத்தில் நான்கு பூதங்களே உள்ளனவென்று உலகாயதன் கூறுகிறேன். இவன் பூதவாதியின் வேறானவன் என்பது ஆசிரியர் கருத்துப் போலும், மணிமேகலையில் “வேறுள விகற்பமும் உலகாயதன் உணர்வே” என்று கூறப்பட்டுள்ளது. அதனால் இவ்வேறுபாடு காட்டப்பட்டுள்ளது போலும். காட்சிப் பிரமாணம் ஒன்றே கொள்ளும் பூதவாதிக்குக் காட்சியால் காணமுடியாத ஆகாயம்

பொருந்தாதது எனக் கருதி இவ்வாசிரியர் அதனைப் பூதமன்று என ஒதுக்கிவிட்டார் என்று தோன்றுகிறது.

இன்னொரு புதுமையையும் உலகாயதன் கருத்தில் காட்டுகிறார். நான்கு பூதங்களான மண், தீ, நீர் வளிகளோடு சொருபங்களான தலம், வெம்மை, சீதம், சலனம் முதலிய நான்கு குணங்களும் சேர்ந்து வேறு பெயர் பெற்றனவென்று உலகாயதன் சொல்லுகிறான். இவற்றின் குணங்களையும் நான்காக அவன் கூறுகிறான்.

இது புதுப்புனைவாகவே தோன்றுகிறது. குணம் குணி என்ற (பேதத்தையே உலகாயதர் ஏற்றுக்கொள்வதில்லை. இவற்றை வேறுபடுத்த இயலாது என்பது அவர்கள் கூற்று. எனவே தனியாக உருவங்களும், பூதங்களும் கூடிக் குணங்களைப் படைத்தன என்பது உலகாயதர் கூற்றாகக் கூறுவது அவர்களது அடிப்படைத் தத்துவப் போக்கோடு பொருந்தவில்லை. இது சைவ சித்தாந்திகளின் புதுப்புனைவே.

பூதக் கூட்டத்தில் உணர்வு தோன்றும் என்ற உலகாயதன் கூற்றும், ஆன்மா, கர்மம், கடவுள் மறுப்புக் கருத்துக்களும் அவனுடைய தத்துவத்திற்குப் பொருத்தமாகவே கூறப்பட்டுள்ளன.

இனி உலகாயதன் கருத்துக் கூறுகளுக்குச் சித்தாந்தம் கூறும் தடைகளை ஆராய்வோம்.

அனுமானம் பற்றிய தடைதான் முதலில் கூறப்படுகிறது. முன்னரே இத்தடைக்கு விளக்கம் கூறிவிட்டோம். எனவே அதனை மீண்டும் கூற வேண்டியதில்லை.

அனுமானப் பிரமாணத்தைச் சைவ சித்தாந்தி ஏன் முக்கியப்படுத்துகிறார்? அனுமானம் இல்லாமல், "ஜீவன் நித்தியமானது, கன்ம பலனால் பிறப்பு உண்டாகிறது. கன்ம பலனாலேயே வேறுபாடுகள் உண்டாகின்றன; உயர்பிறப்பும், இழிபிறப்பும், கன்ம பலனாலேயே சம்பவிக்கின்றன; இறைவன் அருளாலேயே அறிவு தோன்றுகிறது. இறைவன் அருளாலேயே உயிர் (பசு) பாசத்திலிருந்து நீங்கி (bondage) அறியாமை வீடுபெறும். இறைவனருளின்றி மனித உயிர் வீடுபெறாது." போன்ற சமயக் கொள்கைக்கு நேர்காட்சிப் பிரமாணமும், அதன் எல்லைக்குட்பட்ட அனுமானப் பிரமாணமும் போதாது. எனவே எல்லையற்ற அனுமானமும் பண்டைய நூல்களின் கருத்துக்களும் அவசியம். இதற்காகத் தான் சைவ சித்தாந்தி அனுமானம் ஆகமமும் முக்கிய பிரமாணங்கள் என்று வாதிடுகிறான்.

அனுமானத்தை மனிதகுல அனுபவ வரம்பிற்குட்பட்டு சிந்திப்பதற்குப் பயன்படுத்துவதை லோகாயதவாதி எதிர்க்க வில்லை.

“புகை காணப்படுவதால் தீ எரிதல் வேண்டும்”

“ஆற்றில் சந்தனக் கட்டைகளும், மரம் செடி கொடிகளும் அடித்து வரப்படுவதால் மலையில் மழை பெய்யும்”

“மேகம் கறுத்திருப்பதால் மழை பெய்யும்”

“பாண்டம் இருப்பதால் குயவன் இருத்தல் வேண்டும்”

இவற்றை அனுமானம் இன்றி எவ்வாற்றிவது என்று சைவ சித்தாந்திகள் மட்டுமில்லாமல், ஜைனரும், பௌத்தரும், அத்வைதிகளும், நையாயிகளும் லோகாயதனை நோக்கிக் கேட்கிறார்கள். அனுமானத்தால் அனுபவ எல்லைக்கு உட்பட்டவற்றை யூகம் செய்யலாம். *(infer)* என்பது லோகாயத வாதிக்கு உடன்பாடே. அவனுடைய வாதத்தில் இது காட்டப்படவில்லை. ஏனெனில் அனுமானத்தை அவன் ஒப்புக்கொள்ளவில்லை என்று கூறி அவனுடைய தருக்க முறையைத் தாக்க எதிரிகள் முயலுகிறார்கள். அவன் எவ்வித அனுமானத்தை ஒப்புக்கொள்ளவில்லை? வரம்பற்ற அனுமானங்களை ஒப்புக்கொள்ளவில்லை. எவ்வித பௌதீக நிரூபணத்திற்கும் உட்படுத்த முடியாத அனுமானத்தை அவர்கள் ஏற்பதில்லை.

உதாரணமாக:

“கனவில் உணர்வு இல்லை, உடல் இருக்கிறது. எனவே உணர்வு உடலின் வேறானது. அது நிலையானது, அழியாதது. கர்மத்தை அனுபவிப்பது. கர்ம பலனை நுகரப் பல பிறவிகள் எடுப்பது.”

“கர்மம் தொடர்ச்சியானது. உயிர் அதனை அனுபவிக்க வேண்டும். எனவே இப்பிறவிக்குப் பின் அனுபவிக்க மறுபிறப்பு வேண்டும்.”

இவையிரண்டுமே வரம்பற்ற அனுமானங்கள் இவற்றைத் தான் லோகாயதன் ஏற்றுக் கொள்வதில்லை. அது போலவே கரும்பலனை அனுபவிக்க சுவர்க்கமும் நரகமும் அனுமானிக்கப் பட்டுள்ளன. அவற்றையும் அவன் ஒப்புக் கொள்வதில்லை. வெற்றிலை முதலியன சேரும்பொழுது சிவப்பு உண்டாகிறது. அது ஒரு தன்மைதானே? பல தன்மைகளான பொறிகளும், புலன்களும், அறிவும் ஆகியவை எவ்வாறு ஐம்பூதச் சேர்க்கையால் தோன்றும்?

ஐம்பூத அறிவு புராதன அறிவு, ஐம்பூதமெனப் பிரிக்கப்பட்ட பொருளின் தன்மைகள் பற்றி இன்று பல விஞ்ஞானங்கள் ஆராய்ந்துள்ளன. நாம் முன்னர் கூறியது போல 104 மூலகங்களின் அணுக்கள் பலவாறு, பல எண்ணளவில் கூடி 11 லட்சம் பொருள்களைத் தோற்றுவிக்கின்றன. இவை வெவ்வேறு தன்மையுடையவை. 104 வகையான அணுக்களையே எலக்ட்ரான், ப்ரோடான், நியூட்ரான், பாஸிட்ரான், மீஸான், நெட்ரான் முதலிய அணுவினும் சிறிய துகள்கள் உண்டாக்குகின்றன. இவற்றின் வேகமாறுதலால் புதிய தன்மைகளும் தோன்றுகின்றன. இவையனைத்தும் பொருள்களும், அவற்றின் செயல்களுமே.[43]

மனித உடலை உடலியல், உயிரியல் ரசாயனம் முதலிய விஞ் ஞானங்கள் ஆராய்கின்றன, மனித உடலின் தோற்றமே பரிணாம மாற்றங்களின் விளைவென்பதை டார்வினது கொள்கையும், அவருடைய கொள்கை வளர்ச்சியான தற்காலப் பரிணாமக் கொள்கையும் விளக்குகின்றன. மூளையின் உறுப்பியல் மூலமே உள்ளக்கூறுகள் அறிவு முதலியனவற்றை விளக்க இயலும். உளவியல் மேலும் மேலும் பொருளியல் அறிவால் விளக்கமுற்று வருகிறது. அறியாமை காரணமாகவே கற்பனையான ஜீவன், புத்தி, அகங்காரம், மனம் முதலிய தத்துவங்களை இன்னும் உளதென்று மதவாதிகள் நம்புகிறார்கள்.

பூக்கூட்டத்தில் அறிவுண்டாகுமென்றால் உடல் உறங்கும் போது அறிவில்லையே என்று சித்தாந்தி கேட்கிறார். இங்கு ஐம்பூதம் என்பதைப் பொருள் என்று தற்கால விளக்கமாகக் கொள்ள வேண்டும். மூளையின் செல்களின் செயலே அறிவு. அவை செயல்பட்டால் உணர்வு காணப்படும். அவை ஓய்வு பெற்றால் உணர்வு காணப்படாது. இதனை (Exitation) தூண்டுதல் என்றும் (inhibition) அடங்குதல் என்றும் மூளையை ஆராய்கிற விஞ்ஞானிகள் அழைப்பார்கள்.[44] மூளையினுள் குறிப்பிட்ட வேகத்தில் உயிரியல் ரசாயனச் செயல்கள் நடைபெற்றால் அது உணரும். அவ்வேகம் மிகக் குறைந்தால் உணராது. எனவே உணர்வு உடலின் வேறு என்று கொள்ள வேண்டியதில்லை. உடலின் ஒரு பகுதியில் வலியை மூளை உணருகிறது. அப்பொழுது வலி தோன்றுகிற இடத்திலிருந்து நரம்பு மூலம் அதிர்வுகள் வலியுணரக்கூடிய மூளையின் பகுதியிலுள்ள செல்களைப் பாதிக்கின்றன. நரம்பு செல்களின் வழியே அதிர்வு செல்லாமல் ஓர் அனெஸ்தெடிக் மருந்து மூலம் தடுத்து விட்டாலோ,

மூளையின் செல்களின் ரசாயனச் செயல்களின் வேகத்தைக் குறைக்கும் ஒரு மருந்தை உட்செலுத்தி விட்டாலோ, வலியை நாம் அறிவதில்லை . வலியில்லாத பிரசவம் பிரசவத்தின் போது சாதாரணமாகி வருகிறது. இங்கு மூளையின் இரண்டு பகுதிகள் செயல்படுகின்றன. ஒன்று சிசுவைக் கருப்பையினின்று வெளியே தள்ளச் செயல்படும் தசைகளை இயங்கச் செய்யும் நரம்புகள். மற்றொன்று தசைகள் இயங்குவதால் வலி அதிர்வை மூளைக்குச் செலுத்தும் நரம்புகள் வலியைச் செலுத்தும் நரம்புகளையோ, வலியை உணரும் மூளையையோ ஓய்வு கொள்ளச் செய்தால் வலி தெரிவதில்லை. இயங்கு தசைகளை மட்டும், அதனோடு தொடர்பான நரம்புகள் இயங்கச் செய்யும்.[45] எனவே உணர்வுகள், உணர்வின்மை எல்லாம் மூளையின் செல்களில் நடைபெறும் உயிரியல் ரசாயன மாற்றங்களின் வேகத்தைப் பொறுத்தது. இத்தகைய விடையை உயிரியல் ரசாயனம், உடலியல் விஞ்ஞானம், மூளையின் உறுப்பியல் எல்லாம் தெரியாத காலத்தில் உலகாயதன் பதிலளித்திருக்க முடியாது. ஆனால் இவ்விஞ்ஞானங்களெல்லாம் தோன்றுவதற்குரிய சிந்தனைப் பாதையான பொருள்முதல்வாதத்தின் ஆரம்பக் கூறுகள் உலகாயதனின் தத்துவத்தில் இருந்தது.

“பூதங்களின் கூட்டம் உடல். அப்பூதங்களின் கூட்டத்தில் அறிவு தோன்றுமாயின், உடல் பெரிதாயிருப்பின் அறிவு பெரிதாயிருக்க வேண்டுமே. உடல் சிறிதாயிருந்தால் அறிவும் சிறிதாயிருக்க வேண்டுமே” என்று சித்தாந்தி கேட்கிறார். உலகாயதன் பதில் கூறவில்லை என்று சித்தாந்தி கூறுகிறார்.

பொருள் அணுக்களின் கூட்டமே உடல்.[46] இதனைச் சித்தாந்தி ஒப்புக்கொள்கிறார். ஏன், பழைய விஞ்ஞான அறிவின் எல்லைக்குட்பட்ட பூதச் சேர்க்கையே உடல் என்பதை சித்தாந்தி மறுக்கவில்லை. ஓரிடத்தில் நீரும் நெருப்பும் எப்படிக் கூடும் என்று கூறினாலும், மற்றோரிடத்தில் பூதச் சேர்க்கையால் ஜடமாகிய இவ்வுடல் உண்டாகிறதென்பதை சித்தாந்தி ஒப்புக்கொள்கிறார். உடல் பெரிதாயிருந்தால் அதன் விளைவான அறிவும் பெரிதாயிருக்க வேண்டுமே என்கிறார்.

தற்கால விஞ்ஞானம் இக்கேள்விக்கு விடையளிக்கிறது. அறிவு ஒரு தனிப் பொருளல்ல. அதற்கு சிறிது பெரிது என்ற பரிமாணம் கிடையாது. அது மூளையின் செயல் (Function)[47]. மூளையிலுள்ள மடிப்புக்கள் அதிகமிருந்தால் அறிவு கூர்மையாயிருக்கும். மடிப்புக்கள்

குறைவாயிருந்தால் கூர்மை குறையும். யானையின் மூளையையும் மனிதன் மூளையையும் சோதித்தறிந்த விஞ்ஞானிகள் யானையின் மூளையில், மனித மூளையைவிட மடிப்புக்குறைவென்று கண்டுள்ளார்கள். மடிப்பு அதிகமாயிருந்தால் ஒரே பரப்பில் செல்கள் எண்ணிக்கை அதிகமாயிருக்கும். ஒரே சதுர அங்குலத்தில், யானையின் மூளையிலுள்ளதைவிடப் பல மடங்கு எண்ணுள்ள செல்கள் மனித மூளையிலுள்ளன.[48] ஒரு மனிதனுக்கும் மற்றோர் மனிதனுக்கும்கூட இத்தன்மையில் வேறுபாடு உள்ளது. எனவே மூளை, மூலக்கூறுகளின் கூட்டமாயினும், ஒரே பரப்பில் உள்ள செல்களின் எண்ணைப் பொறுத்துச் செயல் திறனில் வேறுபடும்.

பூதக்கூட்டம்[49] அல்லது பொருளின் சேர்க்கை அல்லது அணுக்களின் சேர்க்கையால் உண்டாகும் செல்களில் ஒற்றைச்செல் உயிரினங்கள் ஆண் பெண் புணர்ச்சியின்றியே இனவிருத்தி செய்கின்றன. செடிகளில் சிலவும் அவ்வாறே வேறு உயிர் இனங்கள் ஆண் பெண்ணாகப் பிரிந்து, அவற்றுள் இருக்கும் செல்லால் ஆன பொருள்களின் கூட்டத்தால் கருவை உண்டாக்குகின்றன. பரிணாம வளர்ச்சியால், செயல் பிரிவினை, உறுப்புப் பிரிவினைகள் ஏற்பட்டு, பலவகைகளில் இனப் பெருக்கச் செயல்கள் நடைபெறுகின்றன. பொருள் கூட்டமும், அதன் செயல்களும் எண்ணற்றவை. ஆனால் சித்தாந்தி "பொருள் கூட்டத்தால் உடல் உண்டாகுமாயின், ஆண் பெண் புணர்ச்சி எதற்கு?" என்று கேட்கிறார். அவர் கூறும் காரணம் வருமாறு: "பூதக்கூட்டமே பொருந்தப்பட்ட உடலுக்குக் காரணமாயின், பெண், ஆண்கள் காதலோடு புணரும் புணர்ச்சி காரணமாக உருக்கள் காரியப்படுவானேன்? அங்ஙனமானது அநாதியே. கர்த்தா நாயகியோடு கூடிப் போகத்தை விரும்ப, அது காரணமாக உருக்கள் காரியப்பட்டு வருதலன்றி: பூதக்கூட்டம் காரணம் எனப்படாது."

இக்காரணம் தலைகீழாக நிற்கிறது. மானிடவியல் நூலோர், மனிதன் ஒரு காலத்தில் பிரபஞ்சத்தின் செயல்கள் தன் செயல்கள் போன்றவை என்றெண்ணி, சில செயல்களைச் செய்து, இயற்கையை அவ்வாறு செய்யத் தூண்டலாம் என்று நினைத்தான் என்று கூறுகிறார்கள். பிரபஞ்சத்தைத் தன்னைப்போல நடக்கத் தூண்டும் செயல்கள் மந்திரம் (*Magic*) எனப்படும். இத்தகைய சிந்தனை நிலையில் இன்றும் பல இனக்குழு மக்கள் உள்ளனர். பயிர் செழிப்பாக வளர, வரப்புகளில் ஆண் பெண்களின் வரை முறையற்ற புணர்ச்சியை ஓர் சடங்காகக் கொண்டாடும் இனக்குழுக்கள் உலகில்

உள்ளன.[50] ஆண் பெண் புணர்ச்சியால் இனம் பெருகுவதுபோல், உழுத வயலில் ஆண் பெண் புணர்ந்தால் நல்ல விளைச்சல் காணும் என்ற நம்பிக்கை வேத மந்திரங்களில் காணப்படுகிறது.[51] மந்திர நம்பிக்கைக்குப் பின் பல தெய்வ நம்பிக்கை தோன்றிய காலத்தில் மனிதர்களுக்கு உணவு கொடுத்து நமக்கொரு வேலை செய்யச் சொல்வது போல் தெய்வங்களைத் திருப்தி செய்து விருப்பங்களைப் பூர்த்தி செய்து கொள்ள மக்கள் எண்ணினர். இத்தகைய நம்பிக்கை இன்றும் பல தெய்வ நம்பிக்கையுள்ள குழுக்களில் காணலாம்.[52] இதற்குப் பின் இயற்கைச் சக்திகளுக்கு மானிடவுருவளித்து நமது செயல் போலவே அவற்றின் செயல்களும் உள்ளன என்று நம்பத் தொடங்கிய காலத்தில், ஆண் பெண் புணர்ச்சியால் சிசு பிறப்பது போல், இவ்வுலகம் ஆண் பெண் சக்திகளின் புணர்ச்சியால் பிறந்ததென்றும் அதனாலேயே மக்களும் ஆண் பெண் புணர்ச்சியால் தோன்றுகிறார்கள் என்றும் நம்ப ஆரம்பித்தார்கள். இது இயற்கை சக்திகளுக்கு மனிதன் தனதுருவத்தைக் கற்பனை செய்த ஆரம்ப புனைகதைக் காலத்தில் தோன்றிய சிந்தனை[53]. ஆண் பெண் புணர்ச்சி அனுபவப் பிரமாணம் சிசு பிறப்பதும் அனுபவப் பிரமாணம். இது இயற்கை நிகழ்ச்சி. கருவுருவாதற்குரிய இரு நுண்ணுயிர்கள் கூட இது அவசியம். பின்னர் மனிதன் உலகின் தோற்றத்திற்கு ஆண் பெண் புணர்ச்சி அவசியமெனக் கருதினான். இத்தகைய கற்பனையை (Anthromorphic Myth) மனித உருவப் புனைகதை என்று மானிடவியலார் அழைப்பார்கள்.

இனிச் சித்தியாரின் இரு மறுதலைக் கருத்துக்களை விமர்சித்து விட்டு இவ்வாய்வை முடிப்போம்.

உலகாய்தன், பரபக்கத்தில் கருதப்படுவது போல் அல்லாமல் அறிவுச் சாதனங்களாகக் காட்சியையும், அனுமானத்தையும் கைக்கொண்டிருந்தான் என்பதை முன்னர் விளக்கினோம். இனிச் சித்தாந்தியும், ஆத்திகரும், தமது சமயத்துக்கு ஒரு மூலபுருஷனை ஏற்றுக்கொள்கிற சமயிகளும், ஆகமம் அல்லது ஆப்த வாக்கியம் என்பதை அறிவின் உயர்ந்த அளவையாக ஏற்றுக்கொள்கிறார்கள். ஆகமம் என்றால் என்ன? ஆன்றோர் மொழி என்பது பொருள். எல்லாச் சமயங்களும் ஆன்றோர் ஒருவர்தானா? இல்லை. வேதங்கள் தான்தோன்றி' (எவரும் இயற்றாதவை) அதனால் அதன் வாக்கியங்கள் முற்றிலும் உண்மையென்பர் மீமாம்சகர். அவர்களுக்கு வேதமே ஆகமம். அதுவே காட்சியிலும் அனுமானத்திலும் உயர்ந்த பிரமாணம், ஜைனர்களும், பௌத்தர்களும் ஆதியாகமத்தையும்,

திரிபிடகத்தையும் பிரமாணமாகக் கூறுவர். பௌத்தர்களில் நூற்றுக்கணக்கான பிரிவினர் பெயருக்குத் திரிபிடகத்தை ஆகமம் என ஒப்புக் கொண்டாலும், அவற்றிலுள்ள கொள்கைகளுக்கு எதிரான கொள்கைகளையுடைய தம் தம் பிரிவினரின் நூல்களையே பிரமாணமாகக் கொள்வர். தம் கொள்கைகளுக்கு ஏற்பத் திரிபிடகத்திற்கு உரையெழுதிக் கொள்வர். அத்துவைதிகள், பிரம சூத்திரத்தை ஆகமம் என்பர். விசிஷ்டாத்துவைதிகளும் துவைதிகளும் அவ்வாறே கூறுவர். ஆயினும் இவர்களுக்குள் தத்துவ வேறுபாடுகள் அடிப்படையானவை. இந்த வேறுபாடுகளை நிலைநிறுத்திக் கொள்ள ஒவ்வொருவரும் பிரம்ம சூத்திரத்திற்குத் தங்கள் கொள்கைப்படி உரையெழுதிக் கொள்வார்கள்.

ஆயினும் ஆகமமே முழு உண்மை, அதுவே பூரண அறிவு என்பார்கள். எல்லாவற்றைப் பற்றியும் ஒரு மாமனிதர் அல்லது கடவுள் தமது பரிபூரண அறிவால் மனிதனுக்குத் தேவையானதைச் சொல்லிவிட்டுப் போய் விட்டதாகச் சொல்லுவார்கள். பழைய ஆகம வாக்கியம் அல்லது ஆப்த வாக்கியம் காலத்துக்கு ஒத்துவராதபோது வாக்கியத்தைத் திருத்தாமல் பொருளைத் திருத்தி உரையெழுதிக் கொள்ளுவார்கள்.

சமயங்கள் யாவும் காட்சியையும், அனுமானத்தையும் அற்பமாக எண்ணுகின்றன. அறிவு, ஆகமத்தால் அல்லது முழு நிறைவான அறிவுடையவனால் வெளிப்படுத்துகிறது என்று நம்புகின்றன. காட்சியாலும், அனுமானத்தாலும் அறிய வேண்டிய இயற்கையின் இயக்கத்தை அறிந்து கொள்ள விடாமல் இக்கொள்கைகள் தடுத்தன. அறிவைத் தன்னுள்ளேயே மனிதன் தேடி, பல கற்பனைகள் உருவாக்கினான். ஆகமம், அவனது விஞ்ஞானத் தேட்ட ஆற்றலையும், அனுமான ஆற்றலையும் முடக்கிப் போட்டது. இன்று மனித சமுதாயத்தின் செயலே (Praxis) ஞானம் தோன்றக் காரணம் (Gnosis) என்று தற்கால அறிவளவை அறிஞர்கள் கூறுவார்கள். ஆனால் முற்கால ஆகம நம்பிக்கையோ, சமுதாயச் செயலை, இயற்கையோடு தொடர்பு கொண்டு, அதன் மீது செயல் புரிந்து, இயற்கையின் விதிகளை உணர்ந்து, அவ்விதிகளைப் பற்றிய அறிவால் இயற்கையை மாற்றித்தானும், மாறும் செயல்களை சிறப்பற்ற செயல்களென்றும், அவ்வாறு கிடைத்த அறிவை கீழான அறிவென்றும் கூறி மனிதனை அவனுடைய உள்ளத்தில் சிறை வைத்தது.

சித்தாந்திகளின் பிரமாணம் என்ன? ஆகமம் என்பார்கள். இவற்றுள் என்ன தத்துவம் உள்ளது? இவற்றுள் பல என்ன சொல்லுகின்றன என்பதே யாருக்கும் தெரியாது. இவையாவும் வடமொழியில் உள்ளன. இவை பழமையானவை என்பது சைவர்களின் நம்பிக்கை. இவற்றைச் சிவபிரானே சனற்குமாரர் முதலிய நான்கு முனிவர்களுக்கு அருளிச் செய்தான் என்று சைவர்கள் நம்புகிறார்கள். இவ்வாகமங்களிலிருந்துதான் 14 மெய்கண்ட சாத்திரங்கள் தோன்றின என்று சொல்லப்படுகிறது. வேதம் பாலென்றும், நால்வர் தேவாரம் வெண்ணெய் என்றும் ஆகமங்கள் நெய்யென்றும் ஒரு செய்யுள் கூறுகிறது தேவாரத்திற்கும் வேதத்திற்கும் கருத்தில் எவ்விதத் தொடர்புமில்லை. ஆகமங்களுக்கும் தேவாரத்திற்கும் என்ன தொடர்பு என்பது சைவ சித்தாந்திகளுக்கே தெரியாது. ஆகமங்கள் வடமொழியில் உள்ளனவே. தமிழில் மொழிபெயர்க்கப்பட்டு சித்தாந்திகள் படிக்க முடியாமல் அதன் கருத்தைத் தெரிந்து கொள்ள முடியவில்லையே" என்று கா.சு. பிள்ளையவர்கள் 1925-இல் எழுதினார்கள்.[54] இன்னும் ஆகமங்கள் 56-இல் 4 தான் வடமொழி மூலத்தில் வெளியிடப்பட்டுள்ளன. மற்றவற்றில் சிலவற்றிற்கு வடமொழி ஏடுகள் இருக்கின்றன. மிகப் பலவற்றின் பெயர் மட்டும்தான் சில சித்தாந்த நூல்களிலிருந்து அறியப்படுகிறது. ஆயினும் "ஆகமங்களே எங்களுக்கும் பிரமாணம். ஏனெனில் சிவபெருமான் அருளிச் செய்தது. பரிபூரணனால் அருளிப் பெற்றதால் அதில் தான் பரிபூரண அறிவு உள்ளது" என்று சைவ சித்தாந்த அறிஞர்கள் எழுதுகிறார்கள். சாத்திரங்கள்; ஆகமங்களின் விளக்க நூல்கள் என்று எழுதுகிறார்கள். ஆனால் எந்தச் சைவ சித்தாந்த சாஸ்திரத்தின் மூலத்திலும் ஆகமங்கள் குறிப்பிடப்படவில்லை. தெரியாத ஒன்றுதான் சைவர்களுக்கு ஆகமப்பிரமாணம் சைவ சித்தாந்த சாஸ்திரங்கள் ஆகமங்கள் என்ன சொல்லுகின்றன என்பதை சைவர்கள் அறியும் வரை தற்காலிகப் பிரமாணங்களே. விஞ்ஞானத்தின் எல்லைகளில் கூட இந்த ஆகமத்திற்கு ஆதிக்கம் உண்டு. ஏனெனில், காட்சியாலும் அனுபவத்தாலும் அறிகிற விஞ்ஞான அறிவு, ஆகமத்தில் சொல்லப்பட்டிருக்கும் கொள்கைகளுக்கு முரண்; ஆனால் சமயவாதி ஆகமத்தைத்தான் ஏற்றுக்கொள்ள வேண்டும்; விஞ்ஞான அறிவை ஒதுக்கிட வேண்டும்.

இது சைவ சித்தாந்தத்தின் நிலை மட்டுமன்று. ஆகமத்தைத் தலையாய பிரமாணமாக ஏற்றுக் கொள்கிற எல்லாத் தத்துவங்களின்

நிலையும் அதுவே. சமயத்தின் முற்றமுடிந்த முடிவுகளைக் கூறும் ஆகம வாக்கியங்கள், வளர்ந்து செல்லும் விஞ்ஞான அறிவுக்கு விலங்கிடுகின்ற தன்மையுடையவை. கடைசியில் 'கடவுள் இல்லை' என்ற கூற்றை மறுத்து சிவஞானசித்தியார் கூறுகிறது. இது தத்துவ வாதமன்று. சமய வாதமாகும். கடவுள் என்பதற்குப் பிரபஞ்சத்தைத் தோற்றுவித்து, அதன் இயக்கங்களுக்கு நிமித்த காரணமாகி, அதனை அழிப்பவன் ஒருவன் உண்டென்பது கடவுள் கொள்கை. அறிவைத் தோற்றுவிப்பவன் கடவுள். மூன்று வித அறியாமைகளைப் போக்குபவன் கடவுளே. இக்கருத்தை ஒப்புக் கொள்ளாத தத்துவங்களே இந்தியத் தத்துவங்களில் பெரும்பான்மையாகும்.[55] வேத வாக்கியங்களில் பல, பல கடவுளரைப் பற்றிக் கூறுகின்றன. பிரபஞ்சத்தின் பல கூறுகளுக்குப் பல கடவுளர்கள் இயக்கு சக்தியாக உள்ளனர் என்று அவை கூறும். அவ்வாறாயின் ஒரே கடவுள் சர்வசக்தி உடையவர். அவர் பிரபஞ்சத் தோற்றத்திற்குக் காரணம் என்பதை வேத வாக்கியங்கள் மறுக்கின்றன. மீமாம்சகர்கள் இக்கொள்கையுடையவர்கள். கடவுளே இவ்வுலக இயக்கத்திற்குக் காரணம் என்பதை அவர்கள் மறுக்கிறார்கள். அவர்களுடைய நாத்திக வாதம் தற்கால நாத்திகம் போன்றுள்ளது. முற்காலச் சாங்கிய வாதத்தின் பெயரே நிரீச்சுர சாங்கியம். அதில் கூறப்படும் புருஷன் உலக இயக்கங்களுக்குக் காரணமானவன். அன்று உலகத்தைப் படைத்துக் காத்து அழிக்கும் தொழிலும் அவனுடையதன்று. பௌத்தம், சமணம், ஆஜீவகம் மூன்றும் கடவுள் கொள்கையை மறுப்பனவே. சங்கரரையே, பிற்கால ஆத்திகர்கள், நாத்திகரென்றும், பௌத்த தத்துவத்தை மாறுவேடத்தில் கூறுகிற பிரசன்ன பௌத்தர் என்றும் கூறுகிறார்கள். அவருடைய தத்துவப்படி ஒரே பொருள் தான் உண்மையானது. அது பிரம்மம். மற்றவையெல்லாம் அறியாமையின் படைப்புகள். ஈசுவரன் உண்டென்பது 'வியவகாரிக' சத்தியம். அது விவகார உலகில் உண்மை ஆனால் உயர்நிலை அறிவால் பொய்யென்று அறியப்படும். பழைய தத்துவங்களில் நியாய வைசேஷிகர்கள் தாம் தீவிர ஆத்திகர்கள். பின்னர் சங்கரரது அத்வைதக் கொள்கைகளை எதிர்த்த பக்திச் சமயங்களான சைவம், வைணவம், துவைதம் முதலியவை கடவுளே பிரபஞ்ச நிகழ்ச்சிகளனைத்திற்கும் காரணம் என வாதாடின. இந்தியத் தத்துவங்களின் நாத்திகக் கொள்கையைத் தேவி பிரசாத் எழுதிய "இந்திய நாத்திகம்" என்ற நூலில் காணலாம்.

தமிழ்நாட்டு லோகாயதம் மேலும் ஆராயப்படுதல் வேண்டும். மருத்துவ நூல்களிலும், சித்தர் நூல்களின் சில பகுதிகளிலும்,

ரசவாத நூல்களிலும் இக்கொள்கை காணப்படும். மேலும் வைஷ்ணவ துவைத நூல்களின் பரபக்கக் கூற்றுகளை ஆராய்தல் வேண்டும். அப்பொழுது தான் தமிழ்நாட்டில் நிலவிய விஞ் ஞானக் கொள்கைகளின் அடிப்படைகள் நமக்கு விளங்கும்.

கட்டுரைக்குப் பயன்பட்ட நூற்கள்

1) பரபக்கம் சிவஞானசித்தியாரில் எதிரியின் தத்துவ வருணனையையும், பரபக்கம் என்று ஆசிரியர் கூறுவார். இதுவே சர்வ தர்சன சங்கிரகம் முதலிய நூல்களில் பூர்வபட்சம் என்று அழைக்கப்படும்.

2) சைவ சித்தாந்த சாஸ்திரம் - 14 நூல்களும் சைவ சமாஜப் பதிப்பில் நூலாக வெளியிடப்பட்டது. (1934) புதிய வெளியீடு கழகப் பதிப்பு 2 பகுதிகள்.

3) சைவாகமங்கள் ஆகமங்கள் மொத்தம் 28. உப ஆகமங்கள் 28. இவற்றில் 10 மட்டுமே சைவ ஆகமங்கள். இவை சமஸ்கிருதத்தில் உள்ளன. ஆகமங்களை மூலத்தில் பாண்டிச்சேரி இன்ஸ்டிடூட்டி பிரான்ஸ் வெளியிட்டுள்ளது.

4) பிரகற்பதி மணிமேகலைக் கூற்று. சமயக் கணக்கர் தம் திறம் கேட்டகாதை.

5) சாருவாகன் - சிவஞான சித்தியார் உரை. சிவப்பிரகாசர் முதல் அத்தியாயம்.

6) Indian philosophy - Debiprasad chapter on Lokayata

7) Ibid

8) Walter Ruben - German philosopher - See preface to Indian philsophy - Debi Prasad chattopadyaya.

9) சாமிநாதய்யர் - மும்மணிகள், சீனிவாசப் பிள்ளையின் தமிழிலக்கிய வரலாறு.

10) திண்ணாகர் - திக் நாகா. அவரைப் பற்றிய குறிப்பு ஒன்றை ஆராய்ச்சி பக்கம் 183-184ல் காண்க. திண்ணாகருடைய அளவை நூல்களையே சாத்தனார் பின்பற்றுகிறார்.

11) சைவ முதல் நாயகர்களது கால ஆராய்ச்சி பற்றிய நூல்களில் அவர்கள் காலம் கணிக்கப்பட்டுள்ளது. கா.சு.பிள்ளை சந்தான

குரவர் வரலாறு. கோ.சுப்பிரமணிய பிள்ளை History of Saiva Siddhanta.

12) Travels of Huentsang - Published by Chinese Buddist Society. Peking

13) நீலகேசி காலம் - நீலகேசி தெருட்டு Introduction by Chakkravarthi Nayanar.

14) சமண நூல்கள் T.S. ஸ்ரீபால் இச்சாசனம் பற்றி நீலகேசி முகவுரையில் சக்கரவர்த்தி நாயனார் குறிப்பிட்டுள்ளார்.

15) Buddhism 2500 years. Chapter on Schools of Buddhism and note on Schools of South Indian Buddhism

16) Lokayata, Debiprasad Chatto padyaya, Chapter on Sankya.

17) குருபரம்பரை உடையவர் வைபவம், ராமானுஜர் வரலாறு கூறுகிறது. காலம் மன்னர் காலத்திலிருந்து யூகித்தறிய வேண்டும். விஷ்ணு வர்த்தனன் என்ற ஹாய்சல மன்னன் காலம். இவருடைய காலம் 11-ம் நூற்றாண்டு.

18) சிவஞான போதத்தின் சிறப்புப் பாயிரச் செய்யுட்களிலிருந்தும் சாசனச் சான்றுகளிலிருந்தும் கா.சு.பிள்ளையவர்கள் சந்தான குரவர் வரலாற்றில் காலத்தை குறிப்பிட்டுள்ளார். 13-ம் நூற்றாண்டு.

19) சிவஞான சித்தியார் - அருள்நந்தி சிவாச்சாரியார் இயற்றியது. J.M. நல்லுசாமிப்பிள்ளை சித்தியாரின் ஆங்கில மொழிபெயர்ப்பின் முகவுரையில் மெய்கண்டார் காலத்தை நிறுவி அவருக்கு இவர் மாணவராதலால் அவரும் மெய்கண்டாரின் காலத்தவராதல் வேண்டும் என முடிவு கூறியுள்ளார். 13-ம் நூற்றாண்டு.

20) சிவப்பிரகாசர் - மிகவும் பிற்பட்ட காலத்தவர். காலத்தை அறிய முடியவில்லை.

21) பழந்தமிழ் இலக்கியத்தில் பொருள்முதல்வாதக் கருத்துக்கள். நா.வானமாமலை. ஆராய்ச்சி மலர் 11 இதழ் 1 பக்கங்கள் 11-21

22) வேதங்கள் மனிதனால் இயற்றப்படாதவை என்று கூறுவோர் பூர்வ மீமாம்சக வாதிகள். எனவே மணிமேகலையின் வேதவாதி வேதாந்தியோ பிற்கால அத்வைதியோ அல்லன். இவன் பூர்வ மீமாம்சனே.

23) அப்பர் முதலிய நாயன்மரர்கள் ஆப்தன் என்று (கூறுவது ஆஜீகவர்களையே என்று தோன்றுகிறது. சமணத் துறவிகளையும், அஜீவகர்களையும் அவர்கள் இருவருமே

திகம்பரர்கள் ஆதலால் சமணர்கள் என்று அப்பருக்குப் பிற்காலத்துச் சைவர்கள் கருதினர். அதனாலேயே நீலகேசியில் ஆஜீவகம் புறச்சமயமாக கூறுப்பட்டு அவர்கள் தோற்றத்தில் சமணர்களைப் போல் இருப்பினும் அவர்கள் தத்துவம் சமண தத்துவம் அன்று என்று நீலகேசி கூறுகிறாள்.

24) சாங்கியம், *Outlines of Indian Philosphy, M.Hiriyanna M.A., Part III Age of the Systems. Sankya-yoga, Page* 269.

25) மணிமேகலை சமயக் கணக்கர் திறம் கேட்ட காதை

26) சாரக சம்ஹிதை - சாரகன் என்ற புகழ்பெற்ற ஆயுள்வேத வல்லுநன் எழுதிய மருத்துவ நூல். சாரகன் கி.பி.முதல் நூற்றாண்டில் வாழ்ந்தவன். அவனுடைய நூல் பிற்கால மருத்துவ நூல்களுக்கு மூலநூல் ஆகும்.

27) *The philosophical. Background of Ayur Veda - Dakshin Narayan Sastri.*

28) *The above book. On inference and Lokayatha*

29) நீலகேசி பூதவாதச் சருக்கம். செய்யுள் எண்கள் மூலச் செய்யுள் வரிசையைக் குறிக்கும்.

30) கடவுள் உண்டு என்று கூறும் தத்துவ நூலோர் அனைவருமே பாண்டம் குயவன் உதாரணத்தைத்தான் கூறுகிறார்கள். கடவுளை ஏற்றுக்கொள்ளாத நீலகேசிகூட கடவுளுக்குப் பதில் கர்மத்தை நிமித்த காரணம் என்று லோகாயதனை ஒப்புக்கொள்ளச் சொல்கிறாள்.

31) உலகின் பௌதீக அடிப்படையை ஜைனர்கள் புத்கலம் என்று கூறுவார்கள். ஜீவன் அதனின் வேறானது. அதனைப் புத்தகலம் தோற்றுவிப்பதில்லை என்பது ஜைனர் கொள்கை.

32) சீவகசிந்தாமணி - முக்தி இலம்பகம்

33) *I. P. Pavlov- Brain and Higher nerves activity.*
*I. P. Pavlov-*உடலும் உள்ளமும், தமிழில் - நா.வானமாமலை

34) *I. P. Pavlov-Article on Physiology of the brain.*

35) *Maurice Conforth - Theory of knowledge (Also any book on Dialectical materialism. Read chapter on Cognition)*

36) *The story of the Crucible*

37) *The Atom-Thomson*
   a) *The Philosophical problems, of elementary particles-U.S. S.R. Academy of Sciences*

38) *The heavy molecules Progress Publishers-Moscow*

39) *Charles Darwin Origin of the species. Descent of Man.*

40) *J. B. S. Haldane. What is life-*தமிழில் நா.வானமாமலை. சக்தி பழைய இதழ் ஒன்றில் வெளிவந்துள்ளது.
41) *Engels - Dialectics of Nature.*
42) சாக்தேயம் - சைவசித்தாந்தத்தின் அகச் சமயங்களுள் ஒன்று. ஆனால் வாமாச்சாரத்தை அவர்கள் எதிர்க்கிறார்கள்.
43) *Progress publishers-The materialist view of reality. The crisis in physics-V. I. Lenin*
44) *I. P. Pavlov-Article on Sleep. Articles and speeches of Pavlov. Foreign Languages Publishing House Moscow* தமிழில் உடலும் உள்ளமும் - உறக்கம் பற்றிய கட்டுரை (நா.வானமாமலை)
45) *Fridland-Paths of Science-Painless Childbirth* தமிழில் - உடலியல் மருத்துவ இயல் வரலாறு - (நா.வா.) வலியற்ற பிரசவம் பற்றிய பகுதிகள்
46) *F. Engels-Dialectics of Nature-Biology*
47) *I. P. Pavlov-Article-physiology of the brain*
48) *J. B. S. Haldane-Teachings on the brain.*
49) *J. G. Frazer, Golden bough Chapter on Magic*
50) *J. G. Frazer Golden bough Fer-tility rites*
51) *Debi Prasad Chattopadyaya - Lokayata Sections on Vedic rituals*
52) *The religion of a tribe Primi-tive religion*
53) *D. D. Kosambi-Myth and Reality*
54) சந்தானாச்சாரியார் வரலாறு - கா.சு.பிள்ளை 1925 சைவ சித்தாந்தக் கழகம்.
55) *Debi Prasad Chattopadyaya Indian Atheism* மனிஷ கிரந்தாலயம், கல்கத்தா.

www.ingramcontent.com/pod-product-compliance
Lightning Source LLC
LaVergne TN
LVHW090324051026
849518LV00005B/1871
9788196167837